பாமா
தமிழ் இலக்கியத்தின் திசைவழி

தொகுப்பாசிரியர்

அ.ஜெகநாதன்

நீலம்

நீலம்

பாமா: தமிழ் இலக்கியத்தின் திசைவழி

தொகுப்பாசிரியர் : அ.ஜெகநாதன்
முதற்பதிப்பு : ஏப்ரல் - 2024

நீலம் பப்ளிகேஷன்ஸ்,
முதல் தளம், திரு காம்ப்ளக்ஸ்,
மிடில்டன் தெரு, எழும்பூர், சென்னை - 600008.

அட்டை ஓவியம் : சம்பத்
நூல் வடிவமைப்பு : நெகிழன்

விலை ரூ.300

BAMA : THAMIZH ILAKKIYATHTHIN THISAI VAZHI

Author : A.Jeganathan © A.Jeganathan
First Edition : Apri - 2024

Published by : NEELAM PUBLICATIONS,
1st floor, Thiru Complex, Middleton street,
Egmore, Chennai - 600008.

Email : editor@neelampublications.com
Mobile : +91 98945 25815

INR : 300
ISBN : 9789394591899

Neelam Monthly Magazine & Subscription - www.theneelam.com
Neelam Online Store - www.neelambooks.com

பொருளடக்கம்

தொகுப்புரை	5

பகுதி -1

சுபேதார் சூசைராஜ் சரித்திரம்	15
சிறுகதை : திருத்தப்பட்ட தீர்ப்புகள் பாமா	67
'கிசும்புக்காரன்' நூலை முன்வைத்து ராஜ் கௌதமன்	81

பகுதி - 2

பாமாவின் கருக்கு அம்பை	92
ஊர் மக்கள் கொண்டாடிய நாவல் ச.தமிழ்ச்செல்வன்	97
பாமா கையாண்டுள்ள சங்கப் பாடல்களின் வழக்குச் சொற்கள் சி.முத்துகந்தன்	101
ஊர் சொன்ன கதையும், ஊரை எழுதிய கதைகளும் ம.மணிமாறன்	113
பாமாவின் பயணத்தில் நான் மாற்கு	120
சாதீயம் கடந்தவள் "மனுஷி" முனைவர் அ.நந்தினி	134

பாமாவின் 'வன்மம்' : உள்முரண்களின் கதையாடல் ஞா.குருசாமி	145
பாமா என்னும் குருவிப்பாடினி ஜெ.சுடர்விழி	155
ஒதுக்கவும் ஓரங்கட்டப்படவும் முடியாத எழுத்தாளுமை முதுமுனைவர் மு.ஐயப்பன்	165
மேடுகளும் பள்ளங்களுமான மேய்ச்சல் நிலத்தின் கதைகள் முனைவர் து.முத்துக்குமார்	171
கருக்கு: கருத்துச் சுதந்திரத்திற்கான இலக்கியப் பிரதி முனைவர் பெ.கலைவாணன்	176
தமிழ்ச் சமூகத்தின் வாழ்வியல் ஆவணங்கள் - பாமாவின் கதைகள் பொ.முருகன்	184
கருக்கு: காலத்தால் நெய்யப்பட்ட பிரதி சந்துரு மாயவன்	198
தலித் தன்வரலாற்றின் தொடக்கம் - பாமா முத்துப்பாண்டி	208
பாமாவின் 'அழிப்பு', 'பொன்னுத்தாயி' சிறுகதைகள்வழி பெண்ணியச் சிக்கல்கள் பாரத் ஸ்ரீமன் அழகேசன்	219
காலக்கண்ணாடி வழியே பாமாவின் சரித்திரம் முனைவர் சூ.ஆம்ஸ்ட்டாங் தமிழில்: முனைவர் பொ.ரமேஷ்	227
கட்டுரையாளர்கள் குறிப்பு	242

தொகுப்புரை

'நீதியை நிலைநாட்டும் வேட்கை கொண்டோர்
பேறுபெற்றோர். ஏனெனில் அவர்கள் நிறைவு
பெறுவர்.'

- மத்தேயு 5:6

ஒரு வளைவில் உயரமான மனிதர் திரும்புகிறார். மடித்துக் கட்டப்பட்ட வேட்டி. தொள தொள சட்டை. கனமற்ற தோல் பை. முகபாவத்திற்கு ஒத்துவராத மெல்லிய புன்னகை. அவரது உரைநடை போன்றே உறுதியான நடை ஒழுங்கு. வருவது மாற்கு என்று அந்த நிலத்திற்குத் தெரியும். மக்கள்தான் 'தோத்திரம்' சொல்லவா வேண்டாமா என ஒவ்வொரு முறையும் குழம்புவர்.

அந்த வீடு இன்னும் ஒரு எட்டுத் தொலைவில் வந்துவிடும். அது ஒரு கிராமத்து மருத்துவர் வீடு. முதற்பாகம் கிளினிக். மாற்கு என்ற எழுத்தாளரைக் காட்டிலும் ஒரு அடி உயரம். ஆனால் ஒல்லிக்குச்சி. மருத்துவம் நன்றாகவே பார்ப்பார். அவர் பெயர் ராமமூர்த்தி. கிளினிக்கைக் கடந்தால் சஞ்சதுரமான அறை. அறைக்குள் இரண்டு கவிஞர்கள். அவற்றில் ஒருவர் இலக்கிய வெளிவட்டம் இதழின் ஆசிரியர். இடதுசாரி செயல்பாட்டாளர். கவிஞர், நாவலாசிரியர் என்பதான பன்முகம் கொண்ட நடராஜன். பிரிதொருவர் நவீனக் கவிஞரான குமணன். அக்குழுவில் இன்னும் சிலர் இருக்கிறார்கள்.

தொகுப்பாசிரியர் : அ.ஜெகநாதன்

மாற்குவின் வரவு அவர்களை உற்சாகப்படுத்தியது. அந்த அறைக்கு என்னதான் ஆனது என்பதான வாசகத்தை நினைவுபடுத்தும் நிக்கோட்டின் வாசம். அறை அதிர்ந்து நிலம் பாயும் வெடிச்சிரிப்பொலிகள். பரஸ்பர விசாரிப்புகள் முடிந்தவுடன் நிலம் அமைதிகொண்டது. குலவையிட்டுக் குழந்தையின் வரவை அறிவிப்பது போன்று அந்தப் பிரதி எடுக்கப்பட்டது. அதுவே முதல் பிரதி. அடுத்தடுத்த கைகளில் பிரதி படர்கிறது. ஒரு கை பிரதியைக் குத்துமதிப்பாகப் பிரித்து நாசிக்கு அருகே கொண்டு சென்று அதன் மணத்தை உள் இழுத்தது. பிறிதொரு கை கருஞ்சிவப்பாலான அட்டைப் படத்தை பூப்படாமல் தழுவிச் சென்றது. அங்கே இருந்த வேறொரு கை பிரதியின் வடிவமைப்பை அளந்து பார்த்தது. இப்போது பிரதியின் பெயர் வாசிக்கப்படுகிறது. 'கருக்கு'. அந்த அறை மெல்லிதான கைதட்டல்களால் தன்னை நிரப்பிக்கொண்டது. பாமா. மீண்டுமொருமுறை அறை நிரம்பி வழிந்தது.

இப்போது பிரதி வாசிப்பு "ரம்பம் போல இருக்கும் பனங் கருக்குக்கும் என் வாழ்வுக்கும் சம்பந்தம் நிறைய உண்டு...... வாழ்க்கையின் பல நிலைகளில், பனங்கருக்குப் போல என்னை அறுத்து இரணமாக்கிய நிகழ்வுகள், என்னை அறியாமையில் ஆழ்த்தி முடக்கிப் போட்டு....." அனைவரது முகங்களும் உம்மென்றிருந்தன. அங்கு குழுமியிருந்தவர்களின் முகங்களின் கடுகை வீசினால் வெடித்துச் சிதறிவிடும். இப்போது பிரதி வாசிப்புக் குரல் சற்று உயர்கிறது. 'என் போன்ற இன்னும் பிற தலித் நெஞ்சங்கள் நீதியும், சமத்துவமும், அன்பும் நிறைந்த புதியதொரு சமுதாயம் அமைக்க வேண்டும்...." வாசிப்பு நீள்கிறது. ஒருபக்க பாமாவின் முன்னுரையை குமணன் வாசித்து முடிக்கும்போது அனைவருக்குமே தண்ணீர் தேவைப்பட்டது. ஒருவர் தவிர்த்த அனைவரும் சிகரட்டைப் பத்தவைத்தனர்.

அந்தக் குழு தங்களைத் தயார்படுத்திக்கொண்டது. முதல் அத்தியாய வாசிப்பு தொடங்கியது. 'எங்க ஊரு ரொம்ப அழகான ஊரு. ரொம்பப் பெரிய முன்னேத்தமோ எதுவுமோ இல்லன்னக்கூட, அதோட அழக வச்சுத்தான் எனக்கு அத ரொம்பப் புடிக்கும்....." அனைவரது முகங்களும் மெல்லியதாக ஒருசேர மலர்கிறது. சொந்த ஊரை யார்தான் நேசிக்க மறுப்பார்கள்?

அத்தியாயங்கள் மாறுகின்றன. வாசிப்பு நீள்கிறது. இடையிடையே சிரிப்புகள். சில இடங்களில் சந்தோசக் கீறல்கள். பல இடங்களில் மயான அமைதி. கூட்டு வாசிப்புகள். கருக்கின் அத்தியாயங்கள் வாசிப்பும் கேட்புமாக முடிவு பெறுகிறது.

ஒரு நாவலின் முதல் பிரதி கூட்டு வாசிப்புக்கு உட்படுகிறது. கூட்டு வாசிப்பை மக்கள் வாசிப்பு எனலாமா? மக்கள் வாசிப்பு முடிந்த தருவாயில் அக்குழு அங்கிருந்து கலைகிறது. கூட்டு வாசிப்பின் இறுதியில் வீடு சென்ற ஒருவர் முதல் விமர்சனத்தை எழுதுகிறார். கருக்கின் கூட்டு வாசிப்பின் தாக்கத்தால் அந்நூலுக்கான முதல் விமர்சனத்தை எழுதுகிறார். அவர் பெயர் யாக்கோபு. இன்று யாக்கன் என்று அறியப்படுகிறார்.

◉

'கருக்கு' நாவல் வெளியாகி 32 ஆண்டுகள் ஆகின்றன. இந்த நாவல் மட்டும் தமிழில் பல பதிப்பகங்களால் வெளியிடப்பட்டது. கிறித்தவப் பின்புலம் கொண்ட அய்டியாஸ் 1992இல் 'கருக்கு' நாவலை வெளியிடப்பட்டது. இரண்டு பதிப்புகளை அய்டியாஸ் பதிப்பகம் வெளியிட்டது. அதன் பின்னர் தீவிர மார்க்சியத்தை முன்வைக்கும் விடியல் பதிப்பகம் வெளியிட்டது. அப்பதிப்பகம் 'கருக்கு', 'சங்கதி' ஆகிய நாவல்களை இணைத்து 'காயங்கள் தழும்புகளாகி' என்ற பெயரில் வெளியிட்டது. பின் பாரதி புத்தகாலயம் வெளியிட்டது. 2019இலிருந்து நியூசெஞ்சுரி புத்தக நிலையம் கருக்கு நாவலை வெளியிடுகிறது. காலச்சுவடு பதிப்பகம் தனது கிளாசிக் வரிசையில் 2014 முதல் வெளியிட்டுவருகிறது.

'கருக்கு' நாவலின் மொத்தப் பிரதி எவ்வளவு? அய்டியாஸ் இரண்டாயிரம் பிரதி வெளியிட்டுள்ளது. ஏனைய பதிப்பகம் எத்தனை பிரதியை வெளியிட்டது என்பதற்கான கணக்கில்லை. காலச்சுவடு பதிப்பகம் 2014இல் முதல் பதிப்பை வெளியிடுகிறது. 2022இல் 11ஆவது பதிப்பை வெளியிட்டுள்ளது. அய்டியாஸ், காலச்சுவடு தாண்டி பிற பதிப்பகங்கள் வெளியிட்ட பதிப்புகளை அறிய இயலவில்லை. இருப்பினும் 'கருக்கு' 30,000 பிரதிகளுக்கு மேலாகவே விற்பனையாகியிருக்கும்.

பல்வேறு மக்கள் திரளுக்குள்ளும் கருக்கு நகர்ந்திருக்கிறது. பல்வேற சித்தாந்தப் பின்புலம் கொண்ட பதிப்பகங்களே கருக்கு நாவலை விருப்பு வெளியிட்டுள்ளது. கருக்கின் முதல் வாசிப்பு மக்கள் வாசிப்பு ஆனது

போல், கருக்கு நாவலின் பரவல் மக்கள் மயமாகிறது. மொத்தத்தில் கருக்கு நாவல் ஆசிரியர் வாழும் காலத்திலேயே மக்கள் பதிப்பாக மாறிவருவது வரவேற்கத்தக்க மாற்றமாகும்.

◉

பாமாவின் மொழி அனைத்து தலித்துகளையும் கவர்ந்து நிற்கிறது. அவரது பாத்திரப் படைப்பு ஒவ்வொரு தலித்துகளின் உணர்வோடு வினையாற்றுகிறது. மாயாண்டித் தாத்தாவை வட்டாரம் தாண்டி தனது தாத்தாவாக நினைக்க வைக்கிறது. கிசும்புக்காரனின் செயல் எங்கேயோ வாழும் தலித்துக்குள் ஊடுறுவுகிறது. பொன்னுத்தாய் தலித் மக்கள் வாழும் நிலமெங்கும் நடைபோடுகிறாள்.

பாமாவின் சொலவடைகள் தலித் நிலத்தின் சொலவடைகளாக மாறிப் போகிறது. பாமாவின் எழுத்துக்குள் நுழையும் ஒரு வாசகன் அவையனைத்தையும் தனது கதையாகவே வாசிக்கிறான். வாசகன் கதையின் பாத்திரமாக மாறுகிறான். பாமாவின் பிரதி தலித் மனங்களின் கூட்டுப்பாத்திரத்தை வகிப்பதை அவதானிக்கலாம்.

அப்போது அந்த வார்த்தை வெளிப்பட்டது. ஒருவர் கடுகு விதையை எடுத்து தம் வயலில் விதைத்தார். அவ்விதை எல்லா விதைகளையும் விடச் சிறியது. ஆனாலும் அது வளரும்போது மற்றெல்லாச் செடிகளையும் விடப் பெரியதாகும். இலக்கியப் பறவைகள் அதன் கிளைகளில் வந்து தங்கும். அங்கு கூடு கட்டும். இளைப்பாறும். புதிது புதிதாக இலக்கியத்தைப் படைக்கும். தமிழ் இலக்கியம் மக்கள் மயப்படும். பாமா இக்கடுகு விதைக்கு ஒப்பாவார்.

◉

'பாமா: தமிழ் இலக்கியத்தின் திசைவழி' எனும் தொகுப்பு இரண்டு பாகங்களைக் கொண்டது. முதல் பகுதியில் பாமாவின் அப்பாவான சூசைராஜின் சுயசரிதை இடம்பெறுகிறது. அடுத்து பாமாவின் சிறுகதை. இறுதியாக ராஜ் கௌதமனின் விமர்சனக் கட்டுரை. ஒரே குடும்பத்தைச் சேர்ந்த அப்பா, மகள், மகன் என்பதான மூவர் அறிவுமரபாய் விரிந்திருப்பதை இங்கு முக்கியப்படுத்தலாம். இது தமிழ் ஆளுமைகளின் தொகுப்பிற்குப் புது முயற்சி.

இரண்டாவது பகுதி பாமாவின் படைப்புகளை ஆய்வுக்குட்படுத்துகிறது. பதினாறு கட்டுரைகள் இப்பகுதியில் உள்ளன. படைப்பாளர்கள், பேராசிரியர்கள், ஆய்வு மாணவர்கள் பாமாவை மதிப்பிட்டுள்ளனர். அம்பை, சு.தமிழ்ச்செல்வன் ஆகியேரின் கட்டுரைகள் தவிர்த்து பதினான்கு கட்டுரைகள் இத்தொகுப்பிற்காக எழுதப்பட்டவையாகும். குறுகிய காலத்தில் நேர்த்தியான கட்டுரைகளை எழுதிய கட்டுரையாளர்களுக்கு நன்றியும் வந்தனமும்.

பாமாவிற்கான தொகுப்பின் பொறுப்பை என்னிடம் தந்த நீலம் ஆசிரியர் இயக்குநர் பா.இரஞ்சித், நீலம் பதிப்பகத்தின் பொறுப்பாசிரியர் தம்பி வாசுகி பாஸ்கர் ஆகியோருக்கு அன்பு. எழுத்துப் பிழைகளைச் சரிபார்த்த இலஞ்சி அ.கண்ணன், சிவராஜ் பாரதி, தமிழ்மணி, அட்டை வடிவமைப்பை மேற்கொண்ட சம்பத், நூல் வடிவமைப்பை மேற்கொண்ட நெகிழன் ஆகியோர் நன்றிக்குரியவர்கள். தொகுப்பின்போது எனக்கு ஏற்பட்ட அய்யங்களைத் தீர்த்ததோடு அவசியமான ஆலோசனைகளை வழங்கிய எழுத்தாளர் மாற்கு நன்றிக்குரியவர்.

அ.ஜெகநாதன்
மதுரை
23.04.2024

பாமா

தமிழ் இலக்கியத்தின் திசைவழி

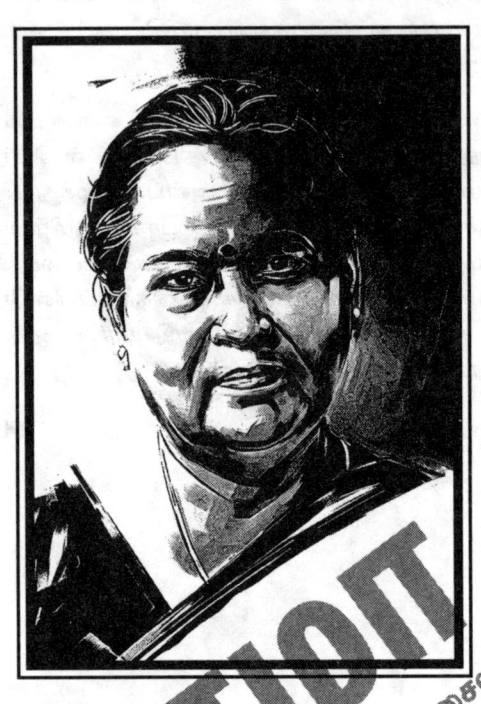

பகுதி - 1

முன்னுரை

'**சூ**சைராஜ் சரித்திரம்' என்ற கையெழுத்துப் பிரதி இங்கு முதன்முதல் அச்சுக்குக் கொண்டுவரப்படுகிறது. 'சூசைராஜ் சரித்திரம்' எனும் தன்வரலாற்றை இராணுவத்தில் லெப்டினட் கர்னலாக இருந்த சூசைராஜ் எழுதியுள்ளார். இவர் வ.புதுப்பட்டியைச் சார்ந்தவர். இரண்டாம் உலகப் போரை முன்னிட்டு 1944ஆம் ஆண்டு இராணுவத்திற்கு ஆள் எடுத்தல் முகாம் விறுவிறுப்பாக நடைபெற்றது. அதையொட்டி ஏராளமானோர் இராணுவத்தில் சேர்ந்தனர். அவர்களில் சூசைராஜும் ஒருவர். 04.04.1944 அன்று சிறுவர் பட்டாலியனில் சேர்ந்துள்ளார். இரண்டாம் உலகப் போரில் ஆங்கில அரசு சிறுவர்களையும் போரில் ஈடுபடுத்தியுள்ளது என்பதற்கான நேரடி சாட்சியாக இச்சுயசரிதை இருக்கிறது. 1979இல் இராணுவத்திலிருந்து ஓய்வு பெற்றுள்ளார்.

இங்கு ஒரு வரலாற்றுத் தரவை நினைவுபடுத்துவது அவசியமாகும். சென்னை பறையர் ரெஜிமெண்ட், பம்பாய் மகர் ரெஜிமெண்ட், வங்காளம் துசாந்த் ரெஜிமெண்ட் முதலிய ரெஜிமெண்டுகளின் போர்முறைச் செயல்பாடுகளால் விளைந்த வெற்றிகளே இங்கிலாந்தை இந்தியா தாண்டி தெற்காசியா வரை இழுத்துச் சென்றது. இருப்பினும் இங்கிலாந்து ஆட்சியாளர்களால் 1890இல் 'ஒழுங்கமைவுக் கோட்பாடு' கொண்டுவரப்பட்டது. இதன்படி இந்திய மக்கள் போர்த்திறன் உள்ள குடிகள், போர்த்திறனற்ற குடிகள் என்று பிரிக்கப்பட்டனர். தலித்துகள் போர்த்திறனற்ற குடிகள் என்று அறிவிக்கப்பட்டு இராணுவத்திலிருந்து நீக்கப்பட்டனர். 1890இல் பணியிலிருந்தவர்கள் தொடர்ந்தனர். ஆனால், புதிதாக இராணுவத்திற்கு ஆள்சேர்ப்பு நடைபெறவில்லை. இறுதியாக 1910இல் காலனிய இராணுவத்தில் தலித்துகளின் பங்களிப்பு முற்றிலும் இல்லாதொழிக்கப்பட்டது.

அம்பேத்கரின் தந்தை இராணுவத்தில் மேஜர் ஜெனரலாக இருந்தவர். காலனிய இராணுவத்தில் தலித்துகளின் பங்கேற்பைத் தனது தந்தையின் வாயிலாகவே அம்பேத்கர் அறிந்துகொண்டார். தலித்துகளின் முன்னேற்றத்தில்

இராணுவச் சேவையின் பாத்திரத்தை நேரடியாக அறிந்தவர். எனவே அம்பேத்கர் காலனிய ஆட்சியின் செயல்பாடுகள் குறித்து விரிவாக காலனிய ஆட்சியாளர்களுக்கு எழுதினார். தனிக்கட்டுரையாகவும் எழுதியுள்ளார். 1941ஆம் ஆண்டில் அம்பேத்கர் இந்திய அரசின் தொழிலாளர் துறை அமைச்சராகப் பொறுப்பேற்றார். அப்போதைய வைஸ்ராயிடம் தலித்துகளின் இராணுவப் பங்கேற்பு குறித்து முறையிட்டார். இச்சூழலில்தான் இரண்டாம் உலகப்போர் மூண்டது. காலனிய அரசு மீண்டும் மகர் ரெஜிமெண்டை உருவாக்கியது. அம்பேத்கர் வலிமையுள்ள தீண்டத்தகாதோரை இராணுவத்தில் சேரும்படி அறைகூவல் விடுத்தார். இச்சூழலில்தான் ஏராளமான தீண்டப்படாதவர்கள் இராணுவத்திற்கு வந்து சேர்ந்தனர். இம்மானுவேல் சேகரனும் 1944இல்தான் இராணுவத்தில் சேர்கிறார். சூசைராஜ், இம்மானுவேல் சேகரன் முதலான தலித்துகளின் இராணுவப் பிரவேசம் அம்பேத்கரின் முயற்சியாலேயே சாத்தியமாகியது.

இவரது தந்தை பெயர் ராயப்பன், தாய் பெயர் மரியம்மாள். இவரது குடும்பத்தில் மொத்தம் 6 பேர். சூசைராஜ் ஐந்தாவதாகப் பிறந்தவர். ஐந்தாம் வகுப்புவரை புதுப்பட்டியில் உள்ள திரிங்கால் நடுநிலைப்பள்ளியில் படித்துள்ளார். சிறுவயதிலேயே தகப்பனை இழந்துவிட்டார். பின்னர் வறுமை துரத்துகிறது. இராணுவத்தில் சேர்கிறார். இந்த ஆவணத்தின்படி 1949இல் இவருக்குத் திருமணம் நடக்கிறது. இவரது மனைவி பெயர் செபஸ்தியம்மாள். இவர்களுக்கு ஆறு குழந்தைகள். இருவர் இறந்துவிட்டனர். நால்வர் உயிருடன் உள்ளனர். தமிழகத்தின் அறிவு மரபில் தவிர்க்க இயலாத ஆளுமையாக வளர்ந்துள்ள ராஜ் கௌதமன் இவரது மூத்த மகன். தலித் இலக்கியத்தின் செவ்வியல் வடிவமான 'கருக்கு' நாவலை எழுதி இலக்கிய உலகத்தின் உச்சபட்ச படைப்பாளியாக விளங்கும் பாமா இவரது மகள். ஒரே குடும்பத்தில் தந்தை, மகன், மகள் என்பதான மூவர் அறிவு மரபில் வேலை செய்திருப்பது தலித் அறிவு மரபிற்கும் கூடவே தமிழ் அறிவு மரபிற்கும் புதிய செய்தியாகும்.

◉

சுயசரிதையின் பக்கம் 48தான். இரண்டு பாகமாக இதனை எழுதியுள்ளார். இந்தச் சுயசரிதையைப் படிக்கும் முன்னர் ஒரு வேண்டுகோளையும் சூசைராஜ் எழுதியுள்ளார். முதல் பகுதியில் அவரது குடும்ப வாழ்க்கையை அறியமுடிகிறது. 1928இலிருந்து 1959 வரையிலான தலித் குடும்பம்

ஒன்றின் ஏற்ற இறக்கங்கள் இப்பகுதியில் பதிவு செய்யப்பட்டுள்ளன. முதல் பகுதி 1979க்கு முன்னர் எழுதப்பட்டிருக்கலாம். பாமாவின் அம்மா இப்பிரதியை எடுத்து பாமாவிடம் 'உங்க அப்பா எதையோ எழுதியிருக்கிறாரு. என்னன்னு பாரு...' என்று சொல்லி இப்பிரதியைக் கொடுத்துள்ளார். பாமா இப்பிரதியை அப்போது வாசித்துள்ளார். ராஜ் கௌதமனும் வாசித்திருக்கிறார். 'சிலுவைராஜ் சரித்திர'த்தில் இப்பிரதியின் தாக்கம் உள்ளதை வாசகர்கள் அவதானிக்கலாம். இந்தப் பகுதியில் தற்போது சில பக்கங்கள் கிடைத்திருக்கவில்லை போலும். எனவே முதல் பாகம் முழுமையடையவில்லை.

இரண்டாவது பகுதி 1979 மார்ச்சுக்கும் 1980 செப்டம்பருக்கும் இடையிலானது. இராணுவத்திலிருந்து ஓய்வு பெற்ற பின் சொந்தச் சாதியை வளர்த்தெடுப்பது என்ற நோக்கத்தில் அச்சாதிக்குத் தலைவராகிறார். ஒன்றரை ஆண்டுகளில் ஏற்பட்ட அனுபவங்கள் இதனில் சொல்லப்பட்டுள்ளது. இந்தப் பகுதி ஆசிரியரின் சித்தாந்தப் புரிதலுக்கும் அந்தக் கிராமத்தில் அப்போது வேலை செய்த இடது சித்தாந்தத்திற்குமான முரணாகச் சித்திரிக்கப்பட்டுள்ளதை வாசகர்கள் உணரலாம். இந்தப் பகுதி 1980க்குப் பின்னர் எழுதப்பட்டிருக்கலாம்.

๏

வரலாற்றின் துயரப் பக்கங்கள் பாமாவின் வாழ்வைச் சூழ்கிறது. தங்கை மரணம். அதையொட்டிப் பெற்றோரும் அடுத்தாண்டு மறைகின்றனர். அதன் பின்னர் இப்பிரதியை பாமாவின் தம்பி ராஜா பத்திரப்படுத்தியுள்ளார். ராஜாவின் அகால மரணத்திற்குப் பின்னர் இப்பிரதி பாமா கைக்கு மீண்டும் வந்தது. சிதைந்த நிலையிலிருந்த பிரதிகளின் எழுத்துகள் தட்டச்சு செய்யப்பட்டுப் பாதுகாக்கப்பட்டது. இப்போது பாமாவின் படைப்புகள் குறித்தான தொகுப்பில் இச்சுயசரிதை சேர்க்கப்பட்டு அச்சுவாகனம் ஏறுகிறது. தட்டச்சுப் பிரதியை இத்தொகுப்பில் பயன்படுத்துவதற்கு அனுமதி கொடுத்த சூசைராஜ் குடும்பத்தாருக்கு நன்றி.

அ.ஜெகநாதன்
மதுரை, 16.04.2024

சுபேதார் சூசைராஜ் சரித்திரம்

படிக்கும் முன் ஒரு வேண்டுகோள்.

1. எனது வாழ்க்கையைச் சுருக்கமாய் இங்கே கொடுத்திருக்கிறேன். இதைப் படிப்பவர்கள் யாராயிருந்தாலும் படித்துவிட்டு அதை மற்றவர்களிடம் வம்பளக்கக்கூடாது என்பதைப் பணிவுடன் கேட்டுக்கொள்கிறேன்.

2. இவ்வாழ்க்கை வரலாறு என்னைப் பற்றித்தானே அல்லாது வேறு யாரையும் பாதிக்காது. அப்படி இதேபோல் படிப்பவர்களின் வாழ்க்கை அமைந்திருந்தாலும் அது அவர்களைப் பாதிக்காது என்பதை உறுதி கூறுகிறேன்.

3. உள்ளே இருக்கும் வாக்கியத்தைப் படித்துவிட்டு அதிலிருக்கும் பாத்திரங்களைப் பற்றி 'அடப்பாவமே, இப்படியும் உலகத்தில் உண்டா! பெற்ற மகனைக் கொடுமைப்படுத்தும் தாயாரும், சகோதர சகோதரிகளும் உண்டா? என்ன அநியாயம்! கொடும் பாவிகள்! அநியாயக்காரர்கள்' என்றெல்லாம் தூற்றக்கூடாது. அதற்குப் பதிலாக அவர்களை ஆசீர்வதித்து வாழ்க! நீடூழி வாழ்க என்று கூறும்படிக் கேட்டுக்கொள்கிறேன்.

4. இதைப் படிப்பவர்கள் தயவுசெய்து யாரையும் கொடுமைப்படுத்தாமலும், கொடுமைக்காரப் பாவிகள் என்ற பட்டத்தை வாங்காமலும் அன்புடன் யாரையும் நேசித்து நல்வாழ்க்கை வகுத்துக்கொடுக்கும்படிக் கேட்டுக்கொள்கிறேன்.

5. இனி அடுத்த பக்கம் புரட்டுங்கள். படித்துக்கொண்டே போங்கள். நல்லதை எடுத்துக்கொண்டு கெட்டதைத் தூர எறிந்துவிட்டுப் போங்கள்.

வணக்கம்!!!

1.

1928ஆம் வருஷம் ஏப்ரல் மாதம் வெள்ளிக்கிழமை 6ஆம் தேதி இந்த உலகத்தில் துன்பப்பட வேண்டுமென ஒரு பாலகன் ஒரு குக்கிராமத்தில் காலை 5 மணிக்குப் பிறந்தான். எதுக்குத்தான் பிறந்தானோ! அவனுக்குத் தாயும் தகப்பனும் உண்டு. அவனுக்கு முன்பாகவே அவனை ஆட்டிப்படைக்க இரண்டு ஆண்களும், இரண்டு பெண்களும் அந்தத் தாய்க்குப் பிறந்து தயாராயிருக்கின்றார்கள். அவன் பிறந்த இரண்டாவது வருஷம் அந்த நான்கு பேரும் காணாது என்று ஒரு பெண்ணும் பிறந்துவிட்டாள். ஆக மொத்தம் ஐந்துபேர் ஆகிவிட்டார்கள் இந்தச் சுட்டியை அடக்குவதற்கு.

இவன் வளர்ந்தான். 5ஆவது வயதில் இவனை இவனின் தகப்பன் பள்ளியில் சேர்த்தான். அவன் சகோதர சகோதரிகளும் பள்ளியில் படித்தார்கள். ஒவ்வொருவரும் 5ஆவது வரை படித்துவிட்டு இந்தப் படிப்பு வேண்டாமென நின்றுகொண்டார்கள். இந்தச் சுட்டிப் பையனும் இவனுக்கு மூத்த ஒரு பெண்ணும் இவனின் இளைய சகோதரியும் படித்தார்கள். இந்தச் சுட்டிப் பையன் படிப்பு ஒரு மாதிரியாய் வளர்ந்துகொண்டிருந்தது. ஆனால், ஒரு வாரத்திற்கு மூன்று நாள்தான் பள்ளிக்குப் போவான். பாக்கி நாளில் குளம், குட்டை, காடு, மேடு என்று அலைவான். அவனை 'ஏன்டா பள்ளிக்குப் போகவில்லை' என்று அவன் தகப்பன் தண்டிப்பார். கோபக் குறியோடு அல்ல. அன்போடு. இப்படியே நாளும் கடந்தன.

அவனை அவன் தகப்பன்தான் செல்லப்பிள்ளையென்று கூறுவார். அவனை அடக்கப் பிறந்த ஐந்து பேரில் யாராவது ஒரு சுடுசொல்லோ அல்லது அடித்துவிட்டாலோ வந்தது வினை. அவன் அழுதுகொண்டே அவன் தகப்பன் வரும் வரையில் இருப்பான். தகப்பன் வந்தவுடன் இல்லாததையும் பொல்லாததையும் சொல்லி அவர்களை அடிக்கச்சொல்லி இவன் வேடிக்கை பார்ப்பான். அவர்கள் அழுதால் இவன் சிரிப்பான். இப்படியே நடந்துகொண்டிருந்தன அந்தக் குடும்பத்தில்.

இவன் படிப்புக்கு இவனை அவ்வருஷம் 5ஆவது கிளாசில் மாற்றிவிட்டார்கள். அதை இவன் பெரிய மந்திரி பதவி கிடைத்துவிட்டது என்று குதித்துக் கூத்தாடிக்கொண்டே அவன் தகப்பனிடம் சொன்னான். அவர் 'சபாஷ் மகனே' என்று காத்துட்டு கொடுப்பார். அதை வாங்கிக்கொண்டு தெருவெல்லாம் கூத்தாடுவான். அதன்பின் சில நாள்தான் பள்ளிக்குப் போனான். அதன்பின் போக்கிரித்தனத்தில் ஈடுபட்டு அடாத செயல்கள்

ஆட்டம்போட்டான். அக்கிராமத்தில் உள்ள அவன் வயதுப் பிள்ளைகளை வாட்டியெடுப்பான். உபாத்திமார்களைக் கண்டாலோ பிடிப்பான் பார் ஒட்டம். அவனைப் பிடிக்க அக்கிராமத்தில் யாருமே கிடையாது. அவனோடு சில பிள்ளைகளும் சேர்ந்துகொள்ள குளத்திலுள்ள தவளைகளைப் பிடிப்பான். பாம்புகளைப் பிடிப்பான். அதை வைத்துக்கொண்டு விளையாடுவான். இதுதான் அவன் விளையாட்டு.

வீட்டில் அவனைக் கண்டிக்க ஆரம்பித்துவிட்டார்கள். ஒருநாளும் கோபமாய் பேசாத தகப்பன் அவனைக் கட்டிவைத்து அடித்தார். கண்ணில் மிளகாயை வைத்தார். தாயோ விளக்குமாற்றால் தலையிலுள்ள முடிகளை எண்ணுவாள். சகோதர சகோதரிகளோ அவர்களுக்கு ஒத்தாசை செய்வார்கள். கைதட்டிச் சிரிப்பார்கள். காரித் துப்புவார்கள். அதன்பின் அவன் ஒரே வைராக்கியம் கொண்டு எத்தனை அடி அடித்தாலும் சரி. அதை வாங்கிக்கொள்வது. ஆனால் பள்ளிக்கூடம் போகமாட்டேன் என்று திமிர்வாதம் செய்தான். 'அப்படியா சங்கதி. உன்னை விடப்போவதில்லை' என்று கட்டி இழுத்துக்கொண்டு பள்ளியில் சேர்ப்பார்கள். கஷ்டப்பட்டு 12 மணிவரை இருப்பான். அதன்பின் பத்துப்பேர் அவனைப் பிடிக்க வலைபோட்டு அரித்தாலும் கிடைக்கமாட்டான். 6 மாதம் அடியும் மிதியும் பட்டு 5ஆவது கிளாசில் படித்தான்.

ஒருநாள் காலை 4 மணிக்கு மெக்கேல் உபாத்தியார் அவனை அவன் வீட்டிலே கைது செய்து கோயிலுக்குக் கொண்டு போனார். கோயிலில் பூசை நடந்தது. பூசை முடிந்தவுடன் அவனை அப்படியே பள்ளியில் கட்டிப்போடுவது என்று முடிவு செய்திருந்தார்கள். அதையறிந்த சுட்டிப்பையன் பூசை நடந்துகொண்டிருக்க, மக்கள் எல்லோரும் மனதை ஆண்டவரிடம் ஒப்படைத்துவிட்டு மயங்கிப்போயிருக்க, அந்த மயக்கத்தைப் பயன்படுத்திக்கொண்டு கோயிலிலிருந்து நழுவிவிட்டான். நேராய் வீட்டிற்கும் போகவில்லை. தெற்குத் தோப்பு சென்று புளியந்தோப்பில் மறைந்துகொண்டான்.

அங்கே கோயிலில் மக்கள் சுய உணர்வு கொண்டு வெளியேறினார்கள். மெக்கேல் உபாத்தியார் கண்கள் மாத்திரம் நாலு பக்கமாய் சுழன்றுகொண்டிருந்தன. என் கைதி தப்பிவிட்டானே என்று உள்ளுக்குள் வருத்தமும் வெளியில் ஆக்ரோஷமுமாய் நின்றார். பக்கத்தில் இருந்த உபாத்திமார்கள் 'என்ன சார் இன்று நீங்கள் ஒரு மாதிரியாயிருக்கிறீர்கள்'

என்று விசாரித்தார்கள். உடனே அவர் கோபத்தோடு 'சார் கைதி தப்பிவிட்டான். அவனை நான் என்ன கஷ்டப்பட்டாகிலும் சரி, பிடிக்காவிட்டால் நான் இன்று சாப்பிடமாட்டேன்' என்று சொல்லியிருப்பார் என்றுதான் அவன் நினைத்திருப்பான். காரணம் கால்மணி நேரத்திற்குள் தோப்புக்கு வந்துவிட்டாரே கையில் தடியுடன்.

அவன் அவரைப் பார்த்து மெதுவாகத் தெற்கு மலைநோக்கி நடந்தான். அவரும் அவனைப் பார்த்துவிட்டார். மெதுவாய் அவனைப் பின்தொடர்ந்தார். 20 கெஜம் போனவுடன் அவன் ஓட்டம்பிடித்தான். அவரும் 'ஏய் கழுதை நில்லுடா' என்று குரல் கொடுத்துக்கொண்டே அவன் பின்னால் ஓடினார். அதேசமயம் காடுகளில் வேலை செய்யும் ஆண்களுக்கும் பெண்களுக்கும் கட்டளையிட்டுக்கொண்டே ஓடிவந்தார். 'விடாதீர்கள். பிடியுங்கள் அவனை' என்று சொல்லிக்கொண்டே வந்தார். முடிவில் மலைக்குள் ஓடிவிட்டான் சுட்டிப் பையன். இவர் மலைக்குள் போகவில்லை. பயந்துகொண்டு வெளியிலிருந்துகொண்டே 'அடேய் கழுதை வெளியில் வாடா. மலைக்குள் புலியிருக்கு, கரடியிருக்கு, பாம்புயிருக்கு எல்லாமேயிருக்கு வாடா' என்று அழைக்கிறார். 'அவனா வருவான்! அவன் இதையெல்லாம் கேட்டுக்கொண்டு ஒரு கல்லில் உட்கார்ந்து சிரித்துக்கொண்டிருந்தான். பாவம். மணி சரியாக 10 - 11 இருக்கும். சத்தம்போட்டுப் பார்த்தார். அவன் வெளியில் வரவில்லை. கடைசியில் அவர் சோகத்தோடு திரும்பிவிட்டார்.

அந்தச் சுட்டிப்பையன் வெகுநேரம் கழித்து மலையைவிட்டு வெளியே வந்தான். அதன்பின்தான் பையனுக்குப் பசி என்ற உண்மை தெரியவந்தது. காலையிலிருந்து 11 மணிவரை ஒன்றும் சாப்பிடாமல் ஓடிக் களைத்த சுட்டிப்பையனுக்குப் பசி மயக்கம் வந்ததினால் காடுகளில் பருத்திப் பிஞ்சுகளைப் பிடுங்கித் தின்றுகொண்டே வீட்டுப்பக்கம் வந்தான். அதற்குள் அந்த உபாத்தியாயர் நேரே அந்தப் பையன் வீட்டிற்குப்போய் அவனின் தகப்பனாரிடம் விஷயத்தைச் சொல்லிவிட்டார்.

உடனே தகப்பன் தேடுவதில் இறங்கிவிட்டார். அந்தச் சுட்டிப்பையன் ஊருக்குள் வராமல் ஊருக்குக் கீழ்ப்பக்கமாய் வந்து கலுங்கல் என்ற இடத்திற்குச் சுமார் ஒருமணிக்கு வந்து சேர்ந்தான். அச்சமயம் குளத்தில் நிறை பெருக்கு. ஓடையில் தண்ணீர் போய்க்கொண்டிருந்தது. அந்தத்

தண்ணீரில் விளையாடிக்கொண்டிருக்கும்போதுதான் அந்தப் பையனின் தகப்பனார் வயலுக்குத் தண்ணீர் பாய்ச்சப் போகும்போது பார்த்துவிட்டார். அந்த நேரத்தில் அந்தச் சுட்டிப்பையன் இருந்த நிலையைக் கண்டு அவனின் தகப்பனார் அதிகத் துக்கம்கொண்டு அன்போடு அவனை அணைத்து தடவிக்கொடுத்து 'மகனே இனி பள்ளிக்குப் போக வேண்டாம். நீ நேராக வீட்டில் போய் சாப்பிடு. நான் சாயந்திரம் வருகிறேன்' என்று சொல்லி அவனை அனுப்பிவிட்டு தண்ணீர் பாய்ச்ச போய்விட்டார்.

இந்தப் பையன் சந்தோசப்பட்டுக்கொண்டே அவன் வீட்டிற்குள் நுழைந்தான். அவன் தாய் வீட்டில் இருந்தாள். அவளும் மகன் நிலமையைக் கண்டு துக்கத்தோடு கஞ்சி கொடுத்தாள். அன்று விட்ட பள்ளிதான். இன்னும் அவன் பள்ளிக்குப் போகாமல் இருக்கிறான். பள்ளி வாழ்க்கை முடிந்தது.

2

கொஞ்சநாள் வீட்டில் உல்லாசமாய் அவிழ்த்துவிட்ட பறவைபோல் ஆடித்திரிந்தான். யாரும் அவனை ஒன்றும் சொல்லமாட்டார்கள். ஒருநாள் - அதுதான் துக்கநாள். அந்தச் சுட்டிப்பையனின் தகப்பனார் திடீரென்று வயிற்றுவலி என்று வீட்டில் படுத்தார். யார் யாரோ வந்து மருந்து கொடுத்தார்கள். ஒரே இரவில் அவர் பட்ட கஷ்டம் இன்று நினைத்தாலும் வேதனை தாங்க முடியவில்லை. காலை 5 மணிக்கெல்லாம் அவரின் ஆவி பிரிந்துவிட்டது.

அதன்பின் அந்தக் குடும்பமே அவதிப்பட்டது. கணக்கிலடங்கா கஷ்டப்பட்டது. அந்தப் பையனின் தாயார் உழைத்து அந்தச் சின்னஞ் சிறுசுகளுக்கு அரைவயிறு கஞ்சி வார்த்து வளர்த்தார்கள். எத்தனையோ நாட்கள் அக்குடும்பம் பட்டினியாய் கிடந்தது. உற்றார் உறவினர்கள் யாரும் ஆதரிக்கமாட்டார்கள். ஐயோ பாவம் என்று சொல்லும் பாவிகள் நிறைய இருந்தார்கள். இப்படிக் கஷ்டப்பட்டு வளர்த்தார்கள் அந்தத் தாய்.

இந்தக் குடும்பத்தில் வேலை செய்வோர் - அந்தச் சுட்டிப்பையனின் தாயார், அவன் சகோதரன் ஒருவன், அவன் சகோதரி ஒருவள் ஆக மொத்தம் மூன்று பேர்தான் வேலைக்குப் போவார்கள். அந்தச் சுட்டிப்பையன் வீட்டு வேலை. அவன் இளைய தங்கை பள்ளிக்கு. இப்படியே அந்தக் குடும்பம் நடந்துவந்தது.

இனி அந்தச் சுட்டிப்பையனுடைய மூத்த சகோதரன் என்ன ஆனான் என்று பார்ப்போம். அட அதை ஏன் கேட்கிறீர்கள். அது பெரிய கதை. சரி கேளுங்கள். அந்தப் பையனின் தகப்பனார் உயிருடன் இருக்கும்போதே அவனின் மூத்த சகோதரனுக்குக் கலியாணம் நடந்துவிட்டது. அதாவது இந்தப் பையன் பள்ளியில் படிக்கும்போது. அவர் கலியாணம் செய்துகொண்டு கலகலப்பாய்தான் இருந்தார். அவருக்குக் கிடைத்த பெண்ணோ என்ன குணம், என்ன அன்பு இப்படியல்லவா இருக்கணும் பெண் என்று அப்போது நினைத்தான் அந்தச் சுட்டிப்பையன்.

இந்தப் பையன் பள்ளியிருந்து மாலை வீடு வந்தவுடன் அவனுக்கு ஏதாவது கொடுக்க வேண்டும். அரிசியோ கடலையோ கொடுத்தால்தான் மறுநாள் பள்ளிக்கு ஒழுங்காய் போவான். இல்லாவிட்டால் மறுநாள் பள்ளிக்குப் பதிலாகக் குளங்களில் தவளை பிடித்து விளையாடப் போய்விடுவான். அதினால்தான் அவனுக்கு நாள்தோறும் கொடுத்துவந்தார்கள்.

ஒருநாள் அந்தப் பையன் மாலை பள்ளியிலிருந்து வீட்டிற்கு வந்ததும் சுற்றும் முற்றும் பார்த்தான். ஒன்றும் கிடைக்கவில்லை. அந்தப் பையனின் அண்ணி சமையல்கட்டில் அரிசியை உலையில் போட்டுக்கொண்டிருந்தாள். இந்தச் சுட்டி அவளிடம் அரிசி கேட்டான். அவள் 'உனக்கு அரிசி தரமாட்டேன்' என்று சொன்னாள். 'நீ அரிசி கொடுக்காவிட்டால் நான் அள்ளிக்கொண்டு ஓடிவிடுவேன்' என்று சொன்னான். அவள் 'எங்கே அள்ளு பார்ப்போம்' என்றாள். அந்தப் பையன் குபீரென்று பாய்ந்து அரிசியை அள்ளினான். அவன் கையை அவள் தட்டிவிட்டாள். அந்தக் கை அவளின் மூக்கின்மேல் பட்டது. உடனே ரத்தம் வந்துவிட்டது. அதைப் பார்த்தவுடன் அழுதுவிட்டாள். சமையலை நிறுத்திவிட்டாள். ஒப்பாரி வைத்தாள்.

இதைப் பார்த்த அந்தச் சுட்டிப்பையன் வீட்டைவிட்டு ஓடிவிட்டான். எங்கே போனான். கோயிலுக்கு ஓடிவிட்டான். இவள் அழுதுகொண்டே தன் கணவன் வரும்வரை சத்யாக்கிரஹம் நடத்தினாள். மாலை எல்லோரும் வீடு வந்துவிட்டார்கள். அந்தச் சுட்டி எங்கே என்று தேட ஆரம்பித்துவிட்டார்கள். அவளின் கணவன் அவன் என் கையில் சிக்கினால் அவனைத் துலைத்துப்போடுவேன் என்று வைராக்கியம் கொண்டிருந்தான். காரணம் புதுப் பெண்டாட்டி மயக்கம், சகோதர பாசத்தை அன்றுதான் வெட்டிவிட்டது.

இரவு 10 மணிவரையில் தேடித் திரிந்தார்கள். அவன்தான் கோயிலில் படுத்துவிட்டானே. சுமார் 11 மணிக்கு அந்தச் சுட்டியின் தகப்பன்தான் கோயிலில் படுத்திருந்தவனைப் பிடித்துவிட்டார். அந்தச் சுட்டி பயந்துபோனான். ஆனால், அவனை அடிக்கவில்லை. அன்போடுதான் கூட்டிக்கொண்டுபோய் சோறுபோட்டுக் கொடுக்கும்படிச் சொன்னார். சோறும் கிடைத்தது. எல்லோரும் அவனையே பார்த்துக்கொண்டிருந்தார்கள். அந்தச் சுட்டியின் தகப்பனார் 'சரி சாப்பிட்டுப் படுத்துக்கொள். நான் தண்ணீர் பாய்ச்சிவிட்டு வருகிறேன்' என்று சொல்லிவிட்டு மற்றவர்களிடம் அவனை யாரும் அடிக்கக்கூடாது என்று சொல்லிவிட்டுப் போய்விட்டார்.

அந்தச் சுட்டிப்பையனின் தகப்பனார் போய் 10 நிமிடத்திற்குள் மூத்த சகோதரன் சாப்பிட்டுக்கொண்டிருந்த அந்தப் பையனின் முகத்தில் திடீரென்று ஒரு உதைவிட்டார். அவ்வளவுதான். பையனின் மூக்கிலிருந்து ரத்தம் பீறிட்டுக்கொண்டு ஓடியது. அவன் மூர்ச்சையாகி தரையில் வீழ்ந்தான். அதன்பின் என்ன நடந்ததோ அவனுக்குத் தெரியாது. சில நேரம் ஆனபின் தன் உணர்வு வந்து பார்க்கும்போது அந்த வீட்டில் நிறைய ஆட்கள் இருந்தார்கள். சிலபேர் அழுதுகொண்டிருந்தார்கள். சிலபேர் அந்த மூத்த சகோதரனையும் அவன் மனைவியையும் திட்டிக்கொண்டிருந்தார்கள். அந்தப் பையனின் பெரிய தகப்பனார் அந்த மூத்த சகோதரனை 'வீட்டைவிட்டு வெளியே போடா நாயே' என்று திட்டிக்கொண்டிருந்தார். அதற்குள் அவன் தகப்பனார் ஓடி வந்துவிட்டார். வந்ததும் அந்தப் பையன் நிலைமையைப் பார்த்துவிட்டு துக்கப்பட்டுப் போய்விட்டார். அதன்பின் வந்ததே கோபம். அவன் மூத்த சகோதரனையும் அவனது மனைவியையும் அப்போதே வீட்டைவிட்டுப்போகும்படி உத்தரவிட்டார்.

இதை எதிர்பார்த்த அந்த இளஞ்சோடிகள் பறந்துவிட்டார்கள், மனைவி பிறந்த ஊருக்கு. பின் மருந்து போட்டார்கள். குணமடைந்தான் சிறுவன். அதன்பின் அந்தச் சோடிகள் இந்தப் பக்கமே வரவில்லையா? ஆம் வந்தார்கள். எப்போது? அந்தப் பையனின் தகப்பனார் இறந்த மறுநாள் காலையில் சொந்த ஊருக்குப் பவனி வந்தார்கள். இரவு இறந்தார் தகப்பன். அப்போதே ஆள் அனுப்பினார்கள். ஆனால் வரவில்லை. காலையில்தான் வந்தார்கள். எப்படி வந்தார்கள். சீவிச்சிங்காரித்து சிவந்தமை நெற்றியிலிட்டு வந்தார்கள். வந்தவர்கள் துக்கப்பட்டார்களா? கிடையாது. மூத்த சகோதரன் வெளியில் உட்கார்ந்து பீடி குடித்துக்கொண்டு ஆனந்தமாயிருந்தான். அவன் மனைவியோ அவளின் அக்கா வீட்டிற்குப் போய்விட்டாள்.

தொகுப்பாசிரியர் : அ.ஜெகநாதன்

மற்ற சின்னஞ்சிறுசுகளோ கதறி மடிகிறார்கள். பகைவரின் கண்ணில்கூட ஆறாய் பெருக்கெடுத்து ஓடின கண்ணீர். ஆனால் பெற்ற மகன் கண்ணில் ஆனந்தம் தாண்டவமாடியது.

பிணம் அடக்கத்திற்குக் கையில் காசில்லாமல் தவித்தாள் தாய். யாரும் கொடுத்து உதவ முன்வரவில்லை. அதன்பின் தெத்து நாயக்கர்தான் பணம் கொடுத்தார். அதை வைத்துதான் அடக்கம் செய்தார்கள். அடக்கம் செய்தவுடனே இருசோடிகளும் புறப்பட்டுவிட்டார்கள் மாமியாள் வீடு தேடி. அச்சமயம் அக்கிராமத்திலுள்ள பெரியவர்கள் 'என்னடா தகப்பன் இறந்துவிட்டான். இந்தச் சின்னஞ்சிறுசுகளை யார் காப்பாற்றுவார்கள்' என்று கேட்டார்கள். அதற்கு அவன் பதில் சொல்லவில்லை. அவன் மனைவிதான் பதில் சொன்னான். என்ன சொன்னாள். 'பெற்றவள் வளர்ப்பாள். எனக்கென்ன ஆத்திரமா' என்று சொல்லிவிட்டாள். அவனும் 'ஆமாம் பெற்றவள்தான் காப்பாற்றுவாள்' என்று சொல்லிவிட்டு தன் இளமனைவியைக் கூட்டிக்கொண்டு போய்விட்டான். அதன்பின்தான் மேலே கூறிய கஷ்டங்களைச் சமாளித்து அந்தத் தாய் காப்பாற்றினாள்.

3

இனி அந்தச் சுட்டிப்பையனின் மூத்த சகோதரி என்ன ஆனாள் என்று பார்ப்போம். இந்த பையனுக்கு சுமார் 7 வயது இருக்கும். அந்தச் சமயம்தான் அவனின் மூத்த சகோதரிக்குக் கலியாணம் ஆகிவிட்டது. சுமார் 60 மைலுக்கு அப்பாலுள்ள சிறு கிராமத்தில்தான் கலியாணம் நடந்து அவளும் போய்விட்டாள். அவள் தன் தகப்பன் இறந்த மறுநாளே காற்றுப்போல பறந்துவந்து ஊர் சேர்ந்தாள்.

அதன்பின் அந்தக் குடும்ப நிலவரத்தை அறிந்து அந்த மூத்த சகோதரி சிறுசிறு உதவிகள் செய்துவந்தாள். இந்தச் சுட்டிப்பையன் நிலையோ நாளுக்குநாள் மோசமாய் நடந்தன. காரணம், அவனைக் காட்டு வேலைக்குப் போகச் சொல்லி நடுவில் பிறந்த சகோதரன் துன்பப்படுத்த ஆரம்பித்துவிட்டான். நாளாக அடி மிதி இப்படியெல்லாம் நாடகம் ஆரம்பித்துவிட்டன. அந்தக் குடும்பத்தில் இந்தப் பையனும் காட்டு வேலைக்குப் போகப் பயப்படுவான். அப்படியிருந்தும் வேலை செய்யத் துணிந்துவிட்டான். அவனால் முடிந்த வேலையைச் செய்வான். கஷ்டமாய் இருந்தால் வேலைக்குப் போகமாட்டான்.

வேலைக்குப் போகாத நாள் விரதம்தான். வீட்டில் நுழையக்கூடாது என்று நடுவில் வந்த சகோதரன் கட்டளை. காரணம், இனி அந்தக் குடும்பத்தில் அவன்தானே பிரதான மந்திரி. அதினால் அவனிட்ட சட்டம்தான். அதினால் அவனுக்குப் பயந்துதான் ஜீவியம் நடந்தன. எத்தனை நாளைக்குத்தான் அடிபடுவது என்று அந்தப் பையன் சில நாளைக்கு அவன் மூத்த சகோதரி ஊருக்கு ஓடிவிடுவான்.

அங்கே ஒருமாதம், இரண்டு மாதம் இருப்பான். அதற்குள் நடுவில் வந்த சகோதரன் வந்துவிடுவான் கூட்டிக்கொண்டு போக. எதற்காக. அவனுக்கு அங்கே அடிக்க ஆள் கிடைக்கவில்லை போலும். அதைப் பூர்த்தியாக்க அந்தப் பையனைக் கூட்டிக்கொண்டு போய்விடுவான். அந்த மூத்த சகோதரி எப்படிச் சொன்னாலும் விடமாட்டான் பாவி. கொண்டுபோய் பழையபடி அடிமிதிதான் அவனுக்குக் கிடைக்கும்.

அதன்பின் அந்தச் சுட்டிப்பையனுக்கு வேறு கஷ்டங்களும் வந்துவிட்டன. சீக்கு சிரங்கு வந்து கஷ்டப்பட்டான். அவனுக்கு யார் மருந்து போடுவார்கள். ஒருவரும் கவனிக்கமாட்டார்கள். உடுத்தத் துணி கிடையாது. யார் கொடுப்பார்கள். அநாதைமாதிரிதான் அலைந்தான். வேலைக்குப் போகாதவனுக்குக் கஞ்சி கொடுக்கப்படாது என்றுதானே சட்டம். பின் யார் கொடுப்பார்கள். திருட்டுத்தனமாய் இரவில் அந்த வீட்டில் நுழைந்து கிடைத்ததை வாரி வயிற்றில் போட்டுக்கொண்டு மறைந்துவிடுவான். ஆனால் யாராவது பார்த்துவிட்டார்களோ ஆபத்துதான். இரவு 12 ஆனாலும் சரி. அடி தப்பாது அவனுக்கு. இவனை அடிக்கச் சொல்லி ஒத்தாசை செய்யும் இரண்டு பெண்களும் உண்டு. அவர்களின் கதையை அடுத்துத் தெரிவிக்கிறேன். இப்படியே ஓடின அந்தச் சுட்டியின் வாழ்க்கை. அவனை ஆதரித்த அவனின் மூத்த சகோதரியை இன்னும் மனமார வாழ்த்துகிறான் அந்தச் சுட்டிப் பையன். வாழ்க அவன் மூத்த சகோதரி.

இனி அந்தச் சுட்டியின் நடுவில் வந்த சகோதரியின் நிலையைப் பார்ப்போம். அப்பாடா அது அந்தப் பையனைப் படுத்திய பாடு சொல்ல முடியாது. அவன் சிரங்கோடு உடுத்தத் துணியில்லாமல் பசியோடு கள்ளத்தனமாய்ச் சாப்பிட வீடு வந்தால் எப்படிக் கேட்பாள் கேளுங்கள். 'இங்கு எதுக்குடா வந்த நாயே' என்று முதல் கேள்வி கேட்பாள். 'பசியெடுக்கு' என்று சொன்னால், 'பீயத் தின்னு நாயே' என்பாள்.

அந்தப் பையன் கெஞ்சுவான். ‘அக்கா அதிகமான பசி. கொஞ்சம் கஞ்சி கொடு’ என்று மன்றாடுவான். ஆனால் அவள் கழுத்தைப் பிடித்து வெளியில் தள்ளுவாள். போக மறுப்பான். அவளும் விடாப்பிடியாய் விளக்குமாற்றை எடுத்துத் தலையில் அடிப்பாள். அவனுக்கு உடனே கோபம் வரும். பசியோடிருப்பவனுக்கு அடி கிடைத்தால் கோபம்தானே வரும். இவன் அந்த விளக்குமாற்றைப் பிடுங்கி அவளைச் சரியாய் உதைத்துவிட்டு ஓடிவிடுவான்.

அந்த ஓட்டம்தான் மேலே கூறிய அவன் மூத்த சகோதரியின் ஊர்வரை சேரும். இப்படி ஒருநாளல்ல. பல மாதங்களாய் நடக்கும் நாடகம்தான் அந்த வீட்டில்.

இனி அந்தச் சுட்டிப்பையனின் இளைய சகோதரியின் நிலை என்ன. அதையும் பார்க்க வேண்டாமா. கேளுங்கள்.

அவன் தகப்பன் மறைந்த பிற்பாடு செல்லப்பிள்ளைதான் அவள். அந்த வீட்டில் சட்டம் வகுத்து அதை மற்றவர்களின் கண்காணிப்பில் கொண்டு சேர்ப்பவள் அவள்தான். அவள் இயற்றிய சட்டத்தை யாரும் மாற்ற முடியாது. அந்தக் குடும்பத்தில் அவ்வளவு அதிகாரம் உண்டு அவளுக்கு. அவள் இயற்றிய சட்டம் யாருக்கு? அந்தச் சுட்டிப்பையனுக்குத்தான். மெட்ராஸ் கவர்மெண்ட் ஏற்படுத்தும் சட்டம் யாருக்காக? திராவிட முன்னேற்றக் கழகத்துக்காக. அதுபோல் அந்தக் குடும்பத்தில் அவள் இயற்றும் சட்டம் அந்த அநாதைப் பையனுக்காக. அந்தச் சட்டம்தான் அந்தப் பையனின் வாழ்க்கையை நாசமாக்கினதென்றால் அதில் ஆச்சரியப்படுவதற்கு என்ன இருக்கிறது. இந்தப் பையனுக்கு இளையவள்தான். ஆனால், அவனை அவள் கூப்பிடுவது ‘வாடா, போடா, ராஸ்கல், அதைத் தின்னு, இதைத் தின்னு’ என்றுதான் சொல்வாள். ஆனால், அதற்கெல்லாம் அந்தப் பையன் கோபப்படமாட்டான். காரணம், இது சர்வசாதாரணமான கேள்விதானே. அவனுக்கு அதினால் காரியத்தைச் சாதிக்க அதாவது வயிற்றுக்கு அன்னம் வேண்டுமே. அதற்காக என்ன சொன்னாலும் பரவாயில்லை. கொஞ்சம் கஞ்சி மாத்திரம் கொடுத்துவிடு என்று கெஞ்சிக் கேட்பான். அவள் மனமிரங்கி சிலநாள் கொடுப்பாள். சில நாளைக்கு விரட்டுவாள். இப்படித்தான் அவன் வாழ்க்கை நடந்தன.

இனி அவன் நாடுவிட்டு நாடுபோன கதையைக் கொஞ்சம் பார்ப்போம்.

4

சுமார் அவனுக்கு 15 வயதில் அவன் மூத்த அப்பா மகன் எஸ்டேட்டிலிருந்து அந்த ஊருக்கு லீவில் வந்தான். அந்தச் சமயம்தான் இந்தப் பையன் படும் பாட்டை நேரில் பார்த்து மனமிளகி அவனை ஒருநாள் கூப்பிட்டுக் கொஞ்சம் கஞ்சி கொடுத்தார். அதன்பின் அவனை 'அடே நீ என்னோடு மலைக்கு வருகிறாயா' என்று கேட்டார். உடனே அவன் வருகிறேன் என்று சொன்னான். உடனே மூன்று நாள் கழித்து அவனைக் கூட்டிக்கொண்டு மலைக்குப் போய்விட்டார். அதன்பின் மலையில் சுமார் 6 மாதம் இருந்தான். அங்கேயும் அவனை வாழவிட்டானா? யார் அவன்? பெரியப்பா மகன் இளையவன். அவனைப் படுத்தியபாடு. அந்த மலையாண்டிக்குத்தான் தெரியும். அங்கேயும் கஷ்டப்பட்டான். அந்த மலை வாழ்க்கை கசந்துவிட்டது அந்தப் பையனுக்கு.

ஒருநாள் யாரிடமும் சொல்லாமல் மலையைவிட்டு இறங்கிவிட்டான். கையில் ஒரு காசு கிடையாது. எப்படி ஊர்வந்து சேருவான். அதை இப்போது நினைத்தாலும் அழுகைதான் வருகிறது. அந்த மலையிலிருந்து நடந்தே வந்தான். தனிமையில்தான். சுமார் 12 மணிக்கு மலையை விட்டுக் கீழே வந்துவிட்டான். வழியில் தண்ணீர்தான் அவனுக்கு ஆகாரம். ரோடே வரும்போது பக்கத்தில் ஒரு கிராமம் தென்பட்டது. அந்தக் கிராமத்தில் போய் ஒரு வீட்டில் 'தாயே கொஞ்சம் புளிச்ச தண்ணீர் கிடைக்குமா' என்று கேட்டான். அந்த வீட்டு மகராசி அவன் நிலைமையைப் பார்த்து 'பாவம் எந்த ஊரப்பா' என்று விசாரித்து புளிச்ச தண்ணீருக்குப் பதிலாக ஒரு செம்பு நிறையக் கூழ் கொடுத்தாள். காஞ்ச மாடு கம்பில் வீழும் என்ற மாதிரி அதை வாங்கி மடக்மடக்கென்று குடித்துவிட்டு அந்த அம்மாளை இருகை கூப்பி வணங்கிவிட்டு நடக்க ஆரம்பித்தான்.

மாலை ஒரு டவுனில் போய் சேர்ந்தான். அங்கே ஒன்றும் கிடைக்கவில்லை. தண்ணீரைக் குடித்துவிட்டு அங்கே ஒரு கடைக்கு முன்னால் படுத்து இரவைக் கழித்தான். காலை 5 மணிக்கே நடக்க ஆரம்பித்துவிட்டான். சுமார் 11 மணிக்கு ரோடில் போய்க்கொண்டிருக்கும்போது ரோட்டோரம் வெள்ளரிக்காய் விற்றுக்கொண்டிருந்தாள் ஒரு முதியவள். அவளின் பக்கம் உட்கார்ந்தான். அந்தக் கூடையிலுள்ள வெள்ளரிக்காயை முறைக்கப் பார்த்துக்கொண்டே இருந்தான். அதைப் பார்த்த அந்த முதியவள் 'ஏன்டா முறைக்கப் பார்க்கிறாய். வெள்ளரிக்காய் வேண்டுமா' என்று கேட்டாள்.

'ஆமாம்' என்று சொன்னான். 'காசு இருக்கா' என்று கேட்டாள். 'இல்லை' என்று பதில் சொன்னான். உடனே 'அம்மா பசி தாங்க முடியவில்லை. நேற்று மத்தியானம் ஒரு தாய் ஒரு செம்பு கூழ் கொடுத்தார்கள். அதுதான் நான் அந்த ஊருக்குப் போக வேண்டும். பசிக்கம்மா' என்றான். அந்த அம்மாளும் இரக்கப்பட்டு 4 காயைக் கொடுத்தாள். அதை அபக் அபக்கென்று தின்றுவிட்டான். அதைப் பார்த்து அந்தத் தாய் பின்னும் 4 காயைக் கொடுத்து 'இதைத் தின்னுக்கிட்டே போ' என்று அனுப்பிவிட்டாள். அதையும் வாங்கி மடியில் வைத்துக்கொண்டு நடந்தான்.

மாலை கல்லுப்பட்டி என்ற ஊர் சேர்ந்தான். அன்று அந்த ஊரில் இரவைக் கழித்தான். மறுநாள் காலையில் பையன் வாடிவிட்டான். நடக்க முடியாமல் பஸ் ஸ்டாண்டில் கிடந்தான். 10 மணிக்கு ஒரு புண்ணியவான் அவன் கிடக்கும் நிலையைப் பார்த்து அவன் பக்கம்போய் விசாரித்தார். அவன் உள்ள விஷயத்தைச் சொன்னான். அப்புண்ணியவான் இரக்கம் கொண்டு அவனுக்கு ஓட்டலில் சாப்பாடு வாங்கிக் கொடுத்தார். அதைச் சாப்பிட்ட பின் பையன் தெளுச்சியடைந்தான். அதன்பின் அப்புண்ணியவான் அந்தப் பையனுக்கு 4 அணா கையில் கொடுத்து மோட்டாருக்கும் டிக்கட் போட்டு நத்தம்பட்டிவரை அனுப்பிவிட்டார். நத்தம்பட்டிக்குப் பகல் இரண்டு மணிக்குப் போய் சேர்ந்தான். அங்கே அந்தப் பையனின் பந்துக்கள் அவனைப் பார்த்து வருத்தப்பட்டுக் கஞ்சி கொடுத்தார்கள். இரண்டு நாள் அந்த ஊரில் இருந்தான். மூன்றாவது நாள் அவன் சொந்த ஊருக்கு வந்து சேர்ந்தான்.

அவனைப் பார்த்ததும் அவன் தாய், சகோதரர்கள் கைகொட்டி ஆரவாரம் செய்தார்கள். பின்பு கேள்வி நேரம் வந்தன. ஒவ்வொருத்தராகக் கேள்வி கேட்டார்கள். எல்லாவற்றிற்கும் பதில் சொன்னான். எப்படிச் சொன்னான். ஓடி வந்தேன் என்று சொன்னால் உதை கிடைக்குமே. அதினால் பொய்தான் சொன்னான். கணக்கைத் தீர்த்துவிட்டு வந்தேன் என்று பச்சையாய் பொய் சொன்னான். அதை அந்தப் பட்டாளங்கள் நம்பிவிட்டன. மூன்றாவது நாள் மலையிலிருந்து ஆட்கள் வந்துவிட்டார்கள் இவனைப் பிடிக்க. ஆனால் இவனா அகப்படுவான். அவர்கள் கண்ணில் மண்ணை இறைத்துவிட்டு மறைந்துவிடுவான். அவர்களும் பரவாயில்லை, பந்துதானே என்று கண்டிப்புச் செய்யவில்லை. போய்விட்டார்கள். அவன் மலை வாழ்க்கை முடிவு பெற்றது.

அதன்பின் காட்டுவேலை செய்தான். சித்தாள்வேலை செய்தான். கஷ்டப்பட்டான். ஆனால் அவன் மனதில் இந்த வேலையெல்லாம் பிடிக்கவில்லை. அடிமைத்தொழில் என்று அன்றும் நினைத்தான். பின்னும் வயிற்றுக்குக் கஞ்சி வேண்டுமே என்றுதான் கண்டிப்புடன் வேலை செய்தான். அந்த சமயம்தான் உலகத்தில் இரண்டாவது மகாயுத்தம் ஆரம்பித்துவிட்டது என்று எல்லோரும் சொன்னார்கள். அதற்காகப் பட்டாளத்திற்கு ஆள் எடுத்தார்கள். இந்தப் பையன் தானும் பட்டாளத்தில் சேர வேண்டுமென எண்ணிவிட்டான். அதேபோல் ஒருநாள் 04.04.44 அன்று பட்டாளத்துச் சிறுவர் கம்பெனியில் கார் ஓட்டும் பட்டாளமாம். அதில் சேர்ந்துவிட்டான். இனி அவனது பட்டாளத்து வாழ்க்கை ஆரம்பம் ஆகின்றன.

5

அவனது 16ஆவது வயதில் மேற்கூறியபடி சிறுவர் கம்பெனி பட்டாளத்தில் சேர்ந்துவிட்டான். அதன்பின் அவன் வாழ்க்கையில் ஒரு திருப்பம் ஏற்பட்டுவிட்டது. கஞ்சி கஞ்சி என்றலைந்த அந்தச் சுட்டிப்பையனுக்கு வேளை தவறாமல் சோறு கிடைக்கும். உடுத்தத் துணியில்லாமல் அலைந்த அந்தச் சுட்டிப்பையனுக்கு விதவிதமான ஆடைகள் கிடைத்தன. அவன் சொர்க்கம் சேர்ந்துவிட்டதைப்போல துள்ளியாடிப் பாடித்திரிந்தான். ஆனால், அவன் வீட்டிற்குக் கடிதங்கள் எழுதுவான். பணம் அனுப்பமாட்டான். அவன் சேர்ந்து இரண்டு வருஷம் வீட்டிற்குப் பணம் அனுப்பவில்லை. அதன்பின் மாதம் 20 - 30 ரூபாய் அவன் தாய்க்கு அனுப்புவான். வருஷம் ஒருமுறை விடுமுறையில் செல்வான். அப்போது அவனை எல்லோரும் நேசித்தார்கள்.

பட்டாளத்தில் தன் திறமையைக் காண்பித்துப் படித்து நல்ல வெற்றியடைந்தான். அதினால்தான் 1947 ஜனவரி மாதம் 1ஆம் தேதி அவனுக்கு அவன் மேல்அதிகாரி லான்ஸ் நாய்க் என்ற பதவியைக் கொடுத்தார்கள். அதன்பின் அவன் நன்றாய் வளர்ந்தான். உல்லாசப் பறவையைப் போல் பறந்து திரிந்தான். 1948 டிசம்பர் மாதம் இரண்டு மாதம் விடுமுறையில் ஊர் சென்றான். அப்போது அவன் தாயார், சகோதரிகள், பந்துக்கள் எல்லோரும் கமிட்டிவைத்து இவனை இப்படி விட்டால் கட்டுப்படமாட்டான். இவனுக்குக் கலியாணம் செய்தால்தான் ஒழுங்காய் இருப்பான் என்று திட்டம் போட்டார்கள். அவர்கள்போட்ட திட்டத்தின் அடிப்படை என்னவென்றால் பணம் சரியாய் அனுப்புவதில்லை.

இவன் தாயார் பணத்திற்கு லட்டர் எழுதினால் அவர்களை மிரட்டுவான். பணம்கேட்டு லட்டர் எழுதினால் நான் உங்கள் ஊருக்கு வரமாட்டேன். இங்கே எந்தப் பெண்ணையாவது கலியாணம் செய்துகொண்டு இருந்துவிடுவேன் என்று பயம் காட்டுவான்.

அது அப்படியிருக்க இரண்டுமாத விடுமுறையில் ஊருக்குப் போனால் சும்மாயிருக்க மாட்டான். வயதுப் பெண்களிடம் வம்பு செய்வான். அந்தப் பிள்ளைகளை ஏமாற்றுவான். உன்னைத்தான் கலியாணம் செய்வேன் என்று சத்தியம் செய்வான். எதுக்காக. அந்த இரண்டுமாதச் செலவுக்கு அந்தப் பெண்களிடம் பணம் பறிக்கும் சூழ்ச்சிதான். அந்த ஏமாந்த பெண்களும் காலையில் 4அணா வந்து சேரும். 10 மணிக்கெல்லாம் ஒருகட்டு பீடி வந்து சேரும். மாலை 4 மணிக்கு 4அணா வந்துசேரும். சினிமாவுக்கு 4 அணா. இப்படித்தான் அந்த ஒவ்வொரு பெண்களிடமும் வாங்கி ஏமாற்றினான். இவ்விஷயம் அவன் தாய்க்கும் தெரியும். அதை மறைமுகமாய்க் கண்டிப்பார்கள். இவனா விடுவான். இதைப் பார்த்துத்தான் இவன் கலியாணத்திற்குத் திட்டம் போட்டார்கள்.

அப்போது ஒருநாள் மாலை 5 மணிக்கு அவன் வீட்டில் ஒரு கூட்டம். ஆண்களும் பெண்களுமாய் இருந்தார்கள். இவன் விளையாடிவிட்டு வீட்டிற்குள் நுழையவும் 'அதோ அவனும் வந்துவிட்டான். நேரடியாய் கேட்போம்' என்று அவனையும் கூட்டத்தில் கலந்துகொள்ளுமாறு உத்தரவுகள் வந்தன. கலந்துகொண்டான். சிறிது நேரம் சென்றபின் அவன் தாயார் 'அடே பையா, நீ எத்தனை நாளைக்கு இப்படி அலைவாய். இப்படி அலைந்தால் பிற்காலத்தில் எப்படி பிழைப்பாய். அதினால் உனக்குக் கலியாணம் செய்து வைக்கிறோம். அதன்பின் உன்னை அவள் அடக்குவாள்' என்று சிறு துணுக்கை வெளியிட்டார்கள். அந்த வார்த்தையை முடித்தவுடன் மற்றவர்களும் 'ஆமாம் அதுதான் சரி. இல்லாவிட்டால் நீ ஒழுங்காயிருக்கமாட்டாய்' என்று சொன்னார்கள். அதற்கு அவன் 'எனக்குக் கலியாணம் வேண்டாம். இந்தச் சின்ன வயதில் நான் கலியாணம் செய்யமாட்டேன். நான் சுதந்திரப் பறவையாய்தான் இருக்க ஆசைப்படுகிறேன்' என்று சொன்னான். விட்டார்களா! 'முடியவே' முடியாது. கண்டிப்பாய் கலியாணம் நடக்கும். அதுவும் இந்த லீவில்தான்' என்று எல்லோரும் கூச்சல்போட்டார்கள். சரியானபடி மாட்டிக்கொண்டான் பையன். எப்படியாவது இந்தக் கூட்டத்திலிருந்து தப்ப வேண்டுமென 'சரி உங்கள் இஷ்டம்' என்று சொல்லிவிட்டான்.

உடனே எல்லோரும் சந்தோசப்பட்டார்கள். உடனே பெண் தேடும் வேலையில் இறங்கிவிட்டார்கள். பெண் தேட எங்கே போனார்கள்? அவன் வீட்டிற்கு எதிர்வீட்டில் ஒரு பெண் இருந்தாள். அவளோ வாயாடி. பாஞ்சாலி. அவளின் தாய் பத்ரகாளி. அவளுக்கு ஐந்து ஆண்களும் இந்த வாயாடிப் பெண்ணும் இருந்தார்கள்.

மூன்றாவது நாள் மாலை பெண்கேட்டுப் போனார்கள். அந்தப் பெண்ணின் தாய் என்ன கேட்டாள் தெரியுமா? 'ஆமாம். என் ஒருபெண்ணை இந்த ஓட்டுவீட்டு மாப்பிள்ளைக்குக் கொடுக்கவா. நல்லாயிருக்கு. எம்மவளைக் கட்ட வேண்டுமானால் அந்த மாப்பிள்ளை வீடு காரைக்கட்டிடம் மாடிவீடு வேண்டும். குறைந்தது 10 ஏக்ரா நிலம் இருக்கணும். 4 ஜோடி மாடு வேண்டும்' என்று முகத்தில் அறைந்தால்போல் சொல்லிவிட்டாள். பெண் கேட்கப் போனவர்களிடம் இவ்வளவும் கிடையாதுதான். போனவர்களின் கதி. போன மச்சான் திரும்பி வந்தான் பூமணத்தோட என்ற மாதிரி வந்துவிட்டார்கள். இச்சங்கதி மறுநாள்தான் அந்தப் பையனுக்குத் தெரிந்தது. அப்படியா சங்கதி என்று வைராக்கியம் கொண்டான். அவனுக்கு அந்தப் பெண்ணின்மேல் இஷ்டம் கிடையாதுதான். இருந்தாலும் பெண் கேட்கப் போனவர்களை இப்படி அவமானப்படுத்தக் கூடாது. தான் இதற்கு அவளுக்குச் சரியான பாடம் கற்பிக்க வேண்டும் என்று அன்று இட்ட சபதம் மறுவருஷம் பூர்த்தியானது. அந்த விஷயத்தை இங்கே சொல்வது நல்லதல்ல. அதினால் அந்தக் கதையைத் தள்ளிவிடுவதுதான் நல்லது. போனால் போகட்டும் போடா என்று அதை விட்டுவிடுவோம். அதன்பின்தான் அதே லீவில் அவன் அவனுக்கு வேண்டிய ஒரு பெண்ணைத் தேர்ந்தெடுத்தான் கிணற்றுப்பக்கத்தில். அதை அடுத்த பக்கம் கவனிப்போம் வாருங்கள்.

அதே வருஷம் 1948இல் இவன் லீவில் சென்றான். ஒருவாரம் கழித்து இரவில் 9 மணிக்கு இவன் சாப்பிட உட்கார்ந்தான். இவன் தாயார் சாப்பாடு வைத்தார்கள். பக்கத்து வீட்டிலிருந்து பெண்கள் குலவையிட்டார்கள். அவன் தாயாரிடம் 'என்னம்மா குலவை' என்று கேட்டான். 'அது அந்தப் பெண் புஷ்பவதியாகிவிட்டாள். அதினால் தண்ணீர் ஊற்றுகிறார்கள்' என்று சொன்னார். 'எந்தப் பெண்' என்று கேட்டான். இன்னார் மகள் என்று சொன்னார். அவன் சரிதான் என்று அந்த வாக்கியத்தை நிறுத்திக்கொண்டான்.

அதன்பின் 16ஆவது நாள் இவன் சுமார் 10 மணிக்குக் காலையில் காப்பிக்கடையில் தின்றுவிட்டு மடத்துப்பக்கமாய் போனான். அதே சமயம் தண்ணித்தாகம் எடுத்தது. இந்தச் சுட்டிப் பையனுக்கு கிணற்றுப்பக்கம் போய் அங்கு தண்ணீர் இறைத்துக்கொண்டிருக்கும் பெண்ணிடம் அது யார் என்றும் பாராமல் அம்மா தண்ணீர் கொடம்மா என்று கேட்டுவிட்டான். உடனே அந்தப் பெண் இவனைப் பார்த்தாள். இவனும் அவளைப் பார்த்தான். உடனே மெய்மறந்து போனான். காலையில் சூரியன் உதித்தது போல் அப்பெண் இவன் கண்ணுக்கு மின்னிக்கொண்டிருந்தாள். அன்றுதான் அவள் வெளியில் வந்த நாளாம். அதினால் அவளைப் பார்த்ததும் அவனுக்கு பைத்தியம் பிடித்ததுபோல் ஆகிவிட்டது. சுமார் 3 நிமிடம் இருவர் கண்களும் விடாமல் பார்த்துக்கொண்டிருந்தன. அப்போது அவன் மனதில் என்ன உதித்தது. 'இந்த ஊரில் இப்படியும் ஒரு பெண் உண்டா.' ஆனால் யார் என்று தெரியாது அந்த முட்டாளுக்கு. மடத்திலிருந்த சிலபேர் இந்த இளஞ்ஜோடிகளைப் பார்த்துச் சிரித்தார்கள். அதைப் பார்த்துவிட்டாள் அவள். உடனே தண்ணீர் வாளியை அவனிடம் நீட்டினாள். அவன் வாங்கினான். ஆனால் தண்ணீர் குடிக்கவில்லை. காரணம், அவனுக்குத்தான் தாகம் தீர்ந்துவிட்டதே. அதினால் தண்ணீரை வாங்கிக் குடிப்பவன்போல் பாசாங்கு செய்துவிட்டு வாளியை அவளிடம் நீட்டினான். அவள் தரையைப் பார்த்துக்கொண்டே வாளியை வாங்கிக்கொண்டாள். இவன் அந்த இடத்தை விட்டு மடத்துப்பக்கம் போய்விட்டான்.

ஆனால், திருடன் பார்வை மாத்திரம் கிணற்றுப் பக்கம்தான் இருந்தன. அவளும் தண்ணீர் இறைத்துக்கொண்டு போகும்போது ஒரு பார்வை பார்த்தாள். அந்தப் பார்வை இவன் இருதயத்தைப் பிளந்துவிட்டன. அந்தச் சந்திப்பில்தான் மனதைப் பறிகொடுத்தான் அவளிடம். அவளும் பறிகொடுத்தாள் இவனிடம். அதன்பின் இருவரும் பார்வையால்தான் பேசுவார்கள். நேரடியாய்ப் பேச பயம் இருவருக்கும். காரணம், அவளை அவளின் தாய் பெரிய கண்டிப்புடன் பாதுகாத்தார்கள். இவனை யார் கேட்பார்கள். இவன்தான் அவிழ்த்துவிட்ட பறவையாச்சே. அவளிடம் பேச வேண்டும் என்று துடியாய் துடித்தான். அவளும் அப்படித்தான் இருந்திருப்பாள். இல்லாவிட்டால் தலைவலிக்கு மருந்து இவனிடம் கேட்டமாட்டாள் இல்லையா? அதன்பின் ஒருநாள் காலை 9 மணிக்கு இவன் காப்பிக்கடையில் தின்றுவிட்டு இவன் வீட்டின் முன்பக்கம் கல்லில் உட்கார்ந்திருந்தான். அந்தச் சமயம் அந்தப் பெண்ணின் தாயாரும்

இவளும் கடைப்பக்கம் போனார்கள். அதைப் பார்த்துவிட்டான் அந்தச் சுட்டி. உடனே அவள் பின்னால் புறப்பட ஆரம்பித்தான். கடைப்பக்கம் போனவுடன் இவன் மறைந்துகொண்டான். அந்தப் பெண்ணின் தாயார் இந்தப் பெண்ணிடம் ஏதோ தானியம் வாங்கிக் கொடுத்துவிட்டு வேலைக்குப் புறப்பட்டாள். இவன் இதுதான் சமயம் என்று முன்னால் அப்பெண் வரும் வழியில் ஒரு கடைப்பக்கம் ஒளிந்துகொண்டான். அந்த இடத்தில் யாரும் கிடையாது. இந்தப் பெண் செல்லநடை நடந்து வந்தாள். தனிமையில் பக்கத்தில் வரவும் இவன் திடீரென்று அவள்முன் தோன்றினான். இவனைப் பார்த்த அந்தப் பெண் பயமும் வெட்கமும் கொண்டு தரையை நோக்கியவாறு நின்றுவிட்டாள். அவன் அவளிடம் என்ன பேசுவது என்று தெரியாமல் 'மடியில் என்ன' என்றான். அவள் ஒன்றும் பேசாமல் கீழே பார்த்துக்கொண்டிருந்தாள். இவன் 'என்ன பேசமாட்டாயா' என்று கேட்டான். அதற்கும் பதில் கிடைக்கவில்லை. இவனுக்குக் கோபம் வந்துவிட்டது. உடனே 'சரி பார். நான் உன்னையே கலியாணம் செய்து உன்னை என்ன பாடு படுத்துகிறேன்' என்று சபதமிட்டான். அதற்குள் ஆட்கள் நடமாட ஆரம்பித்துவிட்டார்கள். இதைப் பார்த்த இரு ஜோடிகளும் பிரிந்துவிட்டார்கள்.

அதன்பின் இவன் மனதில் ஒரே பிடிவாதம். தான் அவளை மணக்காவிட்டால் இந்த உலகில் இருப்பதில்லை என்ற முடிவுக்கு வந்துவிட்டான். அவளும் நாள்தோறும் இவனைப் பார்க்கப் படாதபாடுபட்டாள். இந்த இரு உள்ளங்களும் இணைந்துவிட்டன. ஆனால் நேரடியாய் பேச முடியாமல்தான் தவித்தார்கள்.

ஒருநாள் அப்பெண்ணுக்குத் தலைவலியென்று அப்பெண்ணின் தாயார் அந்தப் பையனின் தாயாரிடம் மருந்து கேட்டு வந்தார்கள். இவனும் வீட்டிற்குள் இருந்தான். உடனே மருந்து பாட்டிலை எடுத்துவந்து கொடுத்துவிட்டான். அப்பெண்ணின் தாயார் கொண்டுபோய்விட்டார்கள். போன பின் இவனின் தாயார் 'ஏன்டா எல்லா மருந்தையும் கொடுத்துவிட்டாய்' என்று கேட்டார்கள். இவன் 'பாவம் தலைவலி என்று மருந்து கேட்டால் கொடுக்க வேண்டாமா?' என்றான். அவன் தாய்க்கு என்ன தெரியும் இவன் நடத்தும் நாடகம். இதைத்தானே இவன் எதிர்பார்த்தான். மருந்தைக் கொண்டுபோனவுடன் அப்பெண்ணிடம் கொடுத்தார்கள் அவளின் தாயார். இவன் உடனே மடத்து வடக்கு மூலையில் வந்து உட்கார்ந்துகொண்டான். அப்பெண் வீட்டை இவன் இருக்குமிடத்திலிருந்து நன்றாய் பார்க்கலாம்.

அந்த மருந்தைப் போட்டுக்கொண்டு அப்பெண் வெளியில் வந்து உட்கார்ந்து கொண்டு அவனைப் பார்த்தாள். உடனே கண்களால் நன்றி சொன்னாள். அதிலிருந்து இருவரும் பைத்தியமானார்கள். இவனுக்கு லீவு முடியும் தருவாய் ஆகிவிட்டது.

உடனே ஒருநாள் அவன் பெரியப்பா மகனிடம் உண்மையைச் சொல்லிவிட்டான். எப்படியாவது அவளைக் கலியாணம் செய்ய வேண்டுமென்று துடித்தான். அதற்கு அவன் 'நான் இருக்கும்போது நீ எதற்காக மலைக்கிறாய். இன்று இரவு நான் போய் பெண் கேட்கிறேன். என்ன சொல்லுகிறார்கள்' என்று பார்ப்போம் என்றான். இந்தப் பேச்சு அந்தப் பையனும் அவன் பெரியப்பா மகனும் மாலையில் கள் குடித்துவிட்டு வரும்போது நடந்தது.

அதேபோல் இரவு பெண் கேட்கப் போய்விட்டான். அதற்குப் பதிலை இந்தப் பையன் எதிர்பார்த்து உட்கார்ந்திருந்தான். பதிலும் வந்தது. 'பெரியவர்கள் இல்லாமல் நீங்கள் பெண் கேட்டால் எப்படி நாங்கள் சம்மதிப்பது. அதினால் பெரியவர்கள் வந்தால் நான் பெண் தருவேன்' என்ற பதிலை அவனிடம் சொன்னான். மறுநாள் இந்தப் பையன் அவன் தாயாரிடம் சொன்னான். 'சீ எங்கே போய் பெண் கேட்கச் சொல்லுகிறாய். அந்த இடமே வேண்டா'மென்று சொல்லிவிட்டார்கள். அதற்கு இவன் அசையவில்லை. இந்தச் சுட்டிப் பையன் ஒரே பிடிவாதமாய் 'அம்மா நான் கட்டினால் அந்தப் பெண்ணைத்தான் கட்டுவேன். இல்லாவிட்டால் இந்த ஊர்ப் பக்கமே வரமாட்டேன்' என்று சொன்னான். அதற்கு 'போடா ஆளை மிரட்டாதே' என்று சொல்லிவிட்டார்கள். இந்த விஷயத்தை இவன் மறுநாள் அவன் பெரியப்பா மகனிடம் சொன்னான். அவன் 'சரி இன்று இரவு முடிவு கட்டிவிட வேண்டியதுதான்' என்று தைரியம் சென்னான். அதன்பின் அவன் இந்தப் பையனிடம் 'அடேய் அப்பெண்ணைக் கலியாணம் செய்ய வேண்டுமானால் அந்த வீட்டை எழுதி வாங்க வேண்டும். காரணம் அப்பெண்ணிற்கு அண்ணனோ தம்பியோ கிடையாது. அதினால் இவன் அந்த வீட்டை எழுதி வாங்கின பின்தான் கலியாணம் நடத்த வேண்டும்' என்று அந்தப் பையனிடம் சொன்னான். அந்தப் பையனும் சரி என்று சொன்னான்.

அன்று இரவு பெண் கேட்கும் படலம் ஆரம்பமாகிவிட்டது. அவன் பெரியப்பா மகன் இரவு போய் பெண் கேட்டான். வீட்டு விஷயத்தையும் கேட்டான். அதற்கு அந்தப் பெண்ணின் தாயார் சம்மதிக்கவில்லை. பெண்

வேண்டுமானால் கட்டிக்கொள்ளுங்கள். ஆனால், வீடு இப்போது பேச வேண்டாம். அது பின்னால் பேச வேண்டிய காரியம். அதினால் அதைப் பேச வேண்டா'மென்று சொல்லிவிட்டார்கள். அதை அந்தச் சுட்டிப் பையனிடம் சொன்னான். இவன் சரிதான். பெண் கிடைத்தால் போதும் என்று துள்ளி ஆடினான்.

அதன்பின் இருதரப்பிலும் சம்மதம் ஆகிவிட்டது. ஒருநாள் அந்த வீட்டில் மதிய விருந்துக்கு அழைத்தார்கள். இந்தச் சுட்டி குதித்துக்கொண்டு சென்றான். அவன்கூட அவன் பெரியப்பா மகனும் (பாடி காட், Body guard) சென்றான். போய் இருவரும் திண்ணையில் உட்கார்ந்துகொண்டார்கள். அந்தப் பெண் வீட்டிற்குள் இருந்தாள். அவனைப் பார்த்தவுடன் வீட்டைவிட்டு வெளியில் நகர்ந்தாள். பக்கத்தில் வந்தவுடன் இந்தச் சுட்டிப் பையன் அவள் முதுகில் ஒரு அடிவிட்டான் பார். அந்தப் பெண் பயந்து போனாள். ஆனால், யாரிடமும் சொல்லவில்லை. எதற்காக அடித்தான். அதுதான் தெரியாது. அன்று விருந்து நடந்தது. தண்ணீர் அந்தப் பெண்தான் கொடுத்தாள். விருந்து நன்றாய்தான் இருந்தது. அவன் அந்தப் பெண்ணைப் பார்த்துக்கொண்டே சாப்பிட்டான். சாப்பாடு முடிந்தது. வெத்திலை பீடி எல்லாம் வந்தன. நன்றாய் தின்றுவிட்டு, போக மனமில்லாமல் போனான். அன்று இரவு தூக்கம் கிடையாது. அந்தப் பெண்ணின் எண்ணம்தான் அவன் மனதில் இருந்தன. எப்படியோ மறுநாள் காலையில் வழக்கம்போல் மடத்து வடக்கு மூலையில் இருந்தான். அன்று ஒரு முடிவுக்கு வந்தான். இன்னும் 2 நாள்தான் பாக்கி இருந்தன. அவன் லீவு முடிந்து புறப்படுவதற்குள் நிச்சயதார்த்தம் செய்துவிட்டுப் போக வேண்டும். அடுத்த வருஷம் வந்து கலியாணம் செய்யலாம் என்று திட்டம் போட்டான். அதன்படியே அவன் தாயாரிடம் சொன்னான். கேட்பார்களா இவன் வார்த்தையை. முடியாது என்று சொல்லிவிட்டார்கள். ஆனால் இவன் விட்டபாடில்லை. அவனின் பெரியப்பா மகனிடம் யோசனை கேட்டான். அவன் சரிதான் என்று ஒப்புக்கொண்டான்.

மறுநாள் வெற்றிலை, பாக்கு பல சாமான்களை வாங்கிக்கொண்டு இவனும் அவன் பெரியப்பா மகனும் சில பந்துக்கள் எல்லோரும் புறப்பட்டுப் போனார்கள். சுமார் இரவு பத்து மணிக்கு நிச்சயதார்த்தம் நடந்தது. அச்சமயம் அந்தப் பெண் வீட்டிற்குள்ளே இருந்தாள். இவன் அந்த வீட்டுச் சுவரில் சாய்ந்துகொண்டு அந்தப் பெண்ணைத் தேடினான். அவள்தான் உள்ளே பதுங்கிப்போய் இருக்கிறாளே. இவன் கண்ணுக்கு

அகப்பட மாட்டாள் என்று தெரிந்ததும் ஏமாந்துபோய் நின்றான். நிச்சயதார்த்தம் முடிந்தது. எல்லோரும் வெற்றிலையைப் போட்டுக்கொண்டு புறப்பட்டார்கள். கடைசியில் இவனும் புறப்பட்டுப் போனான். அன்றும் இரவைக் கஷ்டப்பட்டுக் கழித்தான்.

மறுநாள் காலையில் பட்டாளத்திற்குப் புறப்பட்டான். போய்த்தானே ஆக வேண்டும். போக மனமில்லாமல் புறப்பட்டான். அந்தப் பெண்ணின் வீட்டிலும் அவள் தாயிடமும் சொல்லிவிட்டுப் புறப்பட்டான். ஆனால் அந்தப் பெண் கண்ணில் படவேயில்லை. அவள் ஒளிந்திருந்து பார்த்துக்கொண்டேயிருந்தாளாம். கலியாணம் ஆன பின் இந்த வார்த்தையைச் சொன்னாள். அதன்பின் அவன் அவளுக்குக் கடிதம் எழுதுவான். அவளும் எழுதுவாள். இப்படிக் கடிதப் போக்கு நடந்துகொண்டிருந்தன.

திடீரென்று ஒருநாள் யார் கலியாணத்தை நடத்தி வைக்கிறேன் என்று தைரியம் சொன்னானோ அவனே லட்டர் எழுதியிருந்தான். அந்தக் கடிதத்தைப் பார்த்தவுடன் அவன் மூர்க்கனாகிவிட்டான். கோபம் கொதித்தெழுந்தது. வருத்தம் தாங்காமல் துடித்தான். காரணம் அந்தக் கடிதத்தில் அந்தப் பெண்ணைப் பற்றி தப்பிதமாய் எழுதிவிட்டான். "நல்லவன்" அதை நம்பி அந்தச் சுட்டிப் பையன் உடனே அந்தப் பெண்ணின் தாயாருக்குக் கடிதம் எழுதிவிட்டான். எப்படி? 'எனக்குக் கலியாணம் வேண்டாம். உங்கள் பெண்ணை யாருக்காவது கட்டிக்கொடுத்து விடுங்கள். நான் இன்னும் இரண்டு வருஷம் கழித்துதான் கலியாணம் செய்வேன்' என்று எழுதிவிட்டான்.

அந்த லட்டர் கிடைத்தவுடன் அந்தப் பெண் கதறித் துடித்தாளாம். யாரை அன்புக் கண்ணோடு பார்த்து, அன்போடு பேசி மகிழலாம் என்று எண்ணி ஏங்கியிருந்தாளோ அந்த எண்ணத்தில் மண்ணைவாரிப் போட்டுவிட்டானே என்று கதறினாளாம். பின்னும் மனம் தளராமல் லட்டர் போட்டாள். 'அத்தான் நீங்கள் இரண்டு வருஷமல்ல. மூன்று வருஷம் கழித்து வந்தாலும் நான் உங்களுக்காகவே காத்திருப்பேன்' என்று எழுதிவிட்டாள். அதைப் படித்த அந்தச் சுட்டிப் பையன் மறுபடியும் கடிதம் எழுதிவிட்டான். 'எனக்காகக் காத்திருக்க வேண்டாம். நான் மண்ணோடு மண்ணாய்தான் போவேன். அதினால் என்னை நம்பாதே' என்று எழுதிவிட்டான். அதைப் பார்த்த அந்தப் பெண் துடித்தாள். துன்பத்தில் மூழ்கிவிட்டாள். அதன்பின் அவள் பதில் போடவில்லை. இவனும் போடவில்லை. இப்படி ஒரு வருஷம் கழிந்து போனது.

அதன்பின் இவன் திடீரென்று இரண்டு மாத லீவு எடுத்தான். ஊருக்குப் போனான். ஆனால், கலியாண எண்ணத்தோடு போகவில்லை. அவன் அவளுக்குக் கலியாணம் நடந்திருக்கும் என்று எண்ணிப் போனான். அங்கே போனபின்தான் அறிந்தான் அந்தப் பெண்ணுக்கு இன்னும் கலியாணம் நடக்கவில்லையென்று. ஆனால், அவன் இரண்டு நாள் பின்னால் போயிருந்தால் அந்தப் பெண்ணுக்குக் கலியாணம் முடிந்திருக்கும். அது அவன் நல்ல காலம். முன்பே போய்விட்டான்.

அதன்பின்தான் நான்கு நாள்கள் கழிந்தவுடன் அப்பெண்ணின் தாயார் கலியாணப் பேச்சை ஆரம்பித்தார்கள். இவனும் இப்படிப்பட்ட ஒரு பெண்ணை வீணாய் இழக்கத் தெரிந்தோமே என வருந்தினான். அவள் பெண்ணல்ல. பதிவிரதை. பத்திரமாத்துத் தங்கம். அதினால் கலியாணத்திற்கு ஒப்புக்கொண்டான். இந்தக் கலியாணத்திற்கு உண்மையில் இவன் வீட்டில் யாருக்குமே சம்மதம் கிடையாதுதான். இருந்தாலும் கடைசியில் அரைகுறை மனதோடு ஒத்துக்கொண்டார்கள். ஆனால் இவன் கையில் அந்தச் சமயம் கொஞ்சம்தான் பணம் இருந்தது. பின் அவன் பெரியப்பா மகனிடம் காரணத்தைச் சொன்னான். அவன் 'பணத்திற்கு நானாச்சு. காரியத்தை நடத்தலாம்' என்று சொன்னான். எப்படியோ அரைகுறை கலியாணம் நடந்தது. அதன்பின் இரு இளஞ்ஜோடிகள் காதல் உலகில் ஊர்ந்து சென்றார்கள். இரண்டு மாத லீவும் முடிந்தது. புறப்படும் நாளும் வந்தது. அந்தப் பெண் கலங்கினாள். அவனைப் பார்க்கும்போதெல்லாம் கண்ணீர் விடுவாள். புறப்பட்டுப் போகும்போது அந்தப் பெண்ணில் ஓடிய கண்ணீர் ஆறாய் பெருக்கெடுத்து ஓடின. அந்தக் கண்ணீர் இப்பவும் அவனை வாட்டியெடுக்கின்றன. பிரிய மனமில்லாமல் பிரிந்தார்கள் காதல் ஜோடிகள். அதன்பின் கடிதம் மூலம்தான் பேசினார்கள் ஒரு வருஷமாய். இது இப்படி இருக்கட்டும்.

இனி நடுவில் வந்த சகோதரன் என்ன ஆனான்? அதைப் பார்ப்போம். அடுத்த பக்கம் வாருங்கள்.

6

இந்தச் சுட்டிப்பையன் பட்டாளத்தில் சேர்ந்த மறு வருஷமே அந்த நடுவில் வந்த சகோதரனுக்கு அதே ஊரில் ஒரு பெண்ணைக் கலியாணம் செய்தார்களாம். ஆனால், இந்த விஷயம் இந்தச் சுட்டிப்பையனுக்குத் தெரியாது. கலியாணம் முடிந்தபின் கடிதம் வந்தது. அதை அவன்

விபரீதமாய் எண்ணவில்லை. நமக்கென்ன என்று இருந்துவிட்டான். அந்த வருஷம் இந்தப் பையன் லீவில் போனான். புதிதாய் வந்த அண்ணி எப்படியிருப்பாளோ என்று எண்ணிக்கொண்டுதான் போனான். ஊரில் சென்றவுடன் அந்த அண்ணி தோஸ்திரம் சொன்னாள். அவனும் தோஸ்திரம் சொன்னான். மறுநாள் அந்த அண்ணியின் மனம் என்னதான் எண்ணியதோ. இந்தச் சுட்டிப்பையன் வீட்டிற்குள் வந்தால் அந்த அண்ணி வெளியில் போய்விடுவாள். இவன் வெளியில் போனால் அவள் வீட்டிற்குள் வருவாள். இந்த நாடகம் 4 நாளாய் நடந்தது. பயலுக்கு விளங்கிவிட்டது, காரியம் ரொம்ப மோசம் என்று. வரவர பேச்சும் இல்லாமல் போய்விட்டது. அதிலிருந்து இன்றுவரை அந்த அண்ணியிடம் பேசமாட்டான். ஆனால், இதையெல்லாம் கவனித்துக்கொண்டுதானிருந்தான் அந்த நடுவில் வந்த சகோதரன். ஆனால், அவன் மனைவியையோ அந்தப் பையனையோ ஒன்றுமே கேட்கவில்லை. ஒரு சமயம் அவன்தான் அவன் மனைவியிடம் இப்படி நடந்துகொள் என்று சொல்லியிருக்கலாம். யார் கண்டார்கள். ஒருமாதம் ஆனவுடன் அந்த வீட்டில் இந்தப் பையனுக்கு இருக்கவே பிடிக்கவில்லை. அதினால் தாயாரிடம் உள்ளதைச் சொல்லிவிட்டான். 'அம்மா நாம் வேறதான் இருக்க வேண்டும். காரணம் என்னால் அந்த இளஞ் ஜோடிகளின் வாழ்க்கை பாழாகக்கூடாது' என்று சொல்லிவிட்டான். இதை நடுவில் வந்த சகோதரன் கேட்டுக்கொண்டேயிருந்தான். உடனே அதுதான் சரியென்று மறுநாளே பிரிந்தார்கள் மாமியார் வீடுதேடி. போங்க மச்சான் போங்க, பிழைப்புக் கெட்ட மச்சான் என்று போய்விட்டார்கள்.

அதன்பின்தான் பாக்கி ஒரு மாதம் லீவையும் முடித்துவிட்டுத் திரும்பினான். அன்று ஒன்றுமில்லாத காரணத்திற்காகப் பிரிந்துபோன ஜோடிகள் இன்றுவரை பிரிந்தே ஜீவிக்கிறார்கள். ஆனால், ஒரு ஊரிலல்ல. பல ஊர்களில் அடுப்பு வைத்து ஜீவிக்கிறார்கள். வாழட்டும் அவர்கள். வாழ்ந்துகொண்டே போகட்டும். அதினால் இதை அதிகமாய் விரிக்காமல் நடுவில் அந்த நல்லானை இதில் சேர்க்காமல் விட்டுவிடுவோம். ஆனால், சில சமயங்களில் அந்தச் சுட்டிப்பயல் குடும்பத்திற்குத் தீங்கு நினைக்கத்தான் செய்தான். அந்தச் சுட்டிப்பயல் மனைவியை அடிக்கத்தான் போனான். அதையெல்லாம் பொறுத்துக்கொண்ட அந்தச் சுட்டிப்பையன் குடும்பம், இன்று தளிர் விடுகின்றது. யார் யார் அந்தக் குடும்பத்தை நசுக்க எண்ணினார்களோ அவர்களையெல்லாம் இன்று பார்த்தால் பரிதாபமாக

இருக்கிறது. என்ன செய்வது. தன்வினை தன்னைச் சுடும் என்ற வாக்கியம் வீண்போகாது பாருங்கள். அதினால் அவர்களை ஆண்டவர் ஆசீர்வதிப்பார். அந்த நடுவில் வந்த நல்லானை மறப்போம்.

இனி நடுவில் வந்த சகோதரியைப் பார்ப்போம். அடுத்த பக்கத்திற்கு வாருங்கள். போகலாம்.

7

அந்தச் சுட்டிப்பையன் பட்டாளத்திற்கு வந்த மறுவருஷம் அவளுக்குக் கலியாணமாகிவிட்டது. அந்த விஷயத்தையும் கலியாணம் முடிந்தவுடன்தான் தெரிவித்தார்கள். அதுவும் நல்லதுதான் என்று இருந்துவிட்டான் அந்தப் பையன். மறுவருஷம் அவன் லீவில் போயிருக்கும்போது அந்த நடுவில் வந்த சகோதரி ஊருக்குப் போனான். ஆனால், நன்றாய் கவனித்தாள். அதில் ஒன்றும் குறையில்லை. அதன்பின் அவன் அன்றே இவன் ஊருக்குத் திரும்பிவிட்டான். இப்போதும் அவள் நன்றாய்தான் இருக்கிறாள். ஆனால், இவன் கலியாணம் நடந்த மறு வருஷம் அந்த நடுவில் வந்த சகோதரிக்கும் இவன் மனைவிக்கும் மனக்கசப்பு ஏற்பட்டது. அது இன்னும் அப்படித்தான் இருக்கிறது. பரவாயில்லை. அதை விட்டுவிட்டு இளைய சகோதரியின் கதையைக் கொஞ்சம் பார்த்துவிட்டு இவன் காரியத்தில் இறங்குவோம்.

இந்தச் சுட்டியின் இளைய தங்கையை இவன் கலியாணத்திற்கு முன்பேதான் அதே ஊரில் கலியாணம் செய்துவிட்டார்கள். அங்கு 8 மாதம்தான் வாழ்ந்தாள். திடீரென்று அவளின் கணவன் இறந்துவிட்டான். விதவையானாள் அந்தச் சின்ன வயதில். அதன்பின் மறுமணம் செய்தார்கள். அது நல்லகாரியம்தான் செய்தார்கள். இப்போதும் அவள் தன் கணவனுடன் வாழ்கிறாள். ஆனால், இந்தச் சுட்டிப்பையனிடம் வெறுப்புதான் உண்டு. காரணம், இவன் தன் குடும்பம்தான் தனக்குப் பெரிது என்று நடக்கிறான். யாருக்கும் ஒன்றும் கொடுப்பதில்லை. அதினால் இந்தப் பையனின் மனைவிமேல் எல்லோருக்கும் பொறாமைதான். அந்தப் பத்தினியை எல்லோரும் வெறுக்கத்தான் செய்கிறார்கள். பரவாயில்லை. அதுவும் நன்மைக்கே என்று இந்தப் பையன் அவளிடம் சமாதானம் சொல்லிக்கோண்டே வாழ்க்கைத் தோணியில் மிதந்து செல்கிறான். இனி இளைய தங்கையின் சமாச்சாரத்தை இதோடு விட்டுவிடுவோம். இனி இவன் தாயாரின் பரிதாப நிலையைப் பார்ப்போம்.

இவன் கலியாணம் செய்து தன் மனைவியை அவள் தாயார் வீட்டில் விட்டுவிட்டுப் போக வேண்டுமென்று இவன் தாயாரிடம் சொன்னான். அதற்கு 'அதெல்லாம் வேண்டாம். இங்கேதான் இருக்கட்டும்' என்று சொல்லிவிட்டார்கள். அவனும் சரியென்று தன் வீட்டில் தன் தாயாரிடம் ஒப்படைத்துவிட்டுப் போய்விட்டான்.

அவன் போன ஒரு மாதத்திற்குள்தான் மேற்கூறியபடி அவன் சகோதரிகள் இவன் மனைவியை ஒரு மாதிரியாய் பேசி விரட்டிவிட்டார்கள். அதன்பின் அவள் அவளின் தாயார் வீட்டில்தான் இருந்தாள். சில மாதங்கள் ஆனவுடன் இவன் மனைவி இவனுக்குக் கடிதம் எழுதியிருந்தாள். எப்படி? 'மாமா நான் குளியாமல் இருக்கிறேன். அதாவது கர்ப்பமாயிருக்கிறேன்' என்று. அதைப் படித்தவுடன் சந்தோசப்படுவதை விட்டுக் கோபம் கொண்டான். 'என்னடா கலியாணம் செய்து 5 மாதம்தான் ஆகின்றன. அதற்குள் கர்ப்பமா?' என்று அவளுக்குக் கடிதம் எழுதிவிட்டான்.

அந்தச் சமயம் இவன் சின்னப்பிள்ளைபோல்தான் இருந்தான். அவ்வளவு விவரம் தெரியாது. அதினால் சந்தேகப்பட்டு இவ்விதம் எழுதிவிட்டான். அதன்பின் பட்டாளத்தில் சில ஆட்களிடம் விசாரித்துதான் அறிந்துகொண்டான். அதன்பின் சந்தோஷமாய்தான் லட்டர் எழுதினான். பின்னும் ஒருநாள் அவன் மனைவியிடமிருந்து கடிதம் வந்தது. 'மாமா நீங்கள் எப்போது லீவில் வருவீர்கள். நீங்கள் வந்தபின்தான் நான் உங்களிடம் ஒரு முக்கியமான சமாச்சாரத்தைச் சொல்ல வேண்டும். நீங்கள் வரும்வரை நான் யாரிடமும் சண்டையில்லாமல் இருக்கிறேன். சீக்கிரம் வாருங்கள்' என்று எழுதியிருந்தாள். ஆனால் விவரம் என்ன என்று தெரியாது. அதைப் பின்னால் குறிப்பிடுகிறேன்.

இப்படியிருக்கையில் அவன் மனைவி ஆண் குழந்தை பெற்றுவிட்டதாய் கடிதம் வந்தது. அதைப் பார்த்து இவன் ஆனந்தப்பட்டான். மூன்று மாதம் ஆனவுடன் இரண்டு மாத லீவு எடுத்துத் தன் ஊர் சென்றான். ஊரில் சென்றவுடன் தன் பிள்ளையைப் பார்த்து எவ்வளவு சந்தோஷப்பட்டான் தெரியுமா? தன்னைப்போல் இருந்தான் பிள்ளை. பார்க்க அழகாயிருந்தான். தூக்கித் தூக்கி முத்தம் கணக்கில்லாமல் கொடுத்தான். அந்த லீவில் இவன் தன் மனைவி வீட்டில்தான் இரண்டு மாதம் கழித்தான். அப்போதுதான் மேலே குறிப்பிட்ட விஷயத்தை அவன் மனைவி இவனிடம் சொன்னான். அதாவது இவன் பெரியப்பா மகன் இவன் மனைவியிடம் தகாத

வார்த்தையைக் கூறியிருக்கிறான். அதைக் கேட்டவுடன் இவனுக்கு வந்ததே கோபம். ஆனால், அச்சமயம் அவன் ஊரில் கிடையாது. திருச்சினாப்பள்ளிக்கு வேலைக்குப் போய்விட்டான். இது அவனின் நல்ல காலம். இல்லாவிட்டால் அந்த லீவில் அவன் துலைந்திருப்பான். பிழைத்தான் என்று இவன் கொதித்துக்கொண்டு எதிர்பார்த்தான். அவன் இந்தப் பக்கமே வரவில்லை.

மறுவருஷமும் அவனை எதிர்பார்த்தான். அவன் வரவில்லை. இந்தப் புயல் இவன் மனதில் இன்னும் எரிந்துகொண்டுதான் இருக்கிறது. ஆனால் இவன் கோபம் வரும்போது இவன் மனைவி இவனுக்கு ஆறுதல் சொல்வாள். இப்படியே இவன் வாழ்வு நடந்தது. இவன் அந்த இரண்டுமாத லீவில் இவன் மனைவி வீட்டில் கழிக்கும்போது ஒரு சம்பவம் நடந்தது.

அதாவது ஒருநாள் இவன் வெளியில் சுற்றிவிட்டு மாலை 5 மணிக்கு அந்த வீட்டு வெளியில் ஒரு கட்டிலில் உட்கார்ந்திருந்தான். வீட்டிற்குள்ளே இவன் மனைவி அவளின் அம்மா அவளின் அக்கா மூவரும் வாதாடிக்கொண்டிருந்தார்கள். இவன் வந்து உட்கார்ந்ததை அவர்கள் பார்க்கவில்லை. அந்தச் சமயம் இவன் மனைவியின் தாயார்தான் பலமாய் சத்தம்போட்டுப் பேசினார்கள். 'என்னடி மினுக்கிர. உனக்கும் உன் புருஷனுக்கும் ரெண்டு மாதமாய் வெட்டிக்கஞ்சி ஊற்றுகிறேன். அதிலே வாய்வேற வேண்டுமாக்கும். என்ன உன் புருஷன் நோட்நோட்டாய் எண்ணிக்கொடுத்தான்' என்று. இதைக் காதில் வாங்கியவுடன் இவன் வீட்டைவிட்டு வெளியில் போய்விட்டான். அவன் போகும்போதுதான் இவனைப் பார்த்துவிட்டார்கள். அதன்பின் என்ன பேசினார்களோ தெரியாது. இரவு இவன் சாப்பாட்டை இவன் தாயாரிடம்தான் சாப்பிட்டான். அந்த வீட்டிற்குப் போகவில்லை. இவன் மனைவியும் மறுநாள் இவனிடம் குழந்தையை எடுத்துக்கொண்டு வந்துவிட்டாள். அந்தக் குறைநாளையும் கழித்துவிட்டுப் போகும்போது ஒரு எருமைக்கன்று வாங்கி வளர்க்கும்படி சொல்லிவிட்டுப் போனான். அந்த மாட்டை இவன் போனவுடன் இவன் மனைவி தன் தாயார் வீட்டில் கட்டி வளர்த்தாள். நன்றாய் வளர்ந்து நிறை சினையாயிருக்கும்போது இவனைக் கேட்காமல் 360 ரூபாய்க்கு விற்றுவிட்டதாய் லட்டர் போட்டாள். இதை இவன் நல்லதாய் எண்ணவில்லை. இவன் மாதாமாதம் பணம் அனுப்பிக்கொண்டேயிருந்தான். அதோடு இந்த மாட்டையும் விற்றுவிட்டாள் இவனைக் கேட்காமல். இதில் இவனுக்கு அடங்காத கோபம் உண்டாக அவளை வெறுத்தான். இதை

அறிய வேண்டி அதே ஊரிலுள்ள ஒருசிலருக்குக் கடிதம் மூலம் எழுதிக் கேட்டான். இந்தப் பணத்தையெல்லாம் அழித்துவிட்டதாய் அறிந்தான். பழைய எண்ணத்தை மனதில் வைத்து உடனே கோபத்தோடு அவளுக்கு எழுதிவிட்டான்.

எப்படி எழுதினான். 'அடி மனைவியே இந்த லட்டர் கண்டவுடன் நீ உன் தாயார் வீட்டிற்குப் போய்விடு. நீ எனக்கு மனைவியல்ல' என்று எழுதிவிட்டான். அவளும் லட்டரைப் பார்த்தவுடன் தன் தாய் வீட்டிற்குப் போய்விட்டாள். கெட்டிக்காரியாச்சே. இவள் எந்த வீட்டிலிருந்து தன் தாய் வீடுபோனாள் என்பதையும் சொல்லிவிடுகிறேன்.

இவன் முதல் வருஷத்தில் ஒரு வீட்டை 120 ரூபாய்க்குக் கிரயம் வாங்கியிருந்தான். அந்த வீட்டில்தான் இவன் லீவு முடிந்து போகும்போது இவன் மனைவியை இருக்கும்படிச் சொல்லிவிட்டுப் போனான். அதினால் அந்த வீட்டைவிட்டு இவள் அம்மா வீட்டிற்குப் போய்விட்டதாக இவன் அம்மா கடிதம் எழுதியிருந்தார்கள்.

அதன்பின் 3 மாதம் சென்றபின் இவன் லீவில் போனான். போனவுடன் வீட்டின் நிலைமையைப் பார்த்து கோபத்தோடு இருந்தான். தன் மனைவியையும் கூப்பிடவில்லை. ஒரு வாரம் ஆனது. இவனிடம் சில ஆள்கள் வந்து 'என்னப்பா நீ லீவில் வந்திருக்கிறாய். உன் மனைவி அவள் தாய் வீட்டில் இருக்கிறாள். எப்படி குடும்பம் நடத்தப் போகிறீர்கள். போய் கூப்பிட்டு வந்து குடும்பம் நடத்தப்பா' என்று சொன்னார்கள். ஆனால் இவனா கேட்பான். 'பணத்தைக் கணக்குப்போட்டு மாடு விற்ற ரூபாய், நான் அனுப்பிய ரூபாய் எல்லாம் கொண்டுவந்தால்தான் அவளைக் கூட்டிப் பிழைப்பேன். இல்லாவிட்டால் அவள் வேண்டாம்' என்று முடிவாய் பேசினான்.

ஆனால், மனதிற்குள் மனைவியைக் கூப்பிட வேண்டும் என்ற எண்ணம்தான். அதை வெளியில் காட்டாமல் விடாப்பிடியாய் நின்றான். தன் மகனைக்கூட அன்பாய் கூப்பிட மறுத்துவிட்டான். இப்படியே ஒரு மாதம் சென்றுவிட்டது. சொல்லாத ஆளெல்லாம் சொன்னார்கள். சுவாமியார், தாயார், டீச்சர்மார்கள், கன்னியர்கள் எல்லோருமே சொன்னார்கள். இவன் அசையவில்லை. கடைசியில் அவளாய் வந்தால் வரட்டும் என்று சொன்னான்.

இந்த வார்த்தையை அவள் காதில் சொன்னார்கள். ஒருநாள் மாலை 8 மணிக்கு அவனும் அவன் தாயாரும் சாப்பிட்டுக்கொண்டிருந்தார்கள். அந்தச் சமயம் இவன் மனைவியையும் அவன் பிள்ளையையும் கூட்டிக்கொண்டு வந்து சேர்ந்தார்கள் அவளின் தாயார். அவள் வீட்டிற்கு வந்துவிட்டாள். இவனும் சாப்பிட்டு எழுந்துவிட்டான். ஆனால், அவளை இவனோ இவன் தாயாரோ சாப்பிடச் சொல்லவில்லை. இவள் உடனே தொட்டிகட்டி இவன் மகனை உறங்கவைத்துவிட்டு ஒரு மூலையில் படுத்துவிட்டாள். இவன் தாயாரும் படுக்கப்போய்விட்டார்கள்.

இந்தக் கள்ளன் கொஞ்சநேரம் பீடி குடித்துக்கொண்டு உட்கார்ந்து இருந்தான். அதன்பின் அவன் மனைவி மேல் பாசம் கொண்டு எழுந்து போய் அவளை எழுப்பினான். அந்தக் கள்ளியும் தூங்கவில்லை. எப்போது எழுப்புவான் என்று கண்ணை மூடிக்கொண்டு இருந்தாள். உடனே இவன் எழுப்பவும் எழுந்துகொண்டு அழுதாள். இவன் அவளுக்கு ஆறுதல் சொன்னான். அதன்பின் இருவரும் தன் தன் தவறை உணர்ந்துகொண்டார்கள். அவர்களின் இருண்ட வாழ்க்கை பிரகாசம் அடைந்தது. அதன்பின் அவர்கள் சந்தோஷமாய் வாழ்ந்தார்கள்.

அதே லீவில் இவன் மகனுக்குத் தொக்கம் எடுத்து அதிகத் துன்பப்பட்டான். அன்று பிழைத்தது மறு பிழைப்பு. ஆண்டவர் அருளால் இவன் மகன் குணமடைந்துவிட்டான். அதன்பின் இவன் லீவும் முடிவடைந்தது. புறப்பட்டுப் போய்விட்டான். அப்புறம் இவர்கள் அன்போடுதான் கடிதம் போட்டுக்கொண்டு இருந்தார்கள். அந்தச் சமயம் இவன் காஷ்மீரில் இருந்தான். 1952இல் ஜெயமேரி என்ற பெண்ணையும் பெற்றுவிட்டாள் இவன் மனைவி. 1954இல் குவாலியர் என்ற ஊருக்கு மாற்றலாகி வந்துவிட்டான்.

அந்த வருஷம் லீவில் வந்தான். சந்தோஷமாய்தான் இவர்கள் வாழ்ந்தார்கள். அந்த லீவில் இவனுக்குப் பேதிக்குக் கொடுத்தார்கள். பிடித்தது வினை. இவனுக்கு வயிற்றால் போய்க்கொண்டே இருந்தது. வியாதி முற்றிவிட்டது. ஒரு வாரத்திற்குள் அவன் சாகும் தருவாயில் வந்துவிட்டான். என்னென்ன மருந்தோ பார்த்தார்கள். ஒன்றும் கேட்கவில்லை. மருந்து பார்த்த வைத்தியனும் கைவிட்டு விட்டான். ஆனால் இவன் மனைவி இவன் பக்கத்திலே உறங்காமலும் சாப்பிடாமலும் இருந்தாள். இவனுக்கு அவள் பட்ட கஷ்டம் கொஞ்சமல்ல. கடைசியில் மதுரை ஆஸ்பத்ரிக்கு

அனுப்பிவிட்டார்கள். அங்கே போய் குணமாகி வீடு வந்தான். அப்போதுதான் சந்தோஷப்பட்டாள் இவன் மனைவி. ஆனால், பூர்ண குணமாகவில்லை. அதற்குள் இவன் லீவு முடிந்துவிட்டது. தந்தியடித்தான் இவன் யூனிட்டுக்கு. 10 நாள் லீவு அதிகம் கேட்டு. இல்லையென்று பதில் வந்தது. அதினால் புறப்பட்டுவிட்டான்.

அங்கே போனவுடன் ஆஸ்பத்ரியில் ஒரு மாதம் இருந்தான். அதன்பின் குணமாகிவிட்டான். அப்புறம் 1955இல் பழையபடி காஷ்மீர் போய்விட்டான். 1955இல் லீவில் போனான். சந்தோஷமாயிருந்தார்கள். அந்த லீவில் காடு வாங்கினான் ஒத்திக்கு. அவ்வருஷம் அதில் நல்ல கடலைதான். அதைப் பார்த்துவிட்டு மறுவருஷமே திருப்பிவிட்டான். 1956இல் ருடிக்கி என்ற ஊருக்கு வந்துவிட்டான். அந்த வருஷம் பாஸ்டினா என்ற பெண்ணையும் பெற்றுவிட்டாள். 1957இல் பெங்களூர் வந்தான். அதன்பின் லீவில் போவான் வருவான். 1958இல் தெரேசாள் என்ற பிள்ளையும் பிறந்துவிட்டது. ஆகமொத்தம் 4 பேர் பிள்ளைகள். அந்த பெங்களூரில் இருந்தானே அப்போது ஒரு சம்பவம் நடந்தது. அது இவர்களின் வாழ்க்கையையே பிரித்துவிடும் என்றுதான் எண்ணியிருந்தான். அது மாதாவின் துணையால் அப்படி நேராமல் நல்லபடியாய் நடந்துவிட்டது. அது பெரிய பயங்கரமான விளையாட்டாய் நடந்துவிட்டது. அது என்ன விஷயம் என்பதை மறுபக்கம் பாருங்கள். வாருங்கள் அடுத்த பக்கத்திற்குப் போவோம்.

8

பெங்களூரில் இவனுக்கு ஒரு நண்பன் கிடைத்தான். அவன் இவனை அண்ணா அண்ணா என்று உயிரைக் கொடுப்பான். நன்றியுள்ளவன். அவன் ஊர் கோயம்புத்தூர். கலியாணமாகாத சிறுவன். அவனும் பட்டாளத்தில்தான் இருந்தான். இருவரும் ஒரே பிளேட்டில்தான் சாப்பிடுவார்கள். அப்படி நண்பராயிருந்தார்கள். அதேசமயம் சிவகிரி பையன் ஒருவன் பட்டாளத்தில் புதிதாய் சேர்ந்தான். இந்தப் பையன் இவனுக்கு மருமகன். தூரத்து உறவு இருந்தாலும் அவனும் மாமா என்று அன்பாய் இருந்தான். பாசமுள்ள மருமகன் என்று அவனுக்கு வேண்டிய உதவிகளைச் செய்துவந்தான். இப்படியிருக்கையில் அந்தக் கோயம்புத்தூர் நண்பனுக்கு அதே பெங்களூரில் கலியாணம் நடந்தது. எல்லோரும் மணமக்களை ஆசீர்வதித்தார்கள். இவனும் ஆசீர்வதித்தான். அதன்பின் இவனை அவன் அந்த வீட்டிற்குக் கூட்டிக்கொண்டு போவான். அந்த

வீட்டிலும் இவனுக்கு நல்ல வரவேற்புதான் கொடுப்பார்கள். அவன் புதிய மனைவியும் இவனை அண்ணா அண்ணா என்று வாய் நிறைய அழைப்பாள். ஆனால் நல்ல குழந்தைதான். களங்கமற்ற பெண். இவனும் தங்கை என்று அன்பாய் அழைப்பான். பார்க்கப் போனால் சில நாளையில் இவன் அந்த வீட்டின் ஒரு முக்கிய அண்ணாவாய் திகழ்ந்தான்.

அந்தப் பெண்ணின் தாயாரும் அவனை மகன் என்று அன்பாய் நடத்தினார்கள். இவன் வேலை முடிந்தவுடன் நேராய் அந்த வீட்டிற்குத்தான் போவான். அங்கேதான் சாப்பிடுவான். ஒருநாள் இவன் அந்த வீட்டிற்குப் போகாவிட்டால் அங்கே ஒருவரும் சாப்பிடமாட்டார்கள். இவனைத் தேடிப்பிடித்து வீட்டிற்குக் கொண்டுபோன பின்தான் எல்லோரும் சாப்பிட உட்கார்வார்கள். இந்த விஷயம் இவன் மருமகன் சிவகிரியானுக்கும் லேசாய் தெரியும். இப்படியிருக்கையில் அந்தத் தங்கச்சிக்கு ஆண் குழந்தை பிறந்தது. உடனே ஆஸ்பத்திரிக்கு அவனும் அந்த நண்பனும் போனார்கள். பிள்ளையைப் பார்த்தார்கள். 2 நாள் கழித்து வீடு வந்தாள் அந்த தங்கை. அப்புறம் ஒருநாள் பேர் வைக்க வேண்டும் என்று எல்லோரும் கோயிலுக்குப் போனார்கள். அங்கே ஞானத் தகப்பன் யார். இந்தச் சுட்டிதான். ஞானத்தாய் யார். இந்தச் சுட்டியின் மனைவியின் பெயர்தான் எழுதினான். பையனுக்குப் பெயர் வைத்தாகிவிட்டது. அப்புறம் எப்போதும் போல் போவான் வருவான். இப்படி அந்த வருஷம் முடிந்தன.

மறுவருஷம் அந்த நண்பன் மகன் பிறந்தநாள் கொண்டாட வேண்டுமெனச் சொன்னார்கள். அதற்கு வேண்டிய கேக் எல்லாமே சுட்டிதான் தயார் செய்தான். எல்லாவற்றையும் கொண்டுபோய் ஆடம்பரமாய் பிறந்தநாள் கொண்டாட்டம் நடத்திவந்தான். அதிலிருந்து இவன் அந்த வீட்டிற்கு முக்கிய தலைவனாகிவிட்டான். ஆனால் தன் மனைவி மக்களை ஆதரிக்காமல் விட்டுவிடவில்லை. இப்படியே நாளும் கடந்தன. திடீரென்று சைனாக்காரன் படையெடுத்தான் இந்தியாவின்மேல். நாடே ஆட்டம் கண்டுவிட்டது. இவனை குவாலியர் என்ற ஊருக்கு 1960 டிசம்பர் மாதம் மாற்றிவிட்டார்கள். எல்லோரையும் பிரிந்து குவாலியர் போய்விட்டான். அதன்பின் லட்டரில்தான் பேசிக்கொள்வார்கள். அந்தக் கோயம்புத்தூர் நண்பனோ ஆசாம் என்ற ஊருக்கு மாற்றலாகிப் போய்விட்டான். இவன் 1963இல் லீவில் சென்றான். அப்போதும் பெங்களூரிலிருந்து கடிதங்கள் வந்துகொண்டேயிருக்கும். இவனும் லீவு முடித்துவிட்டு திரும்பி வந்துவிட்டான்.

*1964*இல் லீவில் போகும் போதுதான் பூகம்பம் ஆரம்பித்துவிட்டன. அதாவது இவன் *1963*இல் லீவில் போகும்போது பெங்களூருக்குக் கடிதம் போட்டிருந்தான். எப்படி. 'நான் லீவில் போகிறேன்' என்று. அதற்குப் பதில் வந்தது. 'அண்ணா தயவுசெய்து போகும்போது இங்கே வந்துவிட்டுப் போக வேண்டும்' என்று. அதற்கு இவன் 'சந்தர்ப்பம் இருந்தால் கண்டிப்பாய் வந்து போகிறேன்' என்றும் எழுதிவிட்டான். ஆனால் போகவில்லை. நேராய் தன் ஊருக்குப் போய்விட்டான். இவனுக்கு *40* நாள்தான் லீவு கிடைத்தது. அதை முடித்துவிட்டு குவாலியர் போய்விட்டான். பெங்களூர் போகாததினால் அங்கே வருத்தப்பட்டு நேராக இவன் ஊருக்குக் கடிதம் எழுதிவிட்டாள் அந்த சகோதரி. அந்தக் கடிதம் இவன் மனைவிக்குக் கிடைத்துவிட்டது. அதைப் படித்தவுடன் இவன் மனைவி வித்தியாசமாய் எண்ணிவிட்டாள். அந்தக் கடிதத்தில் எழுதியிருந்த வாக்கியம் என்ன?

அத்தியாயம் இரண்டு

1

1979 வருஷம் மார்ச் மாதம் நான் இராணுவத்திலிருந்து ஓய்வுபெற்று என் சொந்த ஊரான வ.புதுப்பட்டிக்கு வந்து சேர்ந்தேன். நான் இராணுவத்தில் 33 வருஷம் பல யுத்தத்தில் ஈடுபட்டு நற்பெயர் வாங்கி வந்தேன். 1979 வருஷம் சூலை மாதம் 12ஆம் தேதி எங்கள் சமூகத்தில் இருக்கும் சல்லிபட்டி செபஸ்தியான் மகன் பவுல் என்பவர் மாலை சுமார் இரண்டு மணிக்கு சாராயத்தைக் குடித்துவிட்டு எங்கள் R.C. தெருவுக்குத் தெற்கே பள்ளர் சமூகத்தார் பையனோடு செக்கடி பஜாரில் சண்டை. சண்டை செய்த காரணத்தால் இரு தரப்பினருக்கு மோதல் ஏற்பட்டுப் பெரிய கலவரம் நடக்கத் தெரிந்தன.

அதை நான் மோதல் ஏற்படாமல் விவகாரமாய் பேசி கனம் R.C. சுவாமி முன்னிலையில் சமாதானம் செய்து தீர்த்துக்கொண்டோம். அதன்பின் எங்கள் R.C. சமூகத்தைச் சீர்செய்து நல்லபடி நடக்க வேண்டும் என்று 1979ஆம் வருசம் ஜுலை 23ஆம் நாள் கனம் R.C. சுவாமியார் முன்னிலையில் சமுதாய மக்கள் அனைவரும் கூடி என்னைச் சமுதாயத் தலைவராகவும், இரண்டு நாட்டாண்மைகளையும், 9 மெம்பர்களையும் தேர்ந்தெடுத்து 22 சமுதாய நல்வாழ்வுத் திட்டங்களையும் உருவாக்கி அனைவரும் கையெழுத்திட்டார்கள். அதன்படி சுமார் ஒருமாதம் கழித்து அதாவது 18.8.79 அன்று மாலை 7 மணிக்கு 4 போலீசாரும் ஊர்க்காவல் ஆள்கள் இருவரும் R.C. தெருவுக்குள் நுழைந்தார்கள்.

அவர்களை ‘எதற்காக வந்தீர்கள்’ என்று நான் கேட்க அதற்கு அவர்கள் ‘குழந்தை, மரிய இன்னாசி, பாலு, இவர்களை போலீஸ் ஸ்டேஷன் கொண்டு போக வந்தோம்’ என்றார்கள். ‘ஏன்’ என்று கேட்டேன். ‘மகராஜாபுரம் பக்கம் கொலை செய்தவனுக்கு இவர்கள் மூவரும் இரவு ஆதரவு கொடுத்தார்களாம். அதினால் இவர்களை விசாரிக்கக் கொண்டு போக வந்தோம்’ என்றார்கள். ‘அப்படியானால் விசாரிக்கலாம்’ என்று இம்மூவரையும் நான் அழைத்துப் போலீசாரிடம் கொடுத்தேன். இவர்களைப் போலீசார் பஞ்சாயத்து போர்டுக்குக் கொண்டுபோனார்கள். அன்று இரவு அங்கே தங்கினார்கள். காலையில் வத்திராயிருப்புக்குக் கொண்டு போனார்கள்.

நாங்கள் 10 பேர் காலை 11 மணிக்குப் போலீஸ் ஸ்டேஷன் போய் ‘இவர்கள் அப்படிப்பட்டவர்கள் அல்ல. தீர விசாரியுங்கள்’ என்று சர்க்கிள் இன்ஸ்பெக்டர் அவர்களிடம் சொல்ல, ‘சரி கூட்டிக்கொண்டு போங்கள். ஆனால் கொலை செய்தவனைக் கண்டால் பிடித்து வைத்து ஆள் அனுப்புங்கள்’ என்று சொன்னார். அதன்பின் நாங்கள் புதுப்பட்டி வந்து சேர்ந்தோம். அன்று இரவு 10 மணிக்கு வெள்ளையன் மகன் சந்தனம், பரஞ்ஜோதி மகன் சூசை என்பவனை வீட்டில் போய் ‘உன்னைப் பட்டியில் வேலைக்குக் கூட்டிவரச் சொன்னார்கள். பஸ் ஸ்டாண்டில் இருக்கிறார்கள்’ என்று கூட்டிக்கொண்டு போய் அங்கே போலீசாரிடம் ஒப்படைத்தான். போலீசார் அவனை ஸ்டேஷனுக்குக் கொண்டுபோய் ஜெயிலில் அடைத்தார்கள்.

மறுநாள் காலையில் அந்தப் பையனைப் பொய் சொல்லும்படித் துன்புறுத்தினார்கள். அதாவது அந்தக் கொலைகாரனுக்குத் தலைவர் குழந்தை த.இன்னாசி, கேக்கேயன் என்ற அந்தோணி, சந்தனம், மரிய இன்னாசி அத்தனை பேரும் அன்று இரவு சாப்பாடு கொடுத்துப் படுக்க வைத்தார்கள். அதன்பின் மறுநாள் காலை 4 மணிக்குச் செலவுக்குப் பணம் கொடுத்து அனுப்பினார்கள் என்று சொல்லச் சொன்னார்களாம். அதற்கு அவன் ‘நான் பொய் சொல்ல மாட்டேன்’ என்று சொல்ல, அடித்தார்களாம். அதன்பின் சுமார் இரண்டு மணிக்கு வீட்டிற்கு அனுப்பிவிட்டார்கள்.

அதன்பின் 20.8.79 அன்று சுமார் 3 மணிக்கு என் வீட்டிற்கு S.I. இன்னும் இரண்டு போலீசார் வந்தார்கள். உடனே S.I. ‘உங்களையும் குழந்தையையும் சர்க்கிள் இன்ஸ்பெக்டர் கூட்டிவரச் சொன்னார்’ என்றார்கள். ‘சரி நான்

வருகிறேன். குழந்தை வேலைக்குப் போய்விட்டான். மாலை 6 மணிக்கு வருவான்' என்றேன். சரி புறப்படுங்கள் என்றார். என்னை பஞ்சாயத்து ஆபீசில் உட்கார வைத்து S.I. விசாரித்தார், கொலைகாரன் சம்பந்தமாக. நான் உண்மையைச் சொன்னேன். 'எனக்கு அதைப் பற்றித் தெரியாது. இது அபாண்டமான பொய்' என்றேன். அவர் 'நீங்களும் குழந்தையும் மரிய இன்னாசியும்தான் அவனுக்குச் சலுகை செய்தீர்களாம். உங்கள் வீட்டில்தான் இரவு தங்கினான் என்று மொட்டை மனு வந்தது. அதன் பேரில்தான் விசாரிக்கிறேன்' என்றார். 'சரி. நாளை எனக்கு விரோதி நான்தான் கொலை செய்தேன் என்று மொட்டை மனு போட்டாலும் நீங்கள் அதை ஏற்றுக்கொண்டு நிரபராதியைத் தூக்கில் போடுவீர்கள் போலத் தெரிகிறதே' என்றேன். அதன் பின் மாலை 6½ மணிக்கு 'சரி நாளை காலை ஸ்டேஷன் வாருங்கள்' என்று சொன்னார். நான் 'சரி' என்றேன்.

புறப்படும்போது S.I. 'உங்களுக்கு விரோதி யார் என்று சொல்ல முடியுமா' என்றார். நான் 'தற்போது எங்கள் சமுதாயத்தை நாசமாக்குவதற்கு CPIM தொண்டர்கள் Mr.சூரியன், பஞ்சுக்கடை நாயுடு - இவர்கள் இருவரும் நாயுடு, வைகுண்டம் என்ற இன்னாசி, பிலவேந்திரன், சந்தனம், செபஸ்தியான், சவரிமுத்து, வேதமுத்து இவர்கள்தான் சமூக விரோதிகள். இவர்கள்தான் இதைச் செய்திருக்க முடியும்' என்றேன். சரிதான் என்று போய்விட்டார்.

மறுநாள் நாங்கள் 10 பேர் ஸ்டேசன் போனோம். சர்க்கிள் இன்ஸ்பெக்டர் விசாரித்தார். 'கொலைகாரன் உங்கள் வீட்டில்தான் இருந்ததாக யாரோ D.S.P.க்கு மொட்டைத் தந்தி கொடுத்திருக்கிறார்கள். இதற்கு என்ன சொல்லுகிறீர்கள்' என்றார். 'யாரோ மொட்டைத் தந்தி கொடுத்தார்கள் என்று என்னைக் கேட்பதைவிட, யார் மொட்டைத் தந்தி கொடுத்தவன் என்று கண்டுபிடித்தால் கொலைகாரனை எளிதில் கண்டுபிடித்துவிடலாம்' என்றேன்.

அதற்கு அவர் 'சரி அதைப் பின்னால் பார்க்கலாம். கொலைகாரனைக் கண்டுபிடிப்பது நமது எல்லோருடைய கடமை' என்று போகச் சொன்னார். அதன்பின் CPIM தொண்டர்கள் மாலையில் குடித்துவிட்டு என்னையும் சமுதாயப் பெரியவர்களையும் பஜாரில் கண்டபடி கெட்ட வார்த்தைகள் பேசிச் சண்டை செய்யவும் முயற்சி செய்தார்கள். அதை நான் பெரிதுபடுத்தாமல் சமாதானம் செய்துகொண்டே சமுதாயத்தை நடத்திவந்தேன். இப்படியே சுமார் ஒருமாதம் நடந்தது. இதை நான்

பலதடவை S.I, A.S.I. இவர்களிடம் நேரிடையாய்ச் சொன்னேன். அதற்கு அவர்கள் 'சண்டைவந்து அடிபிடி வந்து வெட்டுக்காயங்களுடன் வந்தால் கேஸ் போடுவோம். இல்லாவிட்டால் எந்த ஆதாரத்தில் கூப்பிட்டு விசாரிப்போம்' என்று தட்டிக்கொண்டே வந்தார்கள். நானும் நாடு இப்படிப் போய்விட்டதே. நடப்பது நடக்கட்டும் என்று திடமுடன் நடத்திவந்தேன். நான் இந்தச் சமுதாயத்தைத் தலைவர் பதவியை ஏற்கும்போது ஒரு நயாபைசா கிடையாது. அதன்பின் ரூ. 4000/ சேர்த்துவிட்டேன். இதுவும் சிலருக்கு, அதாவது CPIM தொண்டர்களுக்குத் தலைவலிதான்.

21.9.79 அன்று என் அக்காள் அதாவது எனக்குப் பெண்கொடுத்த அக்காள் சுமார் இரண்டு வருஷமாய் கைகால் வராமல் வியாதியாயிருந்து மரணமடைந்தார்கள். வெள்ளையன் மகன் சந்தனம் என்பவனும், என் அக்காள் மகள் மூத்தவளைக் கலியாணம் செய்து அவள் இறந்துவிட்டாள். அன்று சமுதாயத் திட்டத்தின்படி இறந்தவர் வீட்டிற்கு ரூ. 50 சந்தனம் என்பவனிடம் கொடுத்தேன். சந்தனம் போட்டியில் சாராயம் வாங்கி வைகுண்டம் என்ற இன்னாசி வீட்டில் வைத்து குழந்தை, மாடன் மகன் மரியராஸ், பெடங்கன், ஜோசப், வைகுண்டம் என்ற இன்னாசி, சாத்தப்பிளபட்டி முடியப்பன், வேதமுத்து ஆகியோர் சாராயம் குடித்துவிட்டு சிலம்பு அடித்து ஆடினார்கள். முடிவில் இவர்களுக்குள் அடிதடி ஆரம்பம் ஆகிவிட்டன. நாங்கள் அந்தப் பக்கம் போனால் கண்டபடி பேசுகிறார்கள். பிணத்தை எடுக்கவும் விடாமல் குடிபோதையில் பல சங்கடங்களையும் உண்டாக்கிவிட்டார்கள். சமுதாயத்தார்கள் சொன்னால் அடிக்க வருகிறார்கள். அதினால் உடனே போலீஸ் ஸ்டேஷனுக்கு போன் செய்து அவர்களை வரவழையுங்கள் என்று என்னிடம் சொன்னார்கள். உடனே நான் ஒரு பையனிடம் சொல்லி கால் செய்யச் சொன்னேன். உடனே S.I, இன்னும் இரண்டு போலீசார் வந்தார்கள். இதையறிந்த அந்த CPIM தொண்டர்கள் ஓடிவிட்டார்கள். போலீசார் இவர்களைத் தேடித் தெருவுக்குள் போனார்கள். குழந்தை என்பவன் காரைவீட்டு மெத்தில் பிடிபட்டான்; பெடங்கன் அவன் வீட்டில் பிடிபட்டான். இவர்களைப் போலீஸ் ஸ்டேஷனுக்குக் கொண்டு சென்றார்கள். என்னிடம் 'இரண்டு போலீசார் வருவார்கள். பிணம் அடக்கம் செய்யும்வரை உங்களுக்குப் பாதுகாப்புக் கொடுப்பார்கள்' என்று சொல்லிவிட்டுப் போய்விட்டார்கள். அதன்படி இரண்டு போலீசார் வந்தார்கள். அதன்பின் பிணம் அடக்கம் செய்தோம். குழந்தையும் பெடங்கனும் மறுநாள் ஜாமீனில் வந்தார்கள்.

24.9.79 அன்று இரவு சுமார் 9 மணிக்கு சமூகத்தார்கள் வழக்கம் போல் சமுதாய மகுமை ஏலம்விட பஞ்சாயத்துக் கூடினார்கள். அப்போது திடீர் என்று CPIM தொண்டர்கள் சவரிமுத்து, சந்தனம், செபஸ்தியான் கூட்டத்தில் வந்து 'ஏலம் விடக்கூடாது. கணக்குப் பார்க்க வேண்டு'மெனத் தடுத்தார்கள். அதற்குச் சபையோ 'கணக்குப் பார்த்து முடித்துவிட்டுத்தான் ஏலம் விடுகிறோம். அதினால் இதைத் தடுக்காதே' என்று சொன்னார்கள். அதற்கு அவர்கள் 'ஏலம் விட்டால் இங்கே என்ன நடக்கும் பார். முதலில் கணக்குப் பார்க்க வேண்டும்' என்றார்கள். உடனே 'உனக்கு அப்படி எண்ணமிருந்தால் வரும் ஞாயிற்றுக்கிழமை மறுபடி கணக்குப் பார்க்கலாம்' என்றார்கள். 'அது முடியாது' என்று கலாட்டா செய்ய ஆரம்பித்தார்கள். அதற்கு 'நீ குடித்துவிட்டுச் சண்டை செய்யவா வந்தாய். போய் விடு. சமுதாயத்தைக் கெடுக்காதே' என்று சொன்னார்கள். கண்டபடி திட்ட ஆரம்பித்தார்கள். உடனே சமூகத்தார் 'கூட்டத்தை விட்டு வெளியே போ' என்று அகற்றிவிட்டார்கள்.

இவர்கள் போனபின் அமைதியான முறையில் ஏலம் விட்டுக்கொண்டிருந்தோம். சுமார் 11 மணிக்கு ஒரு ஆள் வந்தார். அவர் வந்து 'தலைவரை S.I. கூப்பிடுகிறார்' என்றார். நான் பஞ்சாயத்தாரைக் கேட்டுப் புறப்பட்டேன். எங்கள் தெருவிற்கு மேற்கே S.I. தலைமை போலீசார் சுமார் 6 போலீசார் தடிகளுடன் நின்றுகொண்டிருந்தார்கள். நான் S.I. பக்கம் போய் 'எதற்காகக் கூப்பிட்டீர்கள்' என்றேன். அவர் 'CPIM தொண்டர் பஞ்சுக்கடை நாயுடு ஸ்டேஷன் வந்து இங்கே நீங்கள் CPIM தொண்டர்கள் இரண்டு பேர்களை அடித்துக் கீழே போட்டிருக்கிறார்கள். நான்கு பேர்களை அடித்துக் கட்டிவைத்திருக்கிறார்கள் என்று சொன்னார். அதன் பேரில் நாங்கள் வந்தோம்' என்றார். நான் 'அப்படி ஒன்றும் நடக்கவில்லை. நீங்கள் நேரில் பார்க்கலாம்' என்றேன். 'நான் வருத்தப்படுகிறேன். இப்படி எல்லாம் பொய் சொல்லி இந்த இரவு நேரங்களில் எங்களுக்குத் தொந்தரவு கொடுக்கிறார்கள். என்ன செய்வது' என்றார். நான் 'இப்படித்தான் இந்த CPIM தொண்டர்கள் எங்கள் சமுதாயத்தைப் பல வழிகளில் தொந்தரவு செய்கிறார்கள். இதை சர்க்கார் கவனிப்பதும் கிடையாது. இவர்களால் நாங்கள் பல துன்பங்கள் அடைகிறோம்' என்றேன். உடனே S.I. மற்றும் இதர போலீசார் 'வருத்தப்படாதீர்கள்' என்று சொல்லிவிட்டுப் போய்விட்டார்கள்.

அதே மாதம் குழந்தை அண்ணன் சின்னப்பன் மகள் எங்கள் சமூகத்துப் பையனோடு தொடர்பு கொண்டு சமுதாயக் கட்டுப்பாட்டை மீறி

ஓடிவிட்டாள். அந்த விஷயத்தைச் சமுதாயத்தார் கூடி இவர்கள் செய்தது சமுதாயத்திற்கும் நமது மதத்திற்கும் மீறிய செயல் என்று மசுவாதி குற்றம் சாட்டி அபராதம் விதித்து 'எவனோடு போனாளோ அவனுடன் கலியாணம் செய்து வாழலாம்' என்று முடிவு செய்தார்கள். இதை இந்தக் குழந்தை என்பவன் மறுநாள் குடித்துவிட்டுச் சாவடிக்கு முன்புறம் தலைவரையும் சமுதாயத்துப் பெரியோர்களையும் கண்டபடி கெட்டவார்த்தைப் பேசி சவால் விட்டபடி சுமார் இரண்டு மணி நேரம் கலாட்டா செய்தான். அதன்பின் 'என் அண்ணன் மகளைக் கூட்டத்தில் வைத்து அபராதம் வாங்கியவனை வெட்டாமல் விடமாட்டேன்' என்று சொல்லிக்கொண்டு போய்விட்டான்.

4.10.79 அன்று எங்கள் சமுதாயத்தில் மாரி என்பவர் மரணமடைந்தார். இவரை அடக்கம் செய்வதற்குக் கல்லறைக்குச் சென்றோம். எங்கள் மதகுருவும் கல்லறைக்கு வந்தார்கள். அந்தச் சமயம் CPIM தொண்டர்கள் குடித்துவிட்டு ஆட்டம் போட்டுக்கொண்டு வந்தார்கள். எங்கள் மதகுரு சடலத்தை மந்திரித்துக் கொண்டிருக்கும்போது குழந்தை என்பவன் வேதமுத்து என்பவனிடம், 'சின்னையா, தலைவன் நிற்கிறான். சாமியார் போனவுடன் இவனை நான் செருப்பால் அடிப்பேன்' என்று சொன்னான். இதைப் பக்கத்தில் இருந்த பரஞ்சோதி மகன் பவுல் என்பவர் என்னிடம் வந்து, 'மாமா, குழந்தை உங்களைச் செருப்பால் அடிப்பேன் என்று வேதமுத்துவிடம் சொல்லுகிறான். அதினால் நீங்கள் சாமியாரோடு போய் விடுங்கள்' என்றார். நான் சரி என்று பிணத்தை அடக்கம் செய்தவுடன் சாமியாரோடு வீட்டிற்குப் போனேன். அப்போது குழந்தை என்பவன் எங்கள் கூடவே வந்தான். R.C. தெருவிற்கு மேற்கே சாமியாரை அனுப்பிவிட்டு நான் என் வீடு சென்றேன். குழந்தை சாமியாரோடு கொஞ்ச தூரம் சென்று திரும்பிவிட்டான். அவன் நடுத்தெருவில் போகும்போது என்னைக் கண்டபடி கெட்டவார்த்தைகள் பேசிக்கொண்டே போனான். பிணத்தை அடக்கம் செய்துவிட்டு மற்றவர்கள் கால் கை கழுவிவிட்டுச் சாவடிக்குப் பக்கம் மரத்து நிழலில் இருந்தார்கள். அப்போதும் குழந்தை கெட்ட வார்த்தைகள் பேசிக்கொண்டே இருந்தான். இதை அந்தோணி என்ற மெம்பர் தடுத்துக் கேட்டார். அதற்குக் குழந்தை 'டேய் சும்மா இருக்கிறாயா, உன்னை எத்தட்டா' என்று காலைத் தூக்கி உதைக்க வந்தான். அப்போது வேதமுத்து 'இவனை எதுக்கடா அடிக்க வேண்டும். அவன் வரட்டும் பார்க்கலாம்' என்று சொல்லிக்கொண்டே தெரு வழியாய்

போய்விட்டான். ரத்தினம் என்பவர் 'என்னப்பா இது, ஊர் இல்லையா. இப்படிக் கண்டபடி பேசுகிறீர்களே' என்று சொன்னார். அவரையும் 'போடா பல்லை உடைப்பேன்' என்று குழந்தை அடிக்கப்போனான். ரத்தினம் 'எப்படியும் போங்கள்' என்று சொல்லிவிட்டுப் போய்விட்டார்.

என் அண்ணன் மகன் செல்லையா கடைக்குப் போகும்போது வேதமுத்து என்பவன் என்னைக் கண்டபடி கெட்டவார்த்தைப் பேசிக்கொண்டிருந்தான். (வேதமுத்து வீடு கடைக்குப் போகும் வழியில் உள்ளது.) உடனே என் அண்ணன் மகன் 'என்னையா இந்த வயதில் இப்படி எங்க சின்னையாவைப் பேசலாமா. அவர் என்ன செய்தார்' என்று கேட்க உடனே வேதமுத்து அவன் மகள் சின்னம்மாள் என்பவளும் செருப்புகளை எடுத்து அடிக்க வந்தார்கள். செல்லையா 'அடி பார்க்கலாம்' என்று இவனும் காலில் போட்ட செருப்பைக் கையிலெடுக்க சண்டைகள் நடக்க ஆரம்பமானது. உடனே எனக்கு வந்து ஒரு பையன் சொன்னான். நான் போகும்போது செல்லையாவை அவன் தம்பி ஆரோக்கியம், மொட்டையன் மகன் இன்னாசி இவர்களை விலகிக்கொண்டிருந்தார்கள். நானும் போய் சண்டையை விலக்கிவிட்டு இவர்களைக் கூட்டி வந்தேன். உடனே வேதமுத்து ஓடிப்போய் குழந்தையிடம் அவன் நடுவாசல் ஆள்களிடம் 'என்னைச் செருப்பால் அடித்துவிட்டார்கள். புறப்படுங்கள்' என்று சப்தம் காட்டி என் வீடு தேடி படை வந்தன. கீழ்க்கண்ட அனைவரும் கம்பு, அருவாள், மற்றும் பயங்கர ஆயுதங்களோடு வந்தார்கள்.

வேதமுத்து, குழந்தை, சின்னப்பன், சேசு, இராயப்பன், இராஜேந்திரன், ஜெயராஸ், அந்தோணி, ஆரோக்கியம், விசுவாசம் மக்கள் ஜெபதேயு, அம்புரோஸ், லூர்துசாமி, சிங்காளி பேரன், குழந்தை மகன் மூன்று பேர், சின்னப்பன் மகள் இரண்டு பேர் - இவர்கள்தான் அந்தப் படைகள்.

நானும் என் அண்ணன் மக்களும் இதைப் பார்த்துக்கொண்டிருந்தோம். சுமார் 50 பேர் ஊர் மக்கள் பார்த்துக்கொண்டிருந்தார்கள். சுமார் 1 மணிநேரம் ஆடிப்பாடிக் குதித்தார்கள். முடிவில் ஊர்மக்கள் 'நீங்கள் போகிறீர்களா அல்லது பதிலடி வேண்டுமா' என்று சொன்னவுடன் போய்விட்டார்கள். அன்று சுமார் இரவு சுமார் 9 மணிக்கு சூரியன், பஞ்சுக்கடை நாயுடு, இதர CPIM தொண்டர்கள் கூட்டம் கூடி வேதமுத்துவைச் செருப்பால் அடித்ததாக சூரியன் மனு எழுதி அப்போதே போலீஸ் ஸ்டேஷன் சேர்த்துவிட்டார்கள். இதை அறிந்தவுடன் நானும் வேதமுத்து மற்றும் அவன் ஆட்களையும் சேர்த்து

மறுநாள் மனுக்கொடுத்தேன். அன்று சம்பந்தப்பட்ட அனைவரையும் S.I. மாலை 6 மணிக்கு ஸ்டேஷசன் வரும்படிச் சொல்லிவிட்டார். அதன்படி நாங்கள் போனோம். அங்கே CPIM தொண்டர்கள்தான் இருந்தார்கள். சண்டையில் சம்பந்தப்பட்ட ஆள் பாதிக்குமேல் வரவில்லை. இதை நான் S.I. இடம் சொன்னேன். அதற்கு அவர் செவி சாய்க்கவில்லை. இரண்டு பார்ட்டியையும் விசாரித்துச் சமாதானம் செய்து கையொப்பம் வாங்கி அனுப்பிவிட்டார். ஆனால் குழந்தையும் வேதமுத்துவும், என்னையும் என் அண்ணன் மக்களையும் வெட்டாமல் விடுவதில்லை என்று மறைமுகமாய் பேசிக்கொண்டு திரிந்தார்கள்.

9.10.79 அன்று சவரிநாயகம் மகன் செல்வராஸ் என்பவன் குடித்துவிட்டுச் சுமார் மாலை 7 மணிக்குச் சாவடிக்கு முன்பாக என்னைக் கண்டபடி பேசினான். 'என் சித்தப்பனைப் போலீசில் பிடித்துக்கொடுத்தவன் யார் என்று எனக்குத் தெரியும். இரவு தூங்கும்போது அவன் தலையைச் சீவுவேன் நான், வாடா' என்று காலித்தனமாய் பேசினான். இவனுக்கு ஆதரவாகச் சாவடிக்குப் பின்புறம் குழந்தை, சேசு, சந்தனம், இராயப்பன் இவர்கள் கம்பு அறுவாள் ஆயுதங்களோடு இருந்தார்கள். சுமார் ஒரு மணிநேரம் ஆர்ப்பாட்டம் செய்துவிட்டுப் போய்விட்டான்.

10.10.79 அன்று வேதமுத்து, அவன் மகள் சின்னம்மாள், செல்வராஸ் மாலை 7 மணிக்கு வேதமுத்து வீட்டின் தாழ்வாரத்தில் பேசினார்கள். அதாவது வேதமுத்து சொன்னான் 'இந்தப் பயல தலைவர் பதவியிலிருந்து நீக்கிவிட்டு பண்டியலுக்கு மகனையும் வரவழைக்க வேண்டும். சாமிநாதன் அவன் மக்கள் இருவரையும், சவரியப்பன் மக்களையும் வரவழைக்க வேண்டும். அன்று இவனையும் இவன் அண்ணன் மக்களையும் செருப்பால் அடிக்காமல் விடுவதில்லை' என்று பேசிக்கொண்டிருந்தார்கள். அச்சமயம் நான் ஸ்ரீவில்லிப்புத்தூரிலிருந்து வேதமுத்து வீட்டைக் கடந்து சென்றுகொண்டிருந்தேன். இதை என் காதால் கேட்டேன்.

11.10.79 தேதி காலை 9 மணிக்கு வேதமுத்து வீட்டின் தாழ்வாரத்தில் செல்வராஸ் என்பவன் 'சின்னையா இந்த வருஷம் இவன் காட்டில் மொச்சைக்காயைத் தீர்த்துக்கட்ட வேண்டும். அதோடு இவன் வயலில் விளையும் சமயம் நாசமாக்கிவிட வேண்டும்' என்று சொன்னான். அதற்கு வேதமுத்து 'இது உன் பொறுப்பு. எந்த வகையிலும் இவன் வெள்ளாண்மையை அழிக்க வேண்டு'மென்றான்.

13.10.79 அன்று திருவேங்கடம் மகன் லூர்து தெற்கே கடைப்பக்கம் வரும்போது பள்ளர் சமூகத்துப் பையன் தேவராஸ் மகன் மெக்கேல் லூர்தைக் கூப்பிட்டு, 'என்ன லூர்து சாராயம் காச்சவில்லையா. அந்தப் பக்கம் உன்னைக் காணவில்லையே' என்று கேட்க, 'போப்பா, நான் சாராயம் காச்சினால் தூங்கும் பிள்ளைகூட போலீசில் சொல்லிவிடுவார்கள்' என்று சொன்னான். அதற்கு அவர்கள் 'இந்தத் தெருவில் சுபேதார் இருக்கும்வரை நீங்கள் சாராயம் காச்சமாட்டீர்கள். அவன் எங்களையும் எழுதிக் கொடுத்திருப்பதாய் தெரிகிறது. அவன் ஒருநாளைக்கு அடி வாங்குவான்' என்று சொன்னான் என்று லூர்து என்னிடம் சொன்னான். இதை நான் பள்ளர் சமூகத்தில் விசாரித்தேன். இது பொய் என்று தெரிந்தன. இவ்விதம் சொல்லும்படி லூர்தை வேதமுத்துதான் பயன்படுத்தினதாய் தெரிந்தன.

25.10.79 அன்று மாலை 4 மணிக்கு நரிவெட்டி மகன் பிலவேந்திரன் குடித்துவிட்டுக் கெட்டவார்த்தைகளைப் பேசிக்கொண்டு 'என்ன தலைவன் என் அண்ணன் விஷயமாய் பால் பண்ணையில் ஏன் அவர்களோடு பேசவில்லை. இவன் யாருக்குத் தலைவன். அந்தப் பயலை ஒழித்துக்கட்ட வேண்டும்' என்று கண்டபடி பேசிவிட்டுப் பால் கறவை இடத்திற்குப் போய் அங்கே பால் கறப்பவர்களோடும் கண்டபடி கெட்டவார்த்தைப் பேசி சண்டை செய்ய, அவர்கள் எனக்கு எழுத்து மூலம் இவனைக் கேட்டுக் கொடுக்கும்படி விண்ணப்பம் செய்தார்கள். அதற்கு நான் 'அவன் என்னையே கண்டபடி பேசியிருக்கிறான். இவன் கட்டுப்படமாட்டான். அதினால் நீங்கள் போலீசில் புகார் கொடுங்கள்' என்று சொன்னேன். சரி அப்படியே செய்கிறோம் என்று சொல்லிவிட்டுப் போய்விட்டார்கள்.

26.10.79 அன்று மாணிக்கம் மகன் இராயப்பன் மாலை 5 மணிக்குக் கையில் கல்லை எடுத்துக்கொண்டு மெம்பர் அந்தோணி என்பவரைப் பார்த்துச் சிரித்துக்கொண்டு குறிபார்த்தும் பல்லைக் கடித்தும் அலட்சியமாய் வம்புக்கு இழுத்தான். அந்தச் சமயம் வேதமுத்து தெற்கே இருந்து வந்தவன் 'வாடா இவன் நமக்கு எதிரியா. இவனைப் பின்னால் பார்க்கலாம்' என்று கூட்டிக்கொண்டு தள்ளாடிக்கொண்டு போய்விட்டார்கள்.

27.10.79 அன்று மாலை 6 மணிக்கு *S.I.*யும் ஒரு போலீஸாரும் எங்கள் சாவடிக்கு வந்தார்கள். அப்போது என்னிடம் 'கணக்கைக் கொண்டு வாருங்கள். அதைப் பார்த்துச் சமாதானம் செய்வோம்' என்றார். சரி என்று சமூகத்தார் அனைவரையும் வரவழைத்துக் கணக்குப் பார்த்தோம். *S.I.*

அவர்கள்தான் பார்த்தார். அப்போது வேதமுத்து, சவரிமுத்து, வைகுண்டம், சந்தனம், குழந்தை வித்தியாசமாய் பேச ஆரம்பித்தார்கள். அதை சமூக மக்கள் எதிர்த்தார்கள். பலமான கூச்சல் குழப்பம் உண்டாகவே S.I. 'சரி இன்று கணக்குப் பார்க்க வேண்டாம். நாளை மாலை கோவிலில் சாமியார் முன்னிலையில் பார்க்கலாம்' என்று சொல்லிவிட்டுப் போய்விட்டார். இதை CPIM தொண்டர்கள் பலமாய் எதிர்த்தார்கள். ஆனால் S.I. 'நான் சொன்ன முடிவின்படி செய்தால் நல்லது' என்றார். அதன்பின் ஒத்துக்கொண்டார்கள். மறுநாள் மாலை 6 மணிக்குக் கோயிலில் கூடினோம். சமுதாய மக்கள் அனைவரும் வந்தார்கள். ஆனால், எதிர்ப்பு CPIM தொண்டர்கள் வரவில்லை. இருவர்தான் இருந்தார்கள். அவர்களிடம் S.I. 'உன் ஆட்களை கொண்டுவா' என்றார். அவன் 'எனக்குத் தெரியாது' என்று சொல்லிவிட்டான். அதன்பின் S.I. அவனிடம் சில கேள்வியைக் கேட்டார். அதற்குச் சரியான பதில் சொல்ல முடியாமல் திணறினான். அதன்பின் அவர்களை எச்சரித்துவிட்டு 'எங்களுக்கு நீங்கள் சமுதாயத்தை நல்லபடி நடத்திவாருங்கள். அதற்கு எதிர்ப்பு வந்தால் என்னிடம் கூறுங்கள். நான் இவர்களைச் சரியானபடி கவனிக்கிறேன்' என்று கோபத்தோடு சொல்லிவிட்டுப் போய்விட்டார். அதன்பின் மறுபடியும் நல்லபடி நடந்துவந்தன.

அப்போது இந்தச் சூழ்நிலையைப் பாராமல் நான் எனக்குக் கொடுத்த தலைவர் பதவியை நடத்தி இச்சமுதாயத்திற்கு ரூ. 6700-00 சேர்த்து வைத்தேன். அதை Bank™ F.D.இல் 5 வருஷத்திற்குப் போட்டுவிட்டேன். மேற்காட்டிய கலவரங்களில் சம்பந்தப்பட்ட நபர்கள் அனைவரும் CPIM தொண்டர்கள். இவர்கள் அடிக்கடி எங்கள் கட்சி விஷயமாய் யார் எதிர்த்தாலும் அவர்களை நசுக்கிவிடுவோம் என்று சவால் விடுவார்கள். இதில் மதத்திற்கு விரோதமாய் பெண்களைச் சேர்த்துவிடுவதும் கலைத்துவிடுவதும் இவர்களின் வேலை. இதில் தோமாஸ் மகன் செபஸ்தியான் மகளை, இன்னாசி மகன் சீமோன் மணமுடித்து வாழ்ந்துவந்தார். இவர்கள் இருவருக்கும் அடிக்கடி குடும்பச் சச்சரவுகள் ஏற்படுவதுண்டு. இந்தச் சச்சரவுகளை ஊரில் சொல்லுவார்கள். அதை விசாரித்து நல்லபடி குடும்பம் நடத்திவாருங்கள் என்று புத்திகளைச் சொல்லி அனுப்புவார்கள்.

19.8.79 அன்று வெள்ளையன் மகன் சந்தனம் சீமோன் என்பவனை மாலை சுமார் 4 மணிக்குத் தெற்கே கடைப்பக்கம் கூட்டிக்கொண்டு போய் சீமோனிடம், 'ஏப்பா, உங்களுக்கு அடிக்கடி சண்டை வருகின்றன. நீ நாளை என்னோடு வத்திராயிருப்புக்கு வா. அங்கே எங்க கட்சிக்காரர்கள்

இருக்கிறார்கள். அவர்களை வைத்து சர்கிள் இன்ஸ்பெக்டரிடம் சொல்லி உனக்கும் உன் மனைவிக்கும் தொடர்பு இல்லாமல் செய்துவிடுகிறோம். அதன்பின் இந்தச் சமுதாயம் ஒன்றும் செய்ய முடியாது. அதன்பின் நீ எங்கள் கட்சியில் சேர்ந்துகொள்ளலாம்' என்று சொல்ல, சீமோன், 'சீ, உன் ஜோலியைப் பார்த்துப் போய்விடு. உன்னை யார் கேட்டார்கள்' என்று சொல்லிவிட்டு வந்தான்.

C.P.M தொண்டர்கள் என் மேலும் மற்ற நபர்கள் மேலும் பொய்ப் புகார் கொடுத்த காரணத்தால் C.I.D என் வீடு வந்தார். அதன்பின் 5.8.79 தேதி A.S.P.யும் Circle Inspector அவர்களும் மாலை 4 மணிக்கு R.C. தெருவில் வந்து மேற்படி காரியத்தை விசாரிக்கத் தொடங்கினார். அப்போது CPIM தொண்டர்களில் சவரிமுத்தும் செபஸ்தியானும் இருந்தார்கள். இவர்களை விசாரித்தார்கள். இவர்களின் வாக்குமூலம் சரி இல்லாததினால் A.S.P. இவர்களைக் கண்டித்தார்கள். அதோடு 'நீங்கள் சமுதாயத்தில் கட்டுப்பட்டு இருக்கிறீர்களா அல்லது 107 கேஸ் போட்டு வாய்தாவுக்கு அலைகிறீர்களா' என்று கண்டித்தார். அதன்பின் அந்த இருவரும் 'கட்டுப்படுகிறோம்' என்றார்கள்.

அதன்பின் இவர்களையும் எங்கள் சமுதாய மெம்பர்களையும் என்னையும் சர்கிள் இன்ஸ்பெக்டர் 16.8.79 அன்று ஸ்டேஷனுக்குக் கூப்பிட்டார்கள். அங்கே சுமார் 5 மணி நேரம் பேசி CPIM தொண்டர்களை எச்சரித்து 'சமுதாயத்திற்குக் கட்டுப்பட்டு நடக்க வேண்டும்' என்றார். இவர்களும் கட்டுப்படுகிறோம் என்றார்கள். அதன்பின் புதுப்பட்டி வந்தோம். அன்று இரவு கூட்டம் போட்டு மேற்படி தொண்டர்கள் சவரிமுத்து, சந்தனம், முடியப்பன், வைகுண்டம், சிலுவைமுத்து இவர்கள் கட்டுப்பட்டு ரூ. 2-00 அபராதம் கட்டிவிட்டார்கள். அதன்பின் கூட்டத்தைவிட்டு எழுந்து போய்விட்டார்கள். போகும்போது 'சர்கிள் இன்ஸ்பெக்டர் சொன்னதினால் கொடுத்தோம். எப்படியும் இவர்களைப் பழி வாங்காமல் விடமாட்டோம்' என்று சொல்லிக்கொண்டே போய்விட்டார்கள்.

இந்த CPIM தொண்டர்கள் நான் இந்தச் சமுதாயப் பதவி வகித்த நாளிலிருந்து என்னையும் சமுதாயப் பெரியோர்களையும் குடித்துவிட்டு கண்டபடி கடை பஜாரிலும் சமுதாயத் தெருக்களிலும் பேசினார்கள். அதைக் கேட்டால் சூரியன் நாயுடும் பஞ்சுக்கடை நாயுடும் கட்சி சார்பில் அவர்கள் கட்சித் தலைவர்கள் சின்னச்சாமி, கூமாப்பட்டி சுப்பையா நாயுடு,

மீனாட்சிபுரம் நடராஜன் செட்டியார் வத்திராயிருப்பு இவர்களிடம் போய் சொல்லி எங்கள் சமுதாயத்தை நசுக்குவோம் என்று சவால்விட்டு என்னையும் சமுதாயப் பெரியோர்களையும் மிரட்டிவந்தார்கள். அதில் சில குறிப்புகள்.

13.7.79 அன்று தோமாஸ் மகன் செபஸ்தியான் குடித்துவிட்டு மாலை சுமார் 5 மணிக்கு என்னைக் கண்டபடி பேசினான். இவன் CPIM கட்சியில் முதலில் கிடையாது. இவன் மகளை இவன் மருமகன் அடித்ததால் அவள் கோபமாய் போய்விட்டாள். சில நாள் சென்றபின் அந்தப் பையன் எனக்குப் பெண்டாட்டி வேண்டுமெனக் கூப்பிடப்போனான். ஆனால் செபஸ்தியான் விட முடியாது என்று சொன்னான். அதற்கு அந்தப் பையன் ஊரில் சொன்னான். நாங்கள் செபஸ்தியானைக் கூப்பிட்டு உன் மகளை அனுப்பிவிடு என்று சொன்னோம். அவன் 'முடியாது. என்னை விலக்கி வைத்துக்கொள்' என்று திட்டிக்கொண்டே போய்விட்டான். மறுநாள் CPIM கட்சியில் சேர்ந்துகொண்டு எங்களைக் கண்டபடி பேச ஆரம்பித்துவிட்டான்.

13.7.79 அன்று சுமார் 7 மணிக்கு வெள்ளையன் மகன் சந்தனம், வைகுண்டம், பிலவேந்திரன், சூரியன், செபஸ்தியான் தெற்கே பார்பர் ஷாப்பில் குடித்துவிட்டு 'இந்தச் சமுதாயத்தில் விலக்கப்பட்டவன் அத்தனை பேரையும் நம் கட்சியில் சேர்த்துக்கொண்டு R.C. சமுதாயம் என்பதை CPIM தெரு என்று மாற்றி அமைக்க வேண்டும். இதற்கு நீங்கள் என்னோடு ஒத்துழைக்க வேண்டும்' என்று சூரியன் சொல்ல அதற்கு மற்றவர்கள் 'நாங்கள் தயார். எப்படியாவது அந்தத் தலைவனை மாற்றி அவன் குடும்பத்தையே அழிக்க வேண்டும்' என்று சொன்னார்கள்.

14.7.79 அன்று சுமார் மாலை 8 மணிக்கு நான் கண்மாயில் வெளிக்குப் போனேன். அப்போது இருண்டுவிட்டபடியால் மற்ற ஆட்கள் இருப்பது அடுத்தவருக்குத் தெரியாது. அந்தச் சமயம் வைகுண்டம், பிலவேந்திரன், மாணிக்கம் மகன் இராயப்பன், இவர்களும் எனக்குக் கொஞ்சத் தூரத்தில் இருந்தார்கள். நான் இருப்பது அவர்களுக்குத் தெரியாது. அப்போது இவர்கள் 'நாம் எப்படியாவது இந்தத் தலைவனைக் கான்சாபுரத்து ஆளை வைத்தாவது, வத்திராயிருப்பு தேவமாரைக் கொண்டாவது ஒழித்துவிட வேண்டும். அப்போதுதான் நாம் இந்தத் தெருவில் நமது கட்சியை வளர்க்க முடியும். அதன்பின் இந்த மதம் அழிந்துவிடும். அதன்பின் கோயில்

நிலத்தை நமது கட்சியில் எடுத்துக்கொள்ளலாம்' என்று பேசினார்கள்.

15.7.79 தேதி செபஸ்தியான் குடித்துவிட்டுத் தெற்கு பஜாரில் கண்டபடி கெட்டவார்த்தைப் பேசிக்கொண்டே 'இன்னும் இரண்டு நாளில் என்னை விலக்கி வைத்தவனையும் ஊர் சாட்டியவனையும் தலையைச் சீவுகிறேன் பார்' என்று சவால் விட்டான்.

16.7.79 தேதி சுமார் மாலை *4* மணிக்கு பார்பர் ஷாப்பில் சந்தனம், சவரிமுத்து, வைகுண்டம், பஞ்சுக்கடை நாயுடு, பிலவேந்திரன் இவர்கள் 'அந்த சர்க்கரை எப்படி நமது கட்சியைத் திட்டுவான். இதெல்லாம் அந்தத் தலைவன்தான் காரணம். அவனைத் தீர்த்தால்தான் இம்மாதிரி சர்க்கரை நமது கட்சியைத் திட்டமாட்டான். அவனும் சீக்கிரம் நமது கட்சியில் சேர்ந்துவிடுவான்' என்று திட்டம் போட்டார்கள்.

16.7.79 தேதி மாலை *7* மணிக்கு சூரியன் சர்க்கரை என்பவனை பார்பர் ஷாப்பில் கூப்பிட்டு 'ஏய் உனக்குக் கட்சி வேண்டுமா அல்லது சமுதாயம் வேண்டுமா' என்று கேட்க அதற்கு சர்க்கரை 'எனக்குச் சமுதாயம்தான் வேண்டும்' என்றான். 'இந்த பாரு நான் நாயுடு சமுதாயத்தையே வென்றவன். பண்டுமார்களை அடித்துவிட்டு அவர்கள் என்னிடம் என்ன பாடு பட்டார்கள். அவர்கள் உயர்ந்த ஜாதி. பணம் படைத்தவர்கள். படிப்பிலும் உயர்ந்தவர்கள். அப்படிப்பட்ட நாயுடுகளையே நான் ஆட்டிவைத்தவன். நீ எனக்கு எம்மாத்திரம். எங்கள் கட்சி எந்தப் போலீஸ்க்கும் அஞ்சாது. அவர்கள் எங்களைப் பார்த்தாலும் பயம் கொள்வார்கள். அப்படிப்பட்ட கட்சியை நீயோ உன் தலைவனோ எதிர்த்தால் இந்த உலகத்தை விட்டே போய்விடுவீர்கள்' என்றான். அப்போது பஞ்சுக்கடை நாயுடு, சந்தனம், சவரிமுத்தும் உடன் இருந்தார்கள்.

17.7.79 அன்று கூட்டத்தில் 'செபஸ்தியான் விலக்கப்பட்டவன், குடித்துவிட்டு தலைவரையும் பெரியோர்களையும் கடை பஜாரில் கண்டபடி பேசுகிறான். இதற்கு ஏதாவது மாற்றம் வேண்டும்' என்று சொன்னார்கள். அதற்கு நான் 'அவன் விலக்கப்பட்டவன்தான். அப்படி இருக்க அவன் என்னையோ சமுதாயத்தையோ கண்டபடி பேசினால் மறுபடி அவனைக் கூப்பிடுங்கள். அவனுக்கு எச்சிரிக்கை செய்வோம். மீறினால் நாம் மேற்படி நடவடிக்கை எடுப்போம்' என்றேன். அப்போது வைகுண்டம் 'அவன் எங்கள் கட்சிக்காரன். அவனை நீங்கள் கூப்பிடக் கூடாது. கூப்பிட்டால் இந்த இடத்தில் கொலை உழும்' என்று கர்ஜித்தான்.

18.7.79 தேதி சுமார் பகல் 2 மணிக்குக் குடித்துவிட்டு செக்கடி பஜாரில் பஞ்சாயத்து பிரஸிடெண்டைத் தாறுமாறாகப் பேசினான். அதைக் கேட்டுக் கொடுக்கும்படி பிரஸிடெண்ட் எனக்குக் கடிதம் கொடுத்தார். உடனே அவனை மாலையில் கூப்பிட்டுக் கேட்டோம். அவன் 'நீ யார் என்னைக் கேட்க. நான் கட்சிக்காரன். அவர்கள்தான் என்னைக் கேட்க வேண்டும். அதினால் நான் உனக்குக் கட்டுப்படமாட்டேன்' என்றான். 'சரி போ' என்றோம். இதைப் பிரஸிடெண்டுக்கு அறிவித்தோம்.

26.7.79 தேதி இரவு 8 மணிக்குக் குடித்துவிட்டு R.C. தெருவில் சமுதாயத்தையும் என்னையும் தாறுமாறாய் பேசினான். இவன் அட்டூழியம் பொறுக்க முடியாமல் உடனே போலீசுக்கு போன் செய்தோம். போலீஸ் ஸ்டேஷனில் ஏட்டுதான் பேசினார். அவர் உடனே இரண்டு போலீஸாரை அனுப்புகிறேன் என்றார். இரவு 11 மணிவரை எதிர்பார்த்தோம். போலீஸார் வரவில்லை. பிலவேந்திரன் சுமார் 11 மணிவரை பேசக் கூடாத வார்த்தைகளைப் பேசினான்.

9.10.79 தேதி வேதமுத்துவிற்கும் எனக்கும் என் அண்ணன் மகனிற்கும் சர்ச்சை நடந்து முடிந்துவிட்டபின் வேதமுத்து மகள் சின்னம்மாள் என் வீட்டுப் பக்கம் வரும்போதும் போகும்போதும் சாடையாய் கெட்டவார்த்தைப் பேசிக்கொண்டே போவாள். இதை வேதமுத்துவிற்குச் சொல்லி அனுப்பினேன். அதற்கு அவன் 'அவள் அப்படித்தான் பேசுவாள். அவன் யார் கேட்பதற்கு' என்றான்.

இதையெல்லாம் பொறுத்துக்கொண்டுதான் வாழ்ந்தேன். குழந்தை என்பவன் முதலில் CPIM தொண்டராய் இல்லை. குடித்துவிட்டுப் போலீஸில் பிடிபட்டு ஜாமீனில் வந்ததும் CPIM தொண்டராய் மாறிவிட்டான். மேற்படி CPIM தொண்டர்கள் என்னையும் சமூகத்தையும் தொல்லை கொடுத்துவருகிறார்கள் என்பதை விளக்கமாய் 23.8.79 தேதி மதுரை கலக்டர் அவர்களுக்கு நேரிடையாய் மனுக்கொடுத்தோம். அதற்கு ஒரு கேள்வியும் இல்லை. 24.8.79 தேதி சிவகாசி A.S.P.க்கும் மனுக்கொடுத்தோம். ஒரு கேள்வியும் இல்லை. 13.8.79 தேதி மாடன் மகன் மரியராஸ் குடித்துவிட்டுக் கலாட்டா செய்தான். உடனே வத்திராயிருப்பு போலீஸ் ஸ்டேஷனுக்குப் போன் செய்தோம். போலீஸ் வருவதாய் பதில் வந்தன. ஆனால் வரவில்லை.

15.8.79 தேதி இரவு நான் வத்திராயிருப்புக்குச் சென்றிருந்தேன். அன்று புதுப்பட்டியில் CPIM கட்சிக் கூட்டம் நடந்தன. சுமார் 8 மணிக்கு வெள்ளையன் மகன் சந்தனம், அவன் மகன் சமாதானம் ஒரு பார்ட்டி. குழந்தை, மாணிக்கம் மகன் ஒரு பார்ட்டி. இவர்கள் குடித்துவிட்டுச் சண்டை போட வைகுண்டம், அவன் மனைவி, சாத்தப்பிளாபட்டி முடியப்பன் இவர்கள் CPIM கட்சிக் கூட்டம் நடந்த இடத்திற்கு ஓடிப்போய் காவலுக்கு வந்திருந்த A.S.I. மற்றும் இரண்டு போலீஸ்காரர்களிடம் அங்கே R.C. தெருவில் CPIM கட்சிக்கார ஆண்களையும் பெண்களையும் அடிக்கிறார்கள் என்று சொல்லி அவர்களை R.C. தெருவிற்குள் கொண்டுவந்து அவர்களின் சொல்லின் பேரில் போலீஸ்காரர்கள் கண்மூடித்தனமாய் பெண்களையும் ஆண்களையும் அடித்தார்கள். மக்கள் பயந்துபோய் ஓட்டம் பிடித்தார்கள். அப்போதுதான் நான் வந்தேன். மக்களின் அலறல் கேட்டு என்ன நடந்தது என்று கேட்டேன். அப்போது A.S.I. அவர்கள் 'உங்கள் தெரு ஆண்களும் பெண்களும் CPIM தொண்டர்களை அடிப்பதாய் ரிப்போர்ட் வந்தன. அதன் பேரில் நடவடிக்கை எடுத்தேன்' என்றார். நான் 'நீங்கள் எதையும் விசாரிக்காமல் இப்படி இரவு நேரத்தில் பெண்களையும் ஆண்களையும் விரட்டி விரட்டி அடிப்பது நல்லதல்ல. இதுதான் உங்கள் வேலை' என்று சொன்னேன். அவர் 'அப்படி அடிக்கவில்லை' என்று சொன்னார். அதன்பின் மக்களைக் கூட்டி விசாரித்தேன். உண்மை தெரியவும் A.S.I. மன்னிப்புக் கேட்டார். 'சரி போங்கள்' என்று போகச் சொன்னேன்.

16.8.79 தேதி நான் மெம்பர்கள் 10 பேர்களும் நடந்த விஷயத்தை சர்க்கிள் இன்ஸ்பெக்டரிடம் ரிப்போர்ட் செய்யப் போனோம். அப்போது சந்தனம், அவன் மகள், அவன் மருமகள் இரண்டு பேர்களையும் போலீஸ் ஸ்டேஷனுக்கு அழைத்து வந்தான். நாங்கள் ரிப்போர்ட் கொடுத்தோம். அவன் அதாவது சந்தனம் தன் மகளை இராயப்பன் கற்பழித்தான் என்று ரிப்போர்ட் கொடுத்தான். இதை சர்க்கிள் இன்ஸ்பெக்டர் இரு தரப்பாரையும் விசாரித்தார். அப்போது CPIM தலைவர்கள் சின்னச்சாமி, நடராஜன் நாடார் இருவரும் உள்ளே வந்தார்கள். இவர்கள் சர்க்கிள் இன்ஸ்பெக்டரிடம் 'சார் எங்கள் ஆட்களை இந்தத் தலைவரும் மற்ற இதர ஆட்களும் துன்புறுத்துகிறார்கள்' என்று சொன்னார்கள். இதற்கு இன்ஸ்பெக்டர் 'ஆம் இதை நான் கவனிக்கிறேன்' என்று சொன்னார். அதன்பின் என்னையும் CPIM தலைவர்களையும் இன்ஸ்பெக்டர் விசாரித்தார். நான் இவர்களுக்குப் பதில் சொல்லிக்கொண்டிருந்தேன். சந்தனம் மகளைக் கற்பழித்த விஷயம்

பொய்யானது. இதை இன்ஸ்பெக்டர் சரிக்கட்டிவிட்டார். பொய் சொன்னவன்மேல் நடவடிக்கை எடுக்க வேண்டுமென இன்ஸ்பெக்டரிடம் சொன்னேன். ஆனால் அவர் மழுப்பிவிட்டார். காலை 10 மணிக்கு விசாரணை தொடங்கி மாலை 3 மணிக்குத்தான் முடிந்தன.

இந்த CPIM தொண்டர்களில் சிலர் சமுதாய வரி மகுமைகளைக் கொடுப்பதில்லை. இதில் வேதமுத்து வரியும் மகுமையும் கொடுக்கவில்லை. மூக்காண்டி என்ற அந்தோணியும் கொடுக்கவில்லை. இதைக் கேட்டால் 'நாங்கள் கொடுக்க மாட்டோம். எங்களை விலக்கி வைத்துக்கொள்' என்று சொல்லுகிறார்கள். இவ்வளவு துன்பத்திலும் நான் இந்தச் சமுதாயத்தை நடத்திவந்தேன்.

1980 ஏப்ரல் மாதம் 2ஆம் தேதி மாலை 5 மணிக்குச் சாவடிக்குப் பின்புறம் குழந்தையும் அவன் அண்ணன் மகன் சேசுவும் குடித்துவிட்டு 'நான் நினைத்தால் இந்தச் சமுதாயத்தை அழித்து விடுவேன்' என்று குழந்தை சொன்னான். 'எனக்கு 15 நிமிடம் கொடு. நான் இந்தச் சமுதாயத்தை அழித்துவிடுகிறேன்' என்று சேசு சொன்னான். இப்படி ஆர்ப்பாட்டம் செய்துகொண்டு இருந்தார்கள். அதன்பின் சுமர் 6.30 மணிக்கு நடுத்தெரு வழியாய் கிழக்கே போனார்கள். இவர்கள் வீட்டிற்கு ரூ.5 வரி கட்ட மாட்டார்கள். 'எங்களைப் பிரித்துவிடு. இனி நாங்கள் தனிமையாய் இருப்போம். எங்களை யாரும் கேட்கக் கூடாது' என்று கலாட்டா செய்துகொண்டே பிரிந்தார்கள்.

25.7.80 தேதிகளில் ஊருக்குத் தெற்கே மலையடிவாரத்தில் ஒரு கோஷ்டி சாராயம் காய்ச்சுவதாய் S.I., போலீஸார் 10 பேர்கள் காலை 9 மணிக்கு அந்த இடத்திற்கு அவர்களைப் பிடிக்கப் போனார்கள். அதில் கிட்ணாபுரத்து செல்லையா பிடிபட்டான். மாணிக்கம் மகன் மெக்கேல் ஓடிவிட்டதாய் A.S.I. சொன்னார். அவர்கள் காய்ச்சிய பானைகளையும் மற்ற இதர சாமான்களையும் கைப்பற்றினார்கள். பிடிபட்ட செல்லையாவைக் கேட்கும்போது 'என்னோடு லூக்காஸ், மெக்கேல்தான் காச்சுவார்கள்' என்று சொன்னானாம். போலீஸார் அவர்களையும் தேடினார்கள். இவர்கள் கிடைக்காத காரணத்தால் செல்லையாவை மாத்திரம் கொண்டு போனார்கள். செல்லையாவைக் கேஸ் போட்டு ஸ்ரீவில்லிப்புத்தூர் கொண்டு சென்றார்கள். அன்று S.I. என்னைப் போலீஸ் ஸ்டேஷன் வரும்படிச் சொன்னார். நான்

காலை 9 மணிக்குப் போனேன். அப்போது S.I.யும் இருந்தார். S.I. ஆபீசில் என்னிடம் 'உங்கள்மீது யாரோ மொட்டை மனு கொடுத்திருக்கிறார்கள். அதில் நீங்கள் A.S.I.க்கு மாம்பழம் பலாம்பழம் வாங்கிக் கொடுத்ததாகவும் A.S.I. உங்கள் R.C. தெருவிற்கு வந்தால் உங்களிடம்தான் உட்காருகிறார். குழந்தைமேல் கேஸ் போடும்படி லஞ்சம் கொடுத்ததாகவும் இன்னும் பல காரியங்களையும் எழுதியிருக்கிறான். யார் என்று தெரியுமா' என்றார். நான் யாரைச் சொல்ல முடியும். 'எல்லாம் சர்க்கரை பார்ட்டியில் யாராவது இருக்கலாம்' என்றேன். அதே சமயம் சர்க்கரை ஸ்டேஷனுக்கு உள்ளே வந்தான். அவனை S.I. கூப்பிட்டு 'உனக்கு தெரியுமா மொட்டை மனு போட்டது யார்' என்று கேட்டார். 'எனக்குத் தெரியாது' என்றான். அப்போது S.I. கோபத்தோடு 'பொட்டப்பயல் மொட்டை ஏன் போட வேண்டும். கையெழுத்துப் போட்டு எழுது. அவன்தான் ஆண். பொம்பளை செய்ற வேலை' என்று திட்டினார். அதன்பின் 'சரி நீ போகலாம். அந்தப் பொட்டப் பயலை விடமாட்டேன். என்றாவது அகப்படுவான்' என்று சொன்னார். உடனே அவன் போய்விட்டான். அப்புறம் என்னிடம் இந்த சர்க்கரை என்ற சவரியப்பன் சித்தப்பா மகன்தான் மக்காளி மகன். இவனை எப்படி அடிப்பான் என்று ஆள் சேர்த்தான். அதாவது கொத்தாளன் மகன் லூர்து இவர்கள் சாராயம் குடிக்கப் பணம் கொடுப்பது. சர்க்கரை ஆள்களுக்குச் சாராயம் வாங்கிவிட்டு ஆள் சேர்ப்பது. இவர்கள் சேர்த்த ஆள்கள் கீழே தருகிறேன்.

வேதமுத்து தலைவன், குழந்தை பொருளாளர், சர்க்கரை தளபதி, சர்க்கரை தம்பி சின்ன சர்க்கரை என்ற செபஸ்தியான், இராயப்பன், இவன் தம்பி ராஜேந்திரன், சந்தனம், சர்க்கரை அண்ணன் பரலோகம், இன்னாசி, அந்தோணி, சேசு, ஜெயராஸ், சாமிநாதன், விசுவாசம் மக்கள் ஜெபதேயு, அம்புரோஸ், லூர்து சாமி, இவன் தம்பி சிங்காளி பேரன், ஆழ்வார் மகன் சூசை, இன்னாசி.

இவர்கள் 4 நாட்களாய் மாலையில் குடித்துவிட்டு அறுவாள், வேல்கம்புகளுடன் 'சின்னப்பராஸையும் குழந்தையையும் சப்பாணிமுத்து மக்களையும் வெட்டுவோம், குத்துவோம். இனி நாங்கள் வேறு. இந்த சமுதாயம் வேறு' என்று சமுதாயத்தைப் பிரித்துவிட்டு 'நாங்கள் தனி சமுதாயத்தை பிரித்துக்கொடு. இல்லாவிட்டால் தலைவனைத்

துலைத்துவிடுவோம்' என்று தினந்தோறும் சர்ச்சைதான் நடந்தன. 5ஆவது நாள் மாலை சுமார் 6 மணிக்கு பாக்கியம் மகன் குழந்தை மேற்கே கண்மாயில் வெளிக்குப்போய் திரும்பி வரும்போது மறைந்திருந்து மக்காளி மகன் கம்பால் அடித்துவிட்டான். அப்போது இந்தப் பார்ட்டிகள் சாவடிக்குக் கீழ்புறம் ஒளிந்து நின்றார்கள். உடனே இந்தப் பார்ட்டிக்காரரர்கள் கம்புகளுடன் மோத ஓடினார்கள். இதை நான் மற்றும் பலர் நிறுத்திவிட்டோம். அந்தப் பார்ட்டிக்காரரர்கள் வடக்குத் தெரு வழியாய் கிழக்கே ஓடிப்போய் இன்னாசி மகன் ஞானசெல்வம் கூரை வீட்டைக் கூரைமேல் அடித்தார்கள். ஆனால், அசம்பாவிதம் நடக்காமல் சமுதாயத்தார்கள் தடுத்துவிட்டார்கள். இந்த விஷயத்தை நான் என்னோடு 10 பேர்கள் அந்த இரவே போலீஸ் ஸ்டேஷன் போய் மனு எழுதிக் கொடுத்தோம். ஆனால், இதையும் மழுப்பிவிட்டார்கள். போலீஸ் பாதுகாப்பு இல்லாமல் தவிக்கும் இந்தப் பாமர அரிசனங்களுக்குக் கடவுள்தான் பாதுகாப்பு என்று வாழ்ந்துவந்தோம். இந்தச் சச்சரவு நடந்ததிலிருந்து அந்தப் பார்ட்டி கூட்டம் போடுவார்கள். அவர்கள் வழி ஆட்கள் போன 10 நிமிடத்தில் நடுத்தெருவில் கலகம் நடத்திவிட்டார்கள்.

குழந்தை, சேசு, இராயப்பன், ஆரோக்கியம் மகன் அந்தோணி, மாணிக்கம் மகன் ராஜேந்திரன், சின்னப்பன் மகன் ஜெயராஸ், சிங்காளி பேரன், சேவுகப் பெருமாள் மகன் சாமிநாதன் இத்தனை பேரும் சேர்ந்து மெம்பர் அந்தோணி வீட்டாரோடு அடிபிடியில் இறங்கி கல்லெறிந்து ஊரில் பெரிய அமளியை உண்டாக்கிவிட்டார்கள். இதில் சும்மா இருந்தவர்களுக்கும் கல்லெறி காயம் உண்டாகிவிட்டன. சண்டை ஓய்ந்தபின் மறுநாள் போலீஸில் மெம்பர் அந்தோணி ரிப்போர்ட் செய்தார். ஆனால், அந்தக் கேஸை மழுப்பி விட்டார்கள். அதன்பின் இந்தப் பார்ட்டிகள் 'நமக்குப் போலீஸ் உதவி இருக்கும்போது இந்தச் சமுதாயத்தை நாசமாக்காமல் விடுவதில்லை' என்று நாள்தோறும் குடித்துவிட்டுப் பஜாரிலும் தெருக்களிலும் கெட்ட வார்த்தைகளைப் பேசி வம்புக்கு இழுப்பார்கள். ஆனால் சமுதாய மக்கள் இவர்கள் அயோக்கியர்கள். இவர்களோடு நாம் ஏன் பேச வேண்டும் என்று யாரும் கேட்கவில்லை.

1980 வருஷம் மே மாதம் 12ஆம் தேதி மக்காளி மகன் மொகவூரிலிருந்து வந்திருந்தான். ஒருநாள் கொத்தாளன் மகன் லூர்து மகளைக் கூட்டிக்கொண்டு

போய் தனது கணவன் வீட்டில் தனக்குக் கொடுத்த பாத்திரங்களை எடுத்துவரும்படி உதவி செய்தான். இந்த மக்காளி மகன், கொத்தாளன் மகன் லூர்துக்குத் தனது அக்காளை மணம் முடித்திருந்தான். அதினால் தனது மச்சானுக்கு உதவி செய்தான். கொத்தாளன் லூர்து மகளை, பாக்கியம் மகன் சின்னப்பராஸ்க்குத் திருமணம் செய்தார்கள். இவர்கள் குடும்பத்தில் அடிக்கடி சண்டை நடக்கும். பின் சேர்ந்துகொள்வார்கள். இது குடும்ப விஷயம். இதில் மக்காளி மகன் தலையிட்டுக் குடும்பத்தைப் பிரித்துவிட்டான். அன்று மாலை சின்னப்பராஸ், அவன் அண்ணன் குழந்தை இருவரும் லூர்து வீட்டிற்குப் போய் 'ஆள் இல்லாத சமயம் எப்படிப் பாத்திரங்களைக் கொண்டு வருவாய்' என்று சத்தம் போட்டார்கள். அதற்கு மக்காளி மகன் 'நீ யாருடா கேட்பவன். நான்தான் கொண்டுவரச் சொன்னேன்' என்றான். அது வாய்ச்சத்தம் போட்டு முடிவில் கைகலப்பு நேர்ந்தது. அதை அங்குள்ளோர்கள் விலக்கி விட்டார்கள். இதை ஒரு பெரிய கலகமாய் உருவாக்கிவிட்டான் சர்க்கரை என்ற சவரியப்பன்.

எப்படியென்றால் மக்காளி மகன், சர்க்கரை என்பவனுக்கு அண்ணன் மகன். இந்தப் பந்தபாசத்தால்தான் இவன் அவனைத் தூண்டிவிட்டு ஆள் சேர்த்து கொத்தாளன் லூர்து தன் செலவில் சாராயம் வாங்கிக் கொடுக்க, சர்க்கரை ஆள் சேர்த்துக் கலகம் செய்ய எண்ணி வேதமுத்துவைத் தலைவராக்கி, குழந்தையைப் பொருளாளர், சர்க்கரை தளபதி, சர்க்கரை தம்பி செபஸ்தியான், இராயப்பன், இவன் தம்பி இராஜேந்திரன், சந்தனம், பரலோகம், இன்னாசி, அந்தோணி, சேசு, ஜெயராஸ், சாமிநாதன், விசுவாசம் மக்கள் அம்புரோஸ், ஜெபதேயு, லூர்துசாமி, இவன் தம்பி சிங்காளி பேரன், ஆழ்வார் மகன் சூசை, இன்னாசி, வெள்ளையன் மகன் சந்தனம், பூலிப் பேரன் குழந்தை, சந்தனம் மகன் லூர்து இவர்கள் நாள்தோறும் குடிப்பதும் மாலையில் கம்பு அருவாள் சகிதத்துடன் தெருக்களில் சாடைகளாய் 'எங்களை எதிர்ப்பவன் அழிவான்' என்று கெட்ட வார்த்தைகளால் மற்றவர்களுக்கு மனம் புண்படும்படி பேசித் திரிந்தார்கள்.

இவ்விஷயத்தை எதிர் பார்ட்டி ஆள்கள் குழந்தை, சின்னப்பராஸ், சப்பாணிமுத்து மகன் வர்க்கீஸ், செபஸ்தியான் நாள்தோறும் என்னிடம் புகார் கொடுத்தார்கள். நான் மெம்பர்களிடம் இதைச் சொல்லி 'நிறுத்துங்கள்' என்று சொல்லிவிட்டேன். அதற்குக் குழந்தையும், சர்க்கரையும் 'நாங்கள்

என் அண்ணன் மகனை அடிக்காமல் விடமாட்டோம். தலைவன் சொன்னாலும் சரி. அவன் யாருக்குத் தலைவன். நாங்கள் நடுவளசல். நாங்கள் பிரிந்து வாழ்வோம். இனி உங்களோடு சேர்ந்து வாழ மாட்டோம். ஊர்ப் பணத்தைத் திருப்பிக் கொடு' என்று பேசினார்கள்.

இதற்கிடையில் சமுதாயம் கெட்டுவிட்டன. கூட்டம் போட்டுச் சமுதாயத்தை ஒற்றுமையாக்க வேண்டும் என்று பலதடவை ஊர் சாட்டினோம். ஆனால், கூட்டத்திற்கு வேதமுத்து பார்ட்டி யாரும் வருவதில்லை. அவனைக் கேட்டால் 'நாங்கள் வரமாட்டோம். வரி கொடுக்க மாட்டோம். எங்களைப் பிரித்து விடு. ஊர்ப் பணத்தையும் பிரித்துக்கொடு' என்று சொன்னான். அதினால் பல கூட்டங்களை ரத்து செய்ய வேண்டிய சூழ்நிலை ஏற்பட்டது.

மார்ச் மாதம் விசுவாசம் மகன் இன்னும் சிலர் அவன் வீட்டிற்கு முன்பு சூதாடிக்கொண்டிருந்தார்கள். அப்போது நாட்டாண்மை குரூஸ் என்பவன் வரி வாங்குவதற்குத் தெற்குத் தெரு வழியாய் போனான். அப்போது நாட்டாண்மை 'ஏம்பா தெருவில் சூதாடக் கூடாது என்று கட்டு இருக்கும்போது ஏன் விளையாடுகிறீர்கள்' என்று கேட்டான். அதற்கு அம்புரோஸ் என்பவன் 'அப்படித்தான் விளையாடுவோம். நீ செய்யிறதைச் செய்' என்றான். நாட்டாண்மை 'விளையாடாதே. மீறி விளையாண்டால் சீட்டுக்கட்டை எடுப்பேன்' என்றான். அதற்கு அம்புரோஸ் 'எடு பார்க்கலாம். கொலை உழும்' என்றான். உடனே நாட்டாண்மை சீட்டை எடுத்தான். உடனே அம்புரோஸ் பாய்ந்து வந்து நாட்டாண்மையை அடித்து நாட்டாண்மை வைத்து இருந்த வரி நோட்டை பிடுங்கிக்கொண்டான். அங்கு கூடியிருந்தவர்கள் விலக்கி விட்டார்கள். நாட்டாண்மை இவ்விஷயத்தை என்னிடம் சொன்னான்.

மறுநாள் மாலை கூட்டம் போட்டு அவனைக் கூப்பிட்டுக் கேட்டோம். அவன் 'கட்டுப்பட முடியாது. நீங்கள் செய்கிறதைச் செய்துகொள்' என்று மீறிப் போய்விட்டான். உடனே அவன் தம்பி ஜெபதேயு 'அவனுக்குப் பதில் நான் கட்டுப்படுகிறேன்' என்றான். அதைச் சமுதாயத்தார் சரி கட்டுப்படு என்று சொல்லி அவன் செய்த குற்றத்திற்கு ரூ.5 அபராதம் போட்டார்கள். உடனே சர்க்கரை 'முடியாது. நாங்கள் கட்டுப்பட மாட்டோம்' என்று சத்தம்போட்டான். அவன் சொல்லவும் அவனோடு சேர்ந்த ஆட்களும்

ஒன்று சேர்ந்து கூச்சலும் குழப்பமும் செய்தார்கள். அதினால் அன்று கூட்டம் விசாரிக்காமல் கலைத்துவிட்டார்கள். அதிலிருந்து சமுதாயக் கட்டுப்பாட்டிற்கு முற்றுப்புள்ளி வைத்தாகிவிட்டது.

கட்டுப்பாடு நடக்கவில்லை. மறுபடியும் கட்டுப்பாட்டிற்குக் கொண்டுவரத்தான் பலதடவை கூட்டம் போட்டோம். இதைக் கலைத்துக்கொண்டே இருந்தார்கள். இந்தச் சந்தர்ப்பத்திற்கு முன் கதிர் அறுக்கும்போது சர்க்கரை மகளை சூசை மகன் சூசை அடித்ததாக சர்க்கரை புகார் சொன்னான். நான் 'சரி சண்டை போடாதே. அதைக் கூட்டத்தில் கூப்பிட்டுத் தண்டனை கொடுப்போம்' என்று சொன்னேன். 'சரி' என்று சொன்னவன், மறுநாள் சர்க்கரை குடித்துவிட்டு மூக்காண்டி மகன் மெக்கேலையும் கூட்டிக்கொண்டு இருவரும் அறுவாள் கம்போடு சூசை வீட்டை நோக்கி ஓடினார்கள். அதோடு சூசை அம்மாளையும் சூசை மகளையும் கெட்ட வார்த்தைகளால் பேசி சூசை அம்மாளை அடித்தார்கள். அதை அங்கிருந்தோர் விலக்கி விட்டார்கள். ஒரு பையன் சர்க்கரை அறுவாள் வைத்திருந்ததாகக் கொண்டுவந்து கொடுத்தான்.

மறுநாள் கூட்டம் போட்டோம். சூசை என்பவன் சர்க்கரை மகளைக் காட்டில் அடித்ததாக ரூ.5 அபராதம் போட்டார்கள். அவன் கட்டிவிட்டான். சர்க்கரையைக் கூப்பிட்டுக் கேட்டுத் தெருவில் அறுவாளை எடுத்துச் சண்டை செய்ததிற்கு ரூ.20 அபராதம் விதித்தார்கள். உடனே 'நான் கட்டமாட்டேன். நான் போலீஸ் ஸ்டேஷனில் வைத்துப் பார்த்துக்கொள்கிறேன்' என்று சொல்லிவிட்டுப் போய்விட்டான். ஆனால் போலீஸில் ரிப்போர்ட் செய்யவில்லை. மூன்றாவது நாள் ரூ. 20 கட்டிவிட்டு அறுவாளை வாங்கிக்கொண்டு போனான். இந்தச் சச்சரவுகளுக்கிடையில் இந்தப் பார்ட்டிக்காரர்கள் மாலையில் குடித்துவிட்டு 'சமுதாயத் தலைவர் யாருடா? இவன் யார் நமக்குத் தலைவர்? நமக்கு வேதமுத்துதான் தலைவர். இவனை ஒழித்துக்கட்டும்வரை நாம் தயங்கக் கூடாது' என்று கண்டபடி கெட்ட வார்த்தைகளால் பேசிக்கொண்டே திரிவார்கள். இதை எல்லாம் பொறுத்துக்கொண்டு நான் இந்தச் சமுதாயத்தில் வாழ்ந்தேன்.

3.8.80 ஞாயிற்றுக்கிழமை ஊர்க் கூட்டத்திற்கு எல்லோரும் வந்தார்கள். ஆனால் வேதமுத்து பார்ட்டியார் யாரும் வரவில்லை. சுமார் 1 மணிநேரம் காத்திருந்தோம். நாட்டாண்மையை அவர்களைக் கூட்டிவரும்படி பல

தடவை ஆள்விட்டும் வரவில்லை. அப்புறம் மற்றவர்கள் எல்லோரும் ‘போங்கள் கூட்டம் வேண்டாம்’ என்று எழுந்து போய்விட்டார்கள். அதன்பின் அவர்கள் வந்தார்கள். ஆனால் வேதமுத்துவும் சந்தனமும் வரவில்லை. அதன்பின் நாட்டாண்மை என்னை வந்து ‘அவர்கள் வந்துவிட்டார்கள். வாருங்கள்’ என்று கூப்பிட்டார். நான் ‘சகல மெம்பர்களையும் கூட்டிக்கொண்டு வா. நான் வருகிறேன்’ என்றேன். மெம்பர்கள் வந்ததாய் நாட்டாண்மை சொன்னான். அதன்பின் நான் போனேன். கூட்டத்தில் எதிர் பார்ட்டியார்கள் குழந்தை, சர்க்கரை என்ற சவரியப்பன், இராயப்பன், அம்புரோஸ், ஜெபதேயு, சந்தனம், லூர்து, லூர்துசாமி, அவன் தம்பி செபஸ்தியான் இருந்தார்கள். கூட்டத்தில் நான் தலைவர் பதவியை ராஜினாமா செய்கிறேன் என்று சொன்னேன்.

சிறுகதை

திருத்தப்பட்ட தீர்ப்புகள்
பாமா

அந்த நிகழ்ச்சிக்குப் பிறகு மாடத்தியின் பெயர் ஊருக்குள் பிரபலமாகப் பேசப்பட்டது. அவள் பெயர் மாடத்தி என்றாலும் ஊருக்குள் அவளது உண்மையான பெயர் பலருக்குத் தெரியாது. அவள் மிகவும் குள்ளமாக இருந்ததால் அவளை அனைவரும் குட்டச்சி என்றழைக்க அந்தப் பெயரே நிலைத்துவிட்டது. குட்டச்சி மிகவும் சாதுர்யமானவள். சாதுவானவள். சாமர்த்தியமானவள். யாருடனும் சண்டை சச்சரவுகளுக்குப் போகமாட்டாள். தானுண்டு தன் வேலையுண்டு என்று இருப்பவள். யார் அழைத்தாலும் அழைக்காவிட்டாலும் உதவி செய்யத் தயங்கமாட்டாள். நல்ல கருமையான அழகான முகவாக்கு அவளுக்கு. திருமணத்திற்கு முன்பு மாட்டுக்குப் புல்லறுக்கப் போனவள் புல்லுக்கட்டைச் சுமந்து வரும்போது தடுக்கி விழுந்துவிட்டாள். அப்போது மேல் தாடையில் இருந்த முன்வரிசைப் பல்லொன்று விழுந்துவிட்டது. அதிலிருந்து அவளது முகவாக்கு முன்புபோல் அவ்வளவு எடுப்பாக இல்லை. அதைப் பற்றி மற்றவர்கள் கவலைப்பட்ட அளவுக்கு அவள் கவலைப்படவில்லை. அவளது குணத்திற்காகவே அவளைச் சின்னராசு திருமணம் செய்துகொண்டான். வரிசையாக அவர்களுக்கு ஆணும் பெண்ணுமாக ஆறு பிள்ளைகள். ஆறு பேரையும் படிக்க வைத்தது பெரிய சாதனைதான். அவளுக்கு இப்போது வயது ஐம்பதை நெருங்குகிறது.

பொன்னம்பட்டி கிராமத்தில் அன்றாடம் காலையிலும் மாலையிலும் பெண்கள் நான்கைந்து பேராகச் சேர்ந்து காடுகரைகளுக்குச் சென்று, மாடுகளுக்குப் புல்லறுத்துக் கட்டிப் பெரிய பெரிய சுமைகளைத் தூக்க முடியாமல் தூக்கிக்கொண்டு வருவார்கள். அவர்கள் புற்கட்டைத் தூக்கிவருவதைப் பார்த்தால் மனது கனத்துப் போய்விடும். பெரிய பெரிய கட்டுகளைத் தலையில் வைத்துக்கொண்டு இடுப்பில் பன்னறுவாளைச் சொருகிக்கொண்டு ஓட்டமும் நடையுமாக வரும்போது அவர்களது முகங்களைப் பார்க்க முடியாது. பெரிய கட்டுகளாக இருப்பதால் புற்கட்டைத் தூக்கி வருபவர் யாரென்றுகூடக் கண்டுபிடிக்க முடியாது. புற்கட்டுகள்தாம் வரிசை வரிசையாக வேகவேகமாக ஓடிக்கொண்டிருப்பது போலத் தோற்றமளிக்கும்.

அப்படியொருநாள் குட்டச்சியும் அவளது பாட்டியும் மலையடிவாரத்தில் இருந்த தோப்புகளில் புல்லறுத்துக் கட்டிக்கொண்டு தூக்கமுடியாமல் தூக்கிக்கொண்டு வந்தார்கள். அதிகமான புல் கிடைத்ததால் சுமை பெரியதாக இருந்தது. மலையடிவாரத்திலிருந்து அவர்களது தெருவுக்குள் வந்து சேர இரண்டு கிலோமீட்டர் தூரமாவது நடக்க வேண்டும். புற்கட்டுச் சுமையோடு அவ்வளவு தூரம் நடந்து வருவது மிகவும் கடினமாக இருந்தது. பாட்டி சொன்னது போல கொஞ்சம் புல்லைப் போட்டுவிட்டு வந்திருக்கலாம் என்று குட்டச்சி நினைத்தாலும் அறுத்த புல்லைப் போட்டுவிட்டு வர அவளுக்கு மனமில்லை. மலைப்பகுதியைக் கடந்தபின் காட்டுப்பகுதிக்கு வந்தனர். அந்தக் காட்டின் ஓரத்தில் புற்கட்டுகளை இறக்கி வைத்துவிட்டு சிறிது நேரம் அங்கிருந்த மரநிழலில் ஓய்வெடுத்துக்கொண்டிருந்தனர். அப்போது அந்தக் காட்டின் உரிமையாளர் சுப்பையா அங்கு வந்தார். புற்கட்டுகளையும் மரநிழலில் அமர்ந்திருந்த குட்டச்சியையும் அவளது பாட்டி அன்னம்மாளையும் பார்த்துவிட்டுக் கோபத்துடன் கத்திக்கொண்டு அவர்களிடம் வந்தார். சுப்பையா ஏன் கத்துகிறார் என்று அவர்களுக்குப் புரியவில்லை. அவர் அருகில் வந்தபோதுதான் தங்களைத்தான் அவர் திட்டிக்கொண்டு வருகிறார் என்று அவர்களுக்குப் புரிந்தது.

‘‘இப்பிடித்தான் புல்லறுக்கோம் புல்லறுக்கோம்னு சொல்லிக்கிட்டு வந்து கொய்யாப்பழம், தட்டாம்பயறு, கடலைச் செடிகளக் களவாண்டு புல்லுக் கட்டுக்குள்ள மறச்சு வச்சுக் கட்டிக்கிட்டுப் போறது. யாரக் கேட்டு ஏங்காட்டுக்குள்ள வந்து புல்லறுத்த? ஒங்க தெரு ஆளுகளப் பத்தி எங்களுக்குத் தெரியாதுன்னா நெனச்சீங்க. எல்லாங் களவாணிக்

கழுதைங்க. புல்லுக்கட்ட அவுத்துக் காட்டு. ஏங்காட்டுல களவாண்ட அம்புட்டையும் எடுத்துக் கீழ வை.''

பெரிய புற்கட்டுகளைச் சுமந்துவந்த களைப்புடன் அமர்ந்திருந்த குட்டச்சியும் அன்னம்மாவும் அவரிடம் பேசக்கூட சக்தியற்றவர்களாய் இருந்தார்கள். அமைதியான குரலில் அன்னம்மாள் சொன்னாள்.

''நீங்க நெனைக்கிறாப்ல இந்தப் புல்ல நாங்க ஒங்க காட்டுல அறுத்துக் கட்டல. அங்குட்டு மலையடிவாரக் காடுகள்ல அறுத்துக் கொண்டுக்கிட்டு வாரோம். புல்லுக்கட்டுப் பெரிய கட்டா இருக்குறதுனால தூக்கிச் செமக்க முடியல. அதான் செத்த நேரம் இங்னக்குள்ள இந்த மரத்தடியில எளப்பாறிட்டுப் போவோம்னு உக்காந்துருக்கோம். நீங்க என்னடான்னா ஒங்க காட்டுல புல்லுப்பெறக்கி ஒங்க பயறுபச்சைகளைக் களவாண்டுப் புல்லுக்கட்டுக்குள்ள வச்சுருக்கோம்னு அநியாயமாச் சொல்லுறீக.''

சுப்பையாவுக்குக் கோபம் தலைக்கேறியது. மீண்டும் அதிகாரத்தோடு ஆத்திரமாகக் கத்தினார்.

''செய்றதயும் செஞ்சுட்டு அதுல பொய் வேற. புல்லுக்கட்ட அவுத்துக் காட்டு. ஒன்னோடக் களவாணித்தனம் தெருஞ்சு போகும். எந்துருச்சு புல்லுக்கட்ட அவுத்துக் காட்டு.'' சொல்லிவிட்டுப் புற்கட்டைக் காலால் எட்டி உதைத்தார்.

"நாங்கதான் புல்லே இங்க அறுக்கலன்னு சொல்றோம். தெக்க தொலவுலருந்து அறுத்துச் செமக்க முடியாமச் செமந்துட்டு வாரோம்னு சொன்னா நீ கேக்க மாட்டீயா? காலைலருந்து கஞ்சித்தண்ணி கூடக் குடிக்காம வம்பாரத்துக்குக் கொலபட்டினியா நாங்க கெடக்கோம். நீ எங்களக் களவாணிங்ற. புல்லுக்கெட்ட செருப்புக் காலுட்ட எத்தி மிதிக்கிற? புல்லறுக்குற அறுவாளக் கொண்டி கால வெட்டிப்போடுவேன். அதென்ன மாடுகன்னுக திங்கிறதா இல்லையா? புல்லுக்கட்ட அவுத்துக் காட்டனுமாம்ல. அதுக்கு வேறாளப் பாரு. அத அவுத்துச் செதறி பெறகு அதக்கட்டித் தூக்க எங்களுக்குத் தெம்பில்ல. எதுக்கு நாங்க அவுத்துக் காட்டணும்? எங்களப் பாத்தா ஒனக்குக் களவாணிகளாவா தெரியுது. களவாணிகன்னு எங்க மூஞ்சிகள்ள எழுதி ஒட்டியிருக்கா என்ன? பேசுறாம் பாரு பேச்சு. அவுத்துக் காட்ட முடியாது.'' தீர்க்கமாகச் சொல்லி முடித்தாள் குட்டச்சி.

அன்னம்மாள் பாட்டி அமைதியாக இருந்தாள்.

“களவாணின்னு எழுதி ஓம்மூஞ்சில ஒட்ட வேற செய்யனுமாக்கும். ஓங்க தெரு ஆளுகன்னாலே களவாணிகதாங்றது ஊரறிஞ்ச விசயமாச்சே. புல்லுக்கட்ட அவுத்துக் காட்டமாட்டேன்னு சொல்லும்போதே தெரியுதே ஓங் களவாணித்தனம்.” சுப்பையா கோபமாகக் கத்தினார்.

நடந்ததையெல்லாம் கவனித்துக்கொண்டிருந்த பக்கத்துக் காட்டுக்காரன் வந்து சுப்பையாவுக்குச் சார்பாகப் பேசினான். அவனும் சுப்பையாவின் சாதிக்காரன்தான்.

“புல்லுக்கட்டுக்குள்ள எதுவும் இல்லன்னா துணுஞ்சு அவுத்துக் காட்ட வேண்டியதுதான. காட்டமாட்டம்னு வம்பு செஞ்சீனா அப்ப என்னமோ இருக்குன்னு சந்தேகப்பட வேண்டியிருக்குதுல்ல.”

“ஓஞ் சந்தேகத்த எல்லாம் நாங்க தீத்துக்கிட்டு இருக்க முடியாது. வேணும்னா ஒன்னு செய்யி. சந்தேகம் தீரனும்னா புல்லுக்கட்டத் தூக்கிவிடு. ஏங்கூட எங்க வீட்டுக்கு வா. அங்க வந்து புல்லுக்கட்ட அவுத்துப் போடுறேன். அதுக்குள்ள நீ சொல்லுற மாதிரி எதுவும் இருந்தா நீ என்ன சொல்றியோ அதுக்குக் கட்டுப்படுறோம். வேணும்னா போலிசுலகூட புகாரு குடுத்துக்கோ. நாங்க வேண்டாங்கல.”

“எம்புட்டுத் திமுரு இருந்தா என்னைய ஒன்னோட தெருவுக்குள்ள வரச் சொல்லுவ! ஓங்கூட ஒன்னோட வீட்டுக்கு வரனுமா நானு! இப்பவே இங்கயே கட்ட அவுத்துக் காட்டிட்டுப் போ. இல்லன்னா இங்கருந்து ஓரடி எடுத்து வச்சுக்க மாட்ட.”

“அவருதான் சொல்றாருல. மடியில கனமில்லன்னா வழியில என்னத்துக்குப் பயம்? பேசாம அவுத்துக் காட்டிட்டுத் தூக்கிட்டுப் போங்க. தேவையில்லாமெ பிரச்சன பண்ணாதீங்க. அவரு நல்லதனமாச் சொல்லும்போதே அவுத்துக் காட்டிட்டுப் போற வழியப் பாருங்க.” பக்கத்துக் காட்டுக்காரன் நியாயவாதி மாதிரிப் பேசுனான்.

குட்டச்சிக்கு ஆத்திரமாக வந்தது. ஆவேசமாகக் கத்தினாள்.

“நீ ஓஞ்சோலியப் பாத்துக்கிட்டுப் போ. ஒன்னய யாரும் இங்க பஞ்சாயத்துப் பண்ணக் கூப்புடல. இந்த வேகாத வெயிலுல கஞ்சிதண்ணி

குடிக்காம கெறங்கிப் போயிக் கெடக்கோம். அங்க மாடுகன்னுக கொலபட்டினியா கெடக்குக. வெள்ளனத்துல வீட்டுக்குப் போக உடாமெ விசாரண செஞ்சுக்கிட்டு இருக்க. அதுல நாக்குக் கூசாமெ களவாணிகன்னு சர்வசாதாரணமாச் சொல்லிக்கிட்டு இருக்க. எங்க தெரு பொம்பளைக இன்னகுள்ள இப்பப் பத்து பேரு இருந்துருந்தான்னா ஒன்னய ஓட ஓட வெரட்டிருப்பாளுக. நாங்க ரெண்டு பேருங்கவும் இஸ்டத்துக்குப் பேசிக்கிட்டு இருக்க. வேணும்னா ஒன்னு செய்யி. நீயே கட்ட அவுத்துப் பாத்துட்டு மறுபடியும் அதே மாதிரிக் கட்டிக் குடுத்துட்டுப் போ."

"என்னது! நானே அவுத்துப் பாக்கணுமா? நீ புல்லுக்கட்டி வச்சிருக்குற துணிய நாந்தொட்டு அவுக்கணுமா! என்னய யாருன்னு நெனச்சுக்கிட்டு இருக்குற?" பதற்றத்துடன் சொல்லிய சுப்பையா இரண்டடி பின்வாங்கிச் சென்றார்.

ஒரு பெரிய சதுரவடிவ துணியில் புல்லை வைத்து அதன் நான்கு மூலைகளிலும் கட்டியிருந்த நீளமான கயிறுகளை இழுத்து பெரிய மூட்டையாகக் கட்டியிருந்த அந்தப் புல்லுக்கட்டை அருவருப்பாகப் பார்த்தார். பக்கத்துக் காட்டுக்காரனும் சற்றுத் தள்ளி நின்றுகொண்டான். மேற்கொண்டு என்ன செய்வது என்று யோசித்துக்கொண்டிருந்தான்.

"என்னமோ பாம்பத் தொடச் சொன்னது கணக்காத் துள்ளிக் குதுச்சுக்கிட்டு அப்பால ஓடுற. சீ! நீயெல்லாம் ஒரு மனுசன்! இவங்கூட நாயிகூட பேசாது. பாட்டி, கட்டடத் தூக்கி உடு. போவோம்." எழுந்து நின்றாள் குட்டச்சி. அன்னம்மாளும் எழுந்துகொண்டாள்.

"சரி, சரி. கட்டுகளத் தூக்கிக்கிட்டு அப்பிடியே எங்க தெருப் பிள்ளையார் கோயிலுக்கு வாங்க. அங்க வச்சுப் பாத்துக்கிறேன்." சுப்பையா மிரட்டும் தொனியில் சொன்னான்.

"நாங்க எதுக்கு ஒங்க பிள்ளையார் கோயிலுக்கு வரணும்? அங்கெல்லாம் வர முடியாது. நீ என்ன பெரிய இவங்கணக்காப் பேசிக்கிட்டு இருக்க. நீ வேணும்னா போலிசக் கூப்புட்டுக்கிட்டு வா. நானு களவாண்டுருந்தா கேசு போடட்டும். இல்லன்னா ஓம் மேல நானு கேசு போடுவேன். ஆமா."

சுப்பையா கொஞ்சம் நிதானத்திற்கு வந்தார். 'போலிசுக்கு ஃபோன் போடலாம். ஆனா இந்தப் பொம்பள உண்மையிலேயே களவாங்கலன்னா

போலிசுக்காரன் நம்ம மேல எரிச்சலடைவான். தண்டத்துக்கு அவனுக்கு வேற பணங்குடுக்கனும். அது இவளுக்கு ரொம்பா எளக்காரமாப் போயிரும். இவா வேற ரொம்பாத் துணிச்சலா போலிசுக்குப் போன்னு சொல்றா. அப்பத் தெக்க இருந்துதான் புல்லறுத்துக்கொண்டு வந்துருப்பாகளோ...' பக்கத்துக் காட்டுக்காரனைப் பார்த்தார். அவனும் புரிந்துகொண்டு இணக்கமாகப் பேசினான்.

"சரி, சரி. விடு சுப்பையா. இப்ப இவுக போகட்டும். எங்க போயிருவாக. நாம ஸ்டேசன்ல போயி ஒரு புகாரு குடுத்து வைப்போம். வேல நெறய்யா இருக்கு." என்று சொல்லி சுப்பையாவை அழைத்துச் சென்றார்.

"ஒரு புகாரு என்ன. ஒம்பது புகாருகூட குடுத்துக்கோ. பாக்கப்போனா நாந்தான் நீயி என்னைய சாதிய வச்சு அசிங்கமா களவாணின்னு சொன்னதுக்கும் அருவருப்பா நடத்துனதுக்கும் ஓம்மேல புகாரு குடுக்கணும். இனிமேற்பட்டாவது திருந்தி மனுசனா நடந்துக்கோ. அப்பத்தான் மனுசங்கள மனுசங்களா பாக்குற புத்திவரும். எங்க தெரு மனுசங்கன்னா களவாணிகன்னு அபாண்டாம சொல்றத நிப்பாட்டு. எங்கள முந்தி மாதிரி நெனச்சுக்கிட்டு வாய்க்கு வந்தபடியெல்லாம் பேசிக்கிட்டுருக்காத. நாங்க சும்மா இருக்கமாட்டோம். ஆமா."

புல்லுக்கட்டைத் தூக்கிக்கொண்டு வீடு வந்து சேர்ந்தார்கள். குட்டச்சியின் புற்கட்டைப் பார்த்து ஆச்சரியத்துடன் கேட்டாள் உச்சாயிப் பாட்டி.

"ஒங்களுக்கு மட்டும் இம்புட்டுப்புல்லு எங்ன கெடச்சது. எவங்காட்டுல இம்புட்டுப் புல்லு மண்டிக் கெடந்துச்சு. நாங்களும் தெக்கவடக்கே போயிக்கிட்டுத்தான இருக்கோம். இம்புட்டுப் புல்லு எங்னகுள்ளயும் எங்க கண்ணுக்குத் தெம்படல. பாட்டிக்காரியும் பேத்தியும் ரகசியமாப் பாத்து வச்சுருந்து வெள்ளனத்துலயே கமுக்கமாப் போயி அறுத்து அள்ளியாந்துட்டாளுக."

குட்டச்சி எதுவும் சொல்லாமல் வீட்டுக்குள் சென்று தண்ணீர் குடித்துவிட்டு வந்தாள். வெளியில் திண்ணையில் உட்கார்ந்த அன்னம்மாள் சுப்பையா காட்டில் நடந்ததை விவரித்துக்கொண்டிருந்தாள். குட்டச்சி புற்கட்டுகளை அவிழ்த்து மாடுகளுக்குப் புல்லை அள்ளி வைத்தாள். காலையிலிருந்து பட்டினியாக இருந்த மாடுகள் வேகவேகமாகப் புல்லைத் தின்றன. அவை புல்லைத் தின்பதைச் சிறிது நேரம் நின்று

பார்த்துக்கொண்டிருந்த குட்டச்சி முகத்தில் அவ்வளவு சந்தோசம்! வீட்டுக்குள் சென்று கூழ் கரைத்து எடுத்துக்கொண்டு வந்த குட்டச்சி, அன்னம்மாளுக்குக் கொடுத்துவிட்டுத் தானும் குடித்தாள். அருகில் அமர்ந்திருந்த உச்சாயிக் கிழவியிடம் "கொஞ்சம் கூழ் குடிக்கிறியா பாட்டி" என்று கேட்டுக்கொண்டே வெங்காயத்தை எடுத்துக் கடித்தாள்.

காலையிலேயே கூழ் குடித்துவிட்டதாகச் சொன்ன உச்சாயிப் பாட்டி,

"நம்ம சாதி சனத்தப் பாத்தாலே அவனுகளுக்கு எப்பிடி இருக்கும்னு தெரியல. அந்த நாள்ல இருந்து இந்த நாள் வரைக்கும் இப்பிடித்தான் களவாணிக் கழுதைகன்னு மெதம்மா பேசுறானுக. நீயாங்காட்டி இம்புட்டாவது பேசிச் சமாளிச்சிட்டு வந்திட்ட. அந்தக் காலத்துல எல்லாம் இப்பிடி இவனுகள எதுத்துப் பேச முடியாது. அவனுக என்ன சொல்றானுகளோ அதச் செஞ்சாகனும். மறுபேச்சு பேசக்கூடாது பாத்துக்கோ." மிகுந்த கவலையுடன் சொன்னாள்.

"ஏம் பேசக்கூடாது? இப்ப நீ பாத்தில. புல்லுக்கட்டுக்குள்ள என்னத்தக் களவாண்டு வச்சிருந்தேன். இத்தனைக்கும் அவங்காட்டுக்குள்ளகூட புல்லப் பெறக்கல. என்ன சொன்னாலும் அவுத்துக் காட்டுன்னு நிக்கான். அதுலயும் நம்ம தெரு ஆளுகன்னாலே களவாணிகதானாம். அவஞ் சொல்றான். அதுல வேற புல்லுக்கட்டத் தூக்கிக்கிட்டு அவந்தெருவுக்குள்ள இருக்குற பிள்ளையார் கோயிலுக்குப் போகனுமாம். அங்க வச்சு பஞ்சாயத்துப் பண்ணுவானாம். எம்புட்டு ராங்கித்தனம்னு பாத்தியா பாட்டி?"

"அதானடி! நீயாங்காட்டி சாதுர்யமாப் பேசிக் கட்டத் தூக்கிட்டு வந்துட்ட. செல பெயல்க புல்லுக்கட்டத் தூக்கிட்டுப் போகவே விடமாட்டேன்னு வம்பு பண்ணுவானுங்க."

"ம்... பண்ணுவான் பண்ணுவான். என்னைய நிட்டாந்தரமா களவாணின்னு சொன்னாம்பாரு; அதான் எனக்கு வெளத்தக் கெளப்பிருச்சு. அதுலயும் நம்ம தெரு ஆளுகனாலே களவாணிகதானாம். எம்புட்டு ஈசியா நம்மளக் கேவலப்படுத்துறாம் பாத்தீயா பாட்டி!"

அன்று மாலைக்குள் இந்தச் செய்தி தெருவெங்கும் பரவியது. வெவ்வேறு இடங்களுக்குப் புல்லறுக்கச் சென்றவர்கள் இதைப் பற்றி குட்டச்சியிடம் கேட்டுவிட்டு இனிமேல் நான்கைந்து பேராகச் சேர்ந்து புல்லறுக்கப்

போகவேண்டும் என்று சொல்லிக்கொண்டார்கள். அதன்படி காலையிலும் மாலையிலும் சேர்ந்தே சென்றுவந்தார்கள்.

தெற்கே மலையடிவாரத்தில் ஒருமுறை விறகு வெட்டி வருவதற்காகப் பத்துப் பெண்கள் பெரிய அறுவாள்களோடு சென்றார்கள். அங்கே மரங்களை வெட்டிப் பெரிய கட்டைகளை ஏற்றிச் சென்றபின் மரம் வெட்டியவர்கள் கழித்துப் போட்ட சிறிய மரக்குச்சிகளை வெட்டி கட்டிக்கொண்டிருந்தார்கள். அதற்கருகில் இருந்த ரெங்கசாமியின் மாந்தோப்பில் மரத்து நிழலில் பாய் விரித்து அதில் ரெங்கசாமியின் சம்சாரம் அமர்ந்திருந்தாள். மாங்காய்களை யாரும் திருடிவிடக்கூடாது என்று காவலுக்கு வந்திருந்தாள். விறகு வெட்டிக் கட்டிக்கொண்டிருந்த பெண்களை வைத்த கண் விலகாமல் பார்த்துக்கொண்டிருந்தாள்

விறகுகளைக் கட்டியபின் அவர்களது அறிவாள்களை விறகுக் கட்டின் மேற்பகுதியில் வைத்து இறுக்கமாகக் கட்டிவைத்துவிட்டுக் கொஞ்சம் காட்டு கீரைகளைக் கிள்ளிக்கொண்டிருந்தார்கள். குப்பைக்கீரை, தொயிலுக்கீரை, பருப்புக்கீரை, சாரணக்கீரை, மணல்கீரை, மகிழிக்கீரை, கொமிட்டிக்கீரை இப்படிப் பலவகைப்பட்ட கீரைகளைச் சேகரித்தார்கள். சமீபத்தில் மழை பெய்திருந்ததால் முளைக்கீரைகளாக இருந்தன. மடிகளில் கீரைகளைக் கட்டிக்கொண்டு விறகுக் கட்டுகளை ஒருவருக்கொருவர் தூக்கித் தலையில் வைக்கும்போது வடக்குத்தெரு முத்தம்மாள் கத்தினாள்.

“எல்லாரையும் போல நானும் அறுவாள வெறகுக் கட்டுமேல கட்டிவச்சிட்டுத்தான போயிக் கீரை புடுங்குனேன். இப்ப என்னோட அறுவாளக் காணுமே. அய்யய்யோ... இப்ப நானு என்ன செய்வேன். ஆயிரம் ரூபா அறுவாளக் காணுமே. அறுவா இல்லாமப் போனா ஏம்புருசன் என்னிய அடிக்காமெ உடமாட்டானே... கொஞ்சநஞ்ச துட்டா... அதுவும் எந்த ஊருக்கோ மெனக்கெட்டுப் போயில்ல வாங்கியாந்தான். மரம் வெட்டக் கொண்டுபோற அறுவாள்... நானு எங்க போயித் தேடிக் கண்டுபிடிக்கப் போறேன்...” அங்குமிங்குமாக ஓடியாடித் தேடினாள்.

மற்றவர்களும் கட்டுகளை இறக்கிவிட்டுச் சுற்றிச் சுற்றித் தேடினார்கள். எவ்வளவு தேடினாலும் அறுவாள் கிடைக்கவில்லை. நேரமும் ஆகிக்கொண்டிருந்தது. இறுதியாக குட்டச்சி சொன்னாள்.

"இந்த எடத்துல நம்மள தவுர வேற யாரு இருக்கா? யாரும் இந்தப் பக்கமா ஆடுமாடுகூட மேச்சுக்கிட்டு வரல. அப்ப அறுவா எங்க போகும்? ஒன்னு நம்மள்ல ஒருத்தரு எடுத்துருக்கணும். இல்லன்னா அந்தா உக்காந்துருக்குதே... அந்த ரெங்கசாமி பொண்டாட்டி ரேணுகா எடுத்துருக்கணும். என்ன நாஞ் சொல்றது?"

"நாம எதுக்கு எடுக்கப் போறோம்? நம்ம அறுவாளுகள்லாம் இருக்கைல இவாது மட்டும் என்ன காலு மொளச்சு நடந்து போயிருச்சா என்ன? வெறகுக்கு உள்ள வச்சுக் கட்டுனாலும் கட்டியிருப்பா. அவுத்துப் பாரு." பச்சையம்மாள் சொன்னாள்.

இதைக் கேட்ட முத்தம்மாளுக்குக் கோபம் வந்தாலும் அடக்கிக்கொண்டு விறகுக்கட்டை அவிழ்த்து எடுத்துப் பார்த்தாள். மற்றவர்களும் அவளுக்கு உதவி செய்தனர். ஆனால், அறுவாள் இல்லை. மீண்டும் முத்தம்மாள் புலம்பிக்கொண்டு அங்குமிங்கும் தேடிக்கொண்டிருந்தாள். என்ன செய்வதென்று யாருக்கும் புரியவில்லை. அது விலையுயர்ந்த அறுவாள் என்று மற்றவர்களுக்கும் தெரியும் என்பதால் எல்லோருமே கவலையுடன் இருந்தார்கள். திடீரென ஆராயி சொன்னா,

"அறுவா எங்க இருக்குதுன்னு எனக்குத் தெரியும். அம்புட்டுப் பேரும் ஏங்கூட வாங்க."

அனைவரும் ஆச்சரியத்துடன் அவளைப் பின்தொடர்ந்தனர். ஆராயி நேராக மாந்தோப்புக்குள் போனாள். அங்க அமர்ந்திருந்த ரேணுகாவிடம்,

"அறுவாள குடும்மா நாங்க வீட்டுக்குப் போகணும். எங்களுக்கு நேரமாகுது. நாங்களும் எம்புட்டு நேரமாத் தேடிக்கிட்டு இருக்கம்னு பாத்துக்கிட்டுத்தான இருக்க. ஒன்னுந் தெரியாதது மாதிரிக் குத்துக்கல்லு கணக்கா உக்காந்துக்கிட்டு இருக்க. எடும்மா அறுவாள. எங்க ஒளுச்சு வச்சிருக்க?" அதட்டலாகக் கேட்டாள்.

ரேணுகா சாகவாசமாக எழுந்து நின்றாள். நிதானமாகக் கேட்டாள்.

"என்ன ஏங்கிட்ட கேக்குற? நானு அறுவாள எடுத்தத நீயி பாத்தியா? பாத்த மாதிரி கேக்குற."

"ஆமா. பாத்தேன். எங்ன வச்சிருக்கன்னு சொல்லு. இங்னகுள்ள இத்தினி கீரை கிள்ளிக்கிட்டு வர்றதுக்குள்ள அறுவாளத் தூக்கி ஒளுச்சு வச்சுக்கிட்டியே. இம்புட்டு தோப்புதொரவு இருந்தும் இந்தக் களவாணித்தனம் செய்றியே... வெக்கமா இல்ல ஒனக்கு?" ஆராயி கோபமாகக் கத்தினாள்.

ரேணுகா தான் உட்கார்ந்த இடத்தை விட்டு எழுந்திருக்கவே இல்லை என்றும் தான் அறுவாளைப் பார்க்கவே இல்லை என்றும் சாதித்தாள்.

ஆராயி விடுவதாக இல்லை. வேகமாகச் சென்று ரேணுகாவின் பின்புறமாக நின்றுகொண்டு இரண்டு கைகளாலும் அவளை இறுகக் கட்டிப்பிடித்துக்கொண்டாள். மற்றுமிருவரைக் கூப்பிட்டு அவளோடு சேர்ந்து இறுக்கமாக அவளைப் பிடித்துக்கொண்டு மற்றவர்களை ரேணுகாவின் காதிலிருந்த கம்மலைக் கழட்டச் சொன்னாள்.

"அறுவாள மரியாதையாக் குடுத்திட்டீனா உட்டுறுவோம். இல்லன்னா கம்மலக் கழட்டிக்கொண்டு போயி வித்துட்டுப் புது அறுவாளா வாங்கிக்கிடுவோம். அது வெல ஒசந்த அறுவா. சும்மா உட்டுட்டுப் போக முடியாது. ஒன்னயத் தவுர வேற இங்ன யாரும் இல்ல. நீதான் எடுத்துருக்கணும். இல்லன்னா வேற யாருன்னாலும் எடுத்ததப் பாத்திருந்தீன்னா அதையாவது சொல்லு." சொல்லிக்கொண்டே இன்னும் இறுக்கிப் பிடித்தாள்.

ரேணுகாவிற்கு என்ன செய்வதென்று புரியவில்லை. அவளால் கத்தவும் முடியவில்லை. அவர்கள் உண்மையாகவே கம்மலைக் கழற்ற முற்படவும் அவளுக்கு ஆத்திரமாக வந்தது.

"சீ. கைய எடு. ஏம்மேலயே கை வச்சிட்டீல. அம்புட்டுத் துணிச்சலாப் போச்சு. எட்டடி எட்டி நின்னு பேச வேண்டிய நாயிங்க ஏம்மேலயே கைய வச்சிருச்சுங்க. எடு கைய." ஆங்காரமாகச் சொல்லியபடி திமிறினாள்.

இதைக் கேட்ட ஆராயி இன்னும் பிடியை இறுக்கினாள். இவர்களை எதிர்த்து எதுவும் செய்ய முடியாது என்று தெரிந்துகொண்ட ரேணுகா அறுவாளை எடுத்ததை ஒத்துக்கொண்டாள். அதன்பின் ஆராயி அவளை விட்டுவிட்டாள். பக்கத்து மாமரத்துக் கிளையில் மறைத்து வைத்திருந்த அறுவாளை ரேணுகா எடுத்துக் கொடுத்தாள். தன் காதுகளைத் தொட்டுப் பார்த்துக்கொண்டாள். அதைப் பார்த்த ஆராயி சிரித்துக்கொண்டு சொன்னாள்,

“நல்லாத் தொட்டுத் தொட்டுப் பாத்துக்கோ. பெறகு கம்மலக் களவாண்டோம்னு அபாண்டமா எங்க மேல பழி போடுவெ. என்ன சொன்ன? எட்டடிக்கு அப்பால நின்னு உங்கிட்ட பேசணுமா? ஆமா, துஷ்டனக் கண்டா தூரத்தான் வெலகி நிக்கணும். இந்தா இப்பக் கொஞ்ச நேரத்துல பாத்தீல. அறுவாளத் தூக்கி வச்சிக்கிட்டு ஒன்னுந் தெரியாதது மாதிரி உக்காந்திருந்தீல. களவாணிக் கழுத. நீயெல்லாம் ஒசந்த சாதி; ஒனக்கெல்லாம் ஒரு பாயி.” காலால் பாயை எத்தி உதைத்துவிட்டுக் காறித் துப்பினாள்.

விறகுக் கட்டைத் தூக்கிக்கொண்டு வீடு வந்து சேர்ந்தார்கள். இரவு கீரையும் சோறும் கூட்டாஞ்சோறாகச் சாப்பிடும்போது ரேணுகாவின் திருட்டுத்தனத்தைச் சொல்லிச் சொல்லிச் சிரித்து ரசித்துச் சாப்பிட்டார்கள்.

“ஆமா... ஏக்கா ஆராயி, ஒனக்கு எப்பிடி அந்த ரேணுகாதான் அறுவாள எடுத்தான்னு தெரியும்? போலிசுக்காரி கணக்கா நெத்தில அடுச்ச மாதிரிச் சொல்லிட்டு அவளையும் இறுக்கிப் புடுச்சுக்கிட்ட.”

மற்றவர்களுக்கும் இதே சந்தேகம் இருந்தது. அதனால் ஆராயி சொல்வதைக் கேட்க ஆர்வமுடன் அவளையே பார்த்துக்கொண்டிருந்தார்கள்.

செம்பிலிருந்த தண்ணீரைக் குடித்த ஆராயி முந்தானையால் வாயைத் துடைத்துக்கொண்டு சிரித்தபடி சொன்னாள்.

“அவாதான் அறுவாள எடுத்தான்னு எனக்குந்தான் தெரியாது. அங்கனக்குள்ள அவா மட்டுந்தான் இருக்கா. நம்மாளுகதான் திருடனுங்கன்னு எழுதிவச்ச சட்டங்கணக்கா படீர்ப்பா சொல்றானுகள்ள. இப்ப இவா ஒசந்த சாதிக்காரினாப்புல திருடமாட்டாளான்னு நெனச்சேன். சரி, எதுக்கும் சொல்லிப் பாப்போம். அவா போட்டுருக்க தங்கக் கம்மலக் கழட்டிருவோம்னு மெரட்டுனா உண்மையச் சொல்லிருவான்னு நெனச்சுத்தான் அப்பிடிச் செஞ்சேன். அது சரியாப் போச்சு பாத்திகளா.”

“வீட்டுக்குப் போயி அந்தம்மா புருசங்கிட்டச் சொல்லி பெரிய பிரச்சனையானா என்ன செய்றது? அதான் எனக்கு மனசுக்குள்ள ஒருமாதிரி இருக்குது.” வெள்ளத்தாயி சொன்னா.

“அட போ சித்தி. இந்த மாதிரி அறுவாளக் களவாண்டேன்; என்னைய அந்தத் தெரு பொம்பளக் கட்டிப் புடுச்சான்னு சொல்லிக்கிட்டு

இருப்பாளாக்கும். சாகுந்தட்டிக்கும் இத யாருக்கிட்டயும் மூச்சு உட மாட்டா. மறக்கவும் மாட்டா. அவளுக்கே மானக்கேடா இருக்கும். இனி சென்மத்துக்கும் களவாங்கவும் மாட்டா." குட்டச்சி சொல்லவும் அனைவரும் சத்தமாகச் சிரித்தனர்.

"என்னமோ செயிச்சிட்ட மாதிரி கும்மரச்சமாச் சிரிச்சுங்கோங்க. நம்ம எங்க போயிப் புல்லுப்பெறக்கப் போனாலும் காடுகர வச்சுருக்கிற அம்புட்டுப் பேரும் நம்மள வெரட்டி வெரட்டித்தான் உடுறானுங்க. அவமானப்பட்டு அசிங்கப்பட்டுத்தான் புல்லறுத்துக்கிட்டு வர வேண்டியிருக்குது." மங்கம்மா சொல்லவும் அதை ஆமோதிப்பது போல அனைவரும் மௌனமானார்கள்.

"நீ சொல்றது சரிதான். நமக்கென்ன காடுகரை நஞ்சபுஞ்சன்னு இருக்கா என்ன? புல்லறுத்துட்டு வாரதுல அவனுகளுக்கென்ன வலிக்குதாம்? இனிமேற்பட்டு வெரட்டுனாம்னா அவனச் சும்மா உடக்கூடாதுங்கடி. நாளைக்கு அந்த மஞ்சணத்தி மடைக்கிட்ட இருக்குற மாத்தூரான் வயக்காட்டுக்குப் புல்லறுக்கப் போவோம்." ஆராயி சொல்லவும் அனைவரும் எழுந்து அவரவர் வீடுகளுக்குச் சென்றனர்.

சொன்னபடி மறுநாள் மாலை மாத்தூரான் வயலுக்குச் சென்று புல்லறுத்துக்கொண்டிருந்தனர். மாத்தூரானுக்கு விசயம் தெரிந்து ஒரு பெரிய கட்டையோடு வயலுக்கு வந்து அவர்கள் மேல் கட்டையை எறிந்து அசிங்கமாகத் திட்டியபடி விரட்டினான். அறுத்த புல்லைப் போட்டுவிட்டுப் பயந்து ஓடியவர்களை ஆராயிதான் நிறுத்தினாள்.

"கட்டையக் கொண்டுவந்து வீசுறியே... இந்தப் புல்லறுத்ததுக்கா இப்பிடிக் கட்டையத் தூக்கிக்கிட்டு ஆடுற? இப்ப என்ன வெள்ளாமைலையா கை வச்சுட்டோம், இந்தக் குதி குதிக்க... கட்ட எங்க மேல மட்டும் பட்டுச்சுன்னு வையி... நீயி உசுரோட வீடு போயிச் சேரமாட்ட. நாங்க எல்லாரும் சேந்து ஒன்னைய அறுத்துப் போடுவோம் அறுத்து. அம்புட்டுப் பேர் கைலயும் பண்ணறுவா இருக்கு பாத்துக்கோ. நீங்க எதுக்குடி பயந்துக்கிட்டு ஓடுறீங்க? அப்பிடி என்னதான் செஞ்சுருவான்னு பாப்போம்."

ஆராயி சொன்னதைக் கேட்டு ஓடியவர்கள் திரும்பி வயலுக்கு வந்தார்கள். சுற்றிமுற்றும் பார்த்த மாத்தூரான் அக்கம்பக்கத்து வயல்களில் யாருமில்லாததைக் கண்டு அங்கிருந்து சென்றுவிட்டான். அவன் சென்ற பிறகு மீண்டும் புல்லறுக்கத் தொடங்கினார்கள். சிறிது நேரத்தில் மாத்தூரான்

ஒரு காவலருடன் வயலுக்கு வந்தான். காவலர் அவர்களைப் பார்த்து உரக்கக் கேட்டார்.

“நீங்க செய்றது உங்களுக்கே நல்லா இருக்குதா? அடுத்தவுக வயக்காட்டுல வந்து இப்பிடி அறுக்கலாமா? இப்ப எல்லாரும் போறீகளா... இல்ல அம்புட்டுப் பேர் மேலேயும் கேஸ் போட்டு உள்ள தள்ளவா?”

“அம்புட்டுப் பேர் மேலேயும் கேசு போடுவியா? என்ன கேசு? நாங்க என்ன கொல செஞ்சமா, கொள்ளையடுச்சமா, களவாண்டமா, சண்ட சச்சரவுக்குப் போனமா, அடுத்தவுக சொத்த அபகருச்சமா... ஒரு புல்லறுத்ததுக்குப் போயி கேசு போட்டு உள்ள தள்ளிருவேங்ற. என்ன தப்புச் செஞ்சோம்? சொல்லிட்டுப் பெறகு கேசு போடு சார்.” ஆராயிதான் பேசினாள். மற்றவர்கள் அமைதியாக இருந்தனர்.

“எதுக்கு இப்பத் தேவையில்லாமப் பேசுற? அவரு வயக்காட்டுல புல்லறுக்கக் கூடாதுன்னு சொன்னா அறுக்காத. அவ்வளவுதான. போங்க எல்லாரும். இனிமேற்பட்டு இங்க வராதீங்க. கௌம்பு எல்லாரும்.”

“நாங்க கௌம்ப முடியாது சார். நாங்க என்ன பயிரு பச்சையிலா கை வைக்கிறோம்? வரப்புல வளந்து கெடக்குற புல்லத்தான் அறுக்குறோம்? அது அந்தக் காட்டுக்காரனுக்கு நல்லதுதான. வரப்புகள்ள வளந்துருக்கிற புல்ல அறுத்துட்டா வரப்புகள்ள பாம்பு பயமில்லாமெ நடக்கலாம்ல. இன்னுஞ் சொல்லப்போனா அவரு காட்டச் சுத்தமாக்குறதுக்கு அவருதான் எங்களுக்குக் கூலி குடுக்கணும். என்னஙகடி நானு சொல்றது? வாயத் தொறந்து சொல்லுங்கடி.”

“ஆமா. அவருதான் எங்களுக்குச் சம்பளம் குடுக்கணும். அதவிட்டுப் போட்டு எங்களக் கட்டயக் கொண்டி எறிராரு. நீங்கதான் அவருக்குப் புரியும்படிச் சொல்லிக்கிட்டுப் போங்க சார்.” மாடத்தி சொன்னா.

“சார், இவுங்ககிட்ட இப்பிடிப் பேசிக்கிட்டு இருந்தா பிரயோசனம் இல்ல சார். ஸ்டேசனுக்குக் கூட்டிக்கிட்டுப் போயி ஆளுக்கு ஐநூறு ரூபாய் தண்டங்கட்டச் சொல்லுங்க சார். அப்பத்தான் இனி இந்தப் பக்கமே தலைகாட்ட மாட்டாங்க.” மாத்தூரரான் கோபமாகச் சொன்னார்.

“என்ன, அவரு சொல்ற மாதிரி ஸ்டேசனுக்கு வாரீகளா இல்ல இப்பிடியே வீடு போய்ச் சேர்ரிகளா? எடுங்க எடுங்க. வேற காட்டுகள்ள போயிப் பாருங்க.” காவலர் கொஞ்சம் தணிந்த குரலில் சொன்னார்.

“வேற காடுகளுக்குப் போனா அந்தக் காட்டுக்காரன் வெரட்டுறான். அப்பிடியெல்லாம் காடுகாடா போக முடியாது சார். ஆடுமாடு வளக்குறவுக புல்லறுக்க வேற எங்க போவாக? காடுகர வச்சிருக்கிற எல்லாரும் எங்கள வெரட்டியடுச்சா நாங்க எங்கதான் போயிப் புல்லறுக்க முடியும்? இவுகளக் கணக்கா எங்ககிட்ட காடுகரைகளா இருக்குது? நீங்களே சொல்லுங்க சார். ஆடுமாடுகள வச்சுத்தான் எங்க பொழப்பு ஓடுது. அதுகள அப்பக் கொலபட்டினியாப் போட்டுக் கொன்னுபோடச் சொல்றியா சார்? அம்புட்டும் லோனு மாடுக சார். நல்லாப் புல்லறுத்துப் போட்டாத்தான பாலப் பீச்சி லோன அடைக்க முடியும். இதெல்லாம் உங்களுக்கெங்க புரியப் போகுது. புல்லு இருக்கிற எடத்துக்குத்தான் போக முடியும். அதுனால நாங்க இங்கதான் அறுப்போம் சார். நீங்க வேணும்னா கேசப் போடுங்க சார். அம்புட்டுத்தான.” சொல்லிவிட்டு ஆராயி புல்லறுக்க ஆரம்பித்தாள். அவளைத் தொடர்ந்து மற்றவர்களும் புல்லறுத்தார்கள். காவலர் மாத்தூரானைப் பார்த்தார். மாத்தூரனும் காவலரும் வரப்புமேல் மெதுவாக நடந்து சென்றார்கள். காவலர் திரும்பிப் பார்த்தார். அதைக் கண்ட ஆராயி சத்தமாகச் சொன்னாள்.

“சார், போயிட்டுவாங்க சார். அவருட்ட கொஞ்சம் சொல்லி வைங்க. இத்தினிக்கூட நாயமில்லாம நடந்துக்கிறாரு.”

மற்றவர்கள் அவளை அடக்கினார்கள்.

“அவருதான் அவருட்டப் பேசிக் கூட்டிக்கிட்டுப் போறாருல. நீ என்னத்துக்குத் தேவையில்லாமக் கத்திக்கிட்டு இருக்க ஆராயி? பேசாமப் புல்லறுத்துக் கட்டு. வெள்ளனத்துல வீட்டுக்குப் போவோம். ஏற்கனவே லேட்டாகிப் போச்சு.”

அதன்பிறகு அவர்கள் புல்லறுக்கும் நேரத்தில் மாத்தூரான் வயல்பக்கம் வருவதில்லை.

'கிசும்புக்காரன்' நூலை முன்வைத்து
ராஜ் கௌதமன்

தலித் வாழ்க்கையைப் பற்றிய சிறுகதைத் தொகுப்புகளை, அபிமானி, சிவகாமி, விழி. பா.இதயவேந்தன், உஞ்சைராசன், பாப்லோ அறிவுக்குயில் முதலான தலித் படைப்பாளிகள் வெளியிட்டதைத் தொடர்ந்து, பாமா அவர்களின் முதல் சிறுகதைத் தொகுப்பு இப்போது வெளிவருகிறது. பலதரப்பட்ட நோக்கு நிலைகளிலிருந்து இவர்கள் தங்களுடைய சிறுகதைகளைப் படைத்தாலும், இவர்களுடைய சிறுகதைகளில், தலித் மக்களின் வாழ்க்கை, எதார்த்த வகை எடுத்துரைப்பு ஆகிய இரண்டு அம்சங்கள் பொதுவானவையாகக் காணப்படுகின்றன.

சாதியப் பண்பாட்டில் நிலைகுலைந்து ஒதுக்கப்பட்ட தலித் மக்களின் வாழ்க்கையை இவர்கள், ஏற்கெனவே புழக்கத்தில் இருந்துகொண்டிருக்கிற எதார்த்தவாதச் சிறுகதை என்ற மொழியில் பிரதிபலிக்கத் தொடங்கியிருக்கிறார்கள். எதார்த்த வகை இலக்கியம், சகல சாதி சனங்களும் ஒத்துக்கொள்ளுகிற ஒரு புறவயமான எதார்த்தத்தை, எல்லோருக்கும் பொதுவான எதார்த்தத்தை அப்படியே உள்ளவாறு சொல்வதாக ஏற்றுக்கொள்ளப்பட்டுள்ளது. மேற்கத்திய பூர்ஷ்வா பண்பாட்டின் உற்பத்தியாகிய எதார்த்த வகை இலக்கியம், அப்பண்பாட்டின் ஏகோபித்த மாயையை, நடப்பவையெல்லாம் யார் ஒருவருடைய சொந்த நலன் விருப்பிற்காகவன்றி, அனைவருக்கும் பொதுவானவை, புறவயமானவை என்கிற கற்பிதத்தை நிர்மாணம் செய்துள்ளது. இந்த எதார்த்தவகை இலக்கியத்தின் ஸ்படிகமான மொழி, கண்ணாடி

போலவும் தெளிந்த நீர் போலவும் பார்த்ததும் தெளிவாகத் துலக்கக் கூடியது என்றொரு பொதுப்புத்திக் கருத்து சகஜமாக்கப்பட்டுள்ளது. எதார்த்த நிலவரம் எல்லோராலும் உள்ளபடியே பார்க்கத்தக்கவாறு பருண்மையாகக் காட்சியளித்துக்கொண்டிருக்கிறது என்றும், அதனை அந்தந்த ஆசிரியன் எதார்த்தவகை மொழியைத் திறம்படக் கையாண்டு வெளிப்படுத்துவதில் வெற்றி அல்லது தோல்வியை அடைகிறான் என்றும் கொள்கைகள் நிலவுகின்றன. இதுவே இந்திய தமிழகச் சூழலிலும் நிலவுகின்றது.

படித்த, நடுத்தர வர்க்கத்துப் பார்ப்பன - வேளாள எழுத்தாளர்களால் இங்கு பின்பற்றப்பட்ட எதார்த்தவகை இலக்கியம் இன்று, புறவகை எதார்த்தத்தில் காணாமற் போயிருந்த தலித்துகளின் வாழ்க்கையைப் பற்றிப் பிரதிபலிப்பதற்கு ஏற்ற வடிவமாக இப்போது தலித் எழுத்தாளர்களாலும் பின்பற்றப்படுவதாக ஆகிவிட்டது. புறவகை எதார்த்தத்தை எப்படிப் பார்க்க வேண்டும், எப்படி அதனை எதார்த்த வகைப்பட்ட மொழியில் கூற வேண்டும் என்பவற்றை ஏற்கெனவே பழக்கப்பட்டுப் போன இலக்கிய மரபினில் சொல்வதற்கு முன்பு, அந்த எதார்த்த இலக்கிய மரபின் அரசியல் குறித்து யோசனை பண்ணியதாகத் தெரியவில்லை. வேறு மாதிரி கூறுவதென்றால், தலித் எழுத்தாளர்கள், நடுத்தர வர்க்கத்து வாழ்க்கைக்கு, அதன் ரசனைக்கு, அதன் பண்பாட்டிற்கு, அதன் எதார்த்த இலக்கிய ருசிக்குப் பழக்கப்பட்டுப் போன மனநிலையிலிருந்து, அதன் நோக்கு நிலையிலிருந்து கொண்டு, தலித் வாழ்க்கையையும், அதன் மனோபாவங்களையும், இனக்குழு - நாட்டுப்புற சாதிய வாழ்வுக் கூறுகளையும், உடைமைகள் பெரிதும் இல்லாத நிலையில் ஒடுக்குமுறையை எதிர்கொள்ளும் எதிர்ப்புக் கூறுகளையும் எதார்த்த பாணியில் புனைய முயன்றுகொண்டிருக்கிறார்கள் எனலாம். பூர்ஷ்வா மற்றும் நடுத்தர வர்க்கத்து இலக்கிய வளர்ச்சிக்கு இங்கே தலித்துகளும் தங்கள் பங்கினை அளிக்கத் தொடங்கிவிட்டார்கள்.

இனக்குழு, நாட்டுப்புற, சாதியப் பண்பாட்டு அம்சங்கள் (இன்று பொருள்வகைப் பண்பாடும்) கலந்து உருவாகியுள்ள தலித் வாழ்வியல் கூறுகளை வழமையான எதார்த்தவகை இலக்கியச் சட்டகத்திற்குள்ளே அடக்கிப் பார்ப்பதால் அசலான தலித் இலக்கியம் தோன்றுவதற்கு மாறாக இன்னொருவித தலித் எதார்த்த இலக்கியமே தோன்றியுள்ளது எனலாம்.

எதார்த்த இலக்கியம் கட்டமைத்துள்ளவற்றில் பொது மனிதநேயம் என்கிற கருத்தியல் மையமானது. எதார்த்த இலக்கியப் பாத்திரங்களையும்,

அவற்றின் சிந்தனை, செயல்களையும் அளந்து பார்க்கிற அடிப்படை அலகாக இந்தப் பொது மனிதநேயம் அமைந்துள்ளது. இதுவே சமுதாயத்தின் பொதுப் புத்தியாக ஆகியுள்ளது. இந்தப் பொது மனிதநேயக் கருத்தியலுக்குப் பொருந்தி வருகிற மாதிரியே தலித் பாத்திரங்களும் செதுக்கப்படுகின்றன. தலித்துகளும் மனிதர்களே, அவர்களுக்கும் குடும்பம் உண்டு, பந்தம், பாசம், காதல், அன்பு, மனிதநேயம் எல்லாம் உண்டு; அவர்களிடமும் பொது ஒழுங்கு, ஒழுக்கம், அறம்... உண்டு என்ற ரீதியில் மைய ஓட்டத்தில் (mainstream) சங்கமிப்பதாகத் தலித் எதார்த்த இலக்கியம் அமைந்துவிடுகிறது. எதார்த்தவாத இலக்கியத்தின் பொது மனிதநேயம் என்கிற நியாய அளவுகோலைக் கொண்டே தலித்திய வாழ்வை அளக்கும் காரியத்தைத் தலித் எழுத்தாளர்கள் செய்ய முனைந்துள்ளார்கள். பொது மனிதநேயத்தை, அதனால் தாக்குதலுக்கு உள்ளான தலித்துகள் கேள்விக்குள்ளாக்குவதை விடுத்து அதனை அரவணைக்க முனைவது சரி எனப்படவில்லை.

தனிஉடைமை, நாகரிகம் ஆகியவற்றால் தீண்டவியலாத புராதனமான இயற்கை சார்ந்த குழுவாழ்க்கையின் பண்பாட்டுக் கூறுகளைப் பத்திரப்படுத்தி வைத்துள்ள தலித் வாழ்க்கையை, பொது மனிதநேயம் இழிந்தது என்று தீர்ப்பிட்டுள்ளது. மேற்குறித்த தலித் வாழ்வம்சங்களை முன்மொழிகின்ற தலித் எடுத்துரைப்பை, தலித் கலகமொழியை, தலித் பாங்கினில் தலைகுப்புறக் கவிழ்த்தும் (subversion/inversion) உத்தியைப் பிரமாதப்படுத்தக் கூடிய, நவீனத்துவத்தைக் கேள்வி கேட்கின்ற, நவீனத்துவத்திற்கு அடுத்தகட்ட இலக்கியத்தை, இன்றைய சாதிய சமூகப் பண்பாட்டில் கையகப்படுத்தக் கூடியவர்கள் தலித் எழுத்தாளர்களே. இந்த வரலாற்றுக் கடமை, எழுத்தாளன், படைப்பாளி என உரிமை பாராட்டக் கூடிய ஒவ்வொரு தலித்துக்கும் இருக்கிறது. இதை விடுத்து தலித் வாழ்வை, மைய நீரோட்டத்திற்குத் தக்கபடி மீட்டுக் கொணர்வது (reversion) தலித்தின் வேலையல்ல.

தலித் இலக்கியத்திற்கென அசலான மூல முன்மாதிரி இலக்கியம் ஏதுமில்லை; இருப்பனவெல்லாம் அதனால் தலைகீழாக்கப்படத் தக்கவையே (subversion). தனக்கு மேலிருந்து ஒடுக்கிக்கொண்டிருக்கிற ஒரு சாதிக்குப் பதிலடி தருவதன் மூலம் மட்டுமே அதனோடு சமத்துவம் பாராட்டும் தகுதியை ஒரு தலித் சாதியால் எட்டமுடியும். ஏறக்குறைய இதைப் போலவே, பொதுமனிதநேயம், பொதுப்புத்தி சார்ந்த நியாயம், ஒழுங்கு, அறம், பலவித நுட்பங்கள், சடங்குகள், சமத்காரங்கள் முதலானவற்றைக் கொண்டு தலித்துகளை ஓரங்கட்டிய தமிழக, பார்ப்பன - வேளாள மரபு

சார்ந்த எதார்த்தவகை இலக்கியத்தைப் புரட்டுவதன் (subversion) மூலமே தலித் இலக்கியம் தனக்குரிய இடத்தை, தகுதியை அடைய முடியும்.

தலித்துகளிடையே காணப்படும் அசலான குறியீடுகள், தொன்மங்கள், பேச்சுகள், சைகைகள், நடையுடை பாவனைகள், மனோபாவங்கள், சங்கேதக் குறிகள், எதிர்ப்பு வடிவங்கள், உறவுமுறைகள், விளையாட்டுகள், கதைகள், சொலவடைகள், கொண்டாட்டங்கள், கூட்டுப்பண்பாட்டுக் கூறுகள், ஆண் - பெண் உறவுகள், நம்பிக்கைகள், உடைமை நாகரிகத்தின் பகுத்தறிவுக்குச் சவால் விடுகிற நடைமுறைகள், கனவுகள், கற்பிதங்கள். மதிப்பீடுகள், வசைகள், புழங்கும் இடங்கள், விழாக்கள், ஒடுக்குபவர்களை எதிர்கொள்ளும் முறைகள், தந்திரங்கள், சிரிப்பு, பகடி, உடல் சார்ந்த பண்பாட்டுக் கூறுகள் ஆகிய அனைத்துமே subversive பண்பைக் கொண்டவையாகும். இவை எதார்த்த இலக்கிய நவீனத்துவத்தை, இந்தியச் சூழலின் சாதிய சனாதனத்தோடு சேர்த்துப் புரட்டித் தள்ளுபவை. தலித் வாழ்வின் எதிர்நவீனத்துவப் பண்பு அநாகரிகமானது என்று தீர்ப்பிடப்பட்டிருப்பதைத் தலித்துகளும் அங்கீகரிப்பதுதான் அவலம். இதற்குக் காரணம், தலித் எழுத்தாளர்களில் சிலர், எதிர்நவீனத்துவ தலித் பண்பாட்டில் பிறந்து வளர்ந்து நவீனத்துவ வாழ்க்கை முறைக்குள் தங்களை இழந்த நிலையில், தங்களுடைய பூர்வீகத்தை அவமானகரமானதாக நினைக்கிறார்கள். தலைகீழாக்கப்பட வேண்டியது நவீனத்துவம் - சாதித்துவம் என்பதற்குப் பதிலாகச் சீர்திருத்தப்பட வேண்டியது தலித்திய 'அநாகரிகம்' என நினைக்கிறார்கள்.

தலித் இலக்கியத்தின் மூலமாக எதுவும் போதிக்கப்படுவதில்லை; பின்பற்றப்பட வேண்டும் என்று எந்தவிதச் சுவிசேசமும் விதந்தோதப்படவில்லை. யாரையும் சீர்திருத்தும் வேலை இலக்கிய வேலையல்ல. அதற்கான களனும் ஊடகங்களும் வேறு. எதார்த்தவாத, பொது மனிதநேயக் கட்டுகளை உடைத்துக்கொண்டு மூல தலித் மாந்தரையும், உறவுகளையும், வாழ்க்கையையும் கூறினாலே போதுமானது. நிச்சயமாக அது எதார்த்தவாத - நவீனத்துவ - சனாதனிய - நாகரிக இலக்கியத்தை, பண்பாட்டை வக்கணை செய்து குழிபறித்து வீழ்த்துவதாக (subversion) அமையும்.

இந்தப் பீடிகையோடு பாமாவின் இந்தச் சிறுகதைத் தொகுப்பைக் காணலாம். ஏற்கெனவே 'கருக்கு', 'சங்கதி' என்று இருபதிப்புகளை

எட்டிவிட்ட இரண்டு எதார்த்த வகை நாவல்களால் தலித் இலக்கியப் படைப்பாளி என்ற தகுதியை அடைந்துவிட்டவர் இவர். அவற்றைத் தொடர்ந்து அவ்வப்போது எழுதிய, எழுதிப் பிரசுரித்த சிறுகதைகளை இப்போது தொகுப்பாக வெளியிட்டுள்ளார். இத்தொகுப்பிலுள்ள பத்துக் கதைகளும், சிறுகதை என்னும் நவீனத்துவ எதார்த்த இலக்கிய வடிவத்தில் எழுத முயற்சிக்கப்பட்டுள்ளன என்பதில் சந்தேகம் இல்லை. இம்முயற்சியில் இவர் முழு வெற்றி பெற்றுள்ளாரா என்பது சந்தேகமே. அப்படி ஒரு வடிவம் குறித்து ஆசிரியருக்கு ஓர்மையோ அல்லது பயிற்சியோ போதிய அளவு இல்லை என்றுதான் கூற வேண்டும்.

'மொளகாப் பொடி' என்கிற கதையின் தொடக்கம் சிறுகதைப் போல அமைந்து, கெங்கம்மா X பச்சையம்மா முரண்பாடுகள் முற்றிச் சுழன்று முடிய வேண்டியது, கதை வடிவத்தை மீறிக்கொண்டு போய், தலித் பெண்கள் நின்றபடியே மூத்திரம் பெய்யும் பகடியாகச் சென்று முடிகிறது. மனிதக் கழிவு, அதன் இங்கிதமற்ற வெளிப்பாடானது நாகரிகம், அதிகாரம் என்கிற சுத்தங்களின் மீது தொடுக்கும் பலத்த அடி என்பதாக, subversive தன்மையின் கூர்மையோடு முடிய வேண்டிய கதையானது, இங்கே ஆசிரியர் கையாள முயன்று சறுக்கிய சிறுகதை வடிவால் கைகூடாமற் போய்விட்டது. இக்கதையைச் சிறுகதை என்ற வடிவில் வடிவமைத்திருக்க வேண்டுமெனில், தொடக்கம் முதல் போலீஸ் ஸ்டேஷனுக்குத் தலித் பெண்களைக் கொண்டு போகும் வரையிலான நிகழ்ச்சிகள் பலவும் துண்டு துண்டாகவன்றி உயிரோட்டமாகப் (organic) பின்னப்பட்டிருக்க வேண்டும். அப்படியின்றி நிகழ்ச்சிகளின் தொகுப்பாக ஆகிவிட்டது. ஆசிரியர், பச்சையம்மா என்னும் வகை மாதிரி தலித் பெண் பாத்திரத்தின் subversive இயல்புகளைச் சுற்றி அனைத்தையும் கவனப்படுத்தியிருந்தால் அப்போது தலித் இலக்கியத்தின் வீச்சு வெளிப்பட்டிருக்கக் கூடும்.

'ஒரு தாத்தாவும் எருமையும்' என்கிற சிறுகதை தலித் சிறுவன் - வயோதிகனின் தலித்தியப் பண்புகளைச் சிறப்பாக வெளிப்படுத்துவதாக இருந்தாலும், சிறுகதை என்கிற வடிவ அமைதியைப் பெறாததாலும், அதன் எல்லைக்குள் பிடிபடாததாலும், வெளிப்பாட்டின் தாக்கம் கூராக இல்லை. கதை நிகழ்ச்சிகள் எவையும் குறிப்பிட்ட கதைக்குரிய இலக்கை, வெளிப்பாட்டை நோக்கித் துரிதமாக வளர்வனவாக இல்லை. கதைக்குள் இருக்கும் முரண்பாட்டின் ஓர் எல்லையான உயர் சாதி சம்சாரிகளை எதிர்க்கிற தலித் எதிர்ப்புக் குரல்களுக்கான பின்புலங்கள் மங்கிப்

போயுள்ளன. இதனால் இறுதியில் தலித் கிழவனின் ஆவேசம் நம்மைப் பெரிதும் தாக்குவதாக இல்லை. சிறுகதைக்கான வடிவத்தில் பிசகு நேர்ந்ததால் வந்தது இது. ஒன்று சிறுகதை வடிவத்தைப் பின்பற்றினால் செம்மையாகப் பின்பற்ற வேண்டும். இல்லை, தலித் படைப்பாளி, அந்த வடிவத்தைச் சிதைக்க வேண்டும்.

'பொங்கல்' சிறுகதையின் கட்டமைப்பு எதிர்பார்த்த மாதிரி மிகவும் கச்சிதமாக அமைந்துவிட்டது. சொல்லவந்த சேதியை (*message*) உரக்கச் சொல்லாமல் அடங்கிய குரலில் சொல்லிய விதம் ஒரு வகைமாதிரி சிறுகதைக்கு உரியதே. ஆயினும், கதைப்பாத்திரங்கள் எல்லாமே (இளைஞன், தாய், தகப்பன், சம்சாரி, அவர் மனைவி) சொல்லி வைத்த மாதிரி இலக்கணம் பிசகாமல் நடந்துகொள்ளுவது என்னவோ போல் இருக்கிறது. ஒருவித *archetypal* பாத்திரங்களாக ஆகியிருக்கின்றன. சிறுகதையின் தொடக்கத்திலேயே ஒரு சராசரி வாசகரால் எளிதில் ஊகித்துக்கொள்ளத்தக்க ஒரு முடிவே, கதை இறுதியில் தரப்படுவது சுவையை நீர்த்துவிடச் செய்கிறது. இந்தமாதிரி மாமூல் சிறுகதைகளை இன்னும் எத்தனை காலத்துக்குத்தான் சொல்லிக்கொண்டிருக்கப் போகிறார்களோ?

இதேபோல 'தாவணி' என்ற சிறுகதையும் மிகவும் சூத்திரத்தனமாகப் (*formula*) பின்னப்பட்டுள்ளது. இதனால் கதையின் தலித் சோகமும் ஆத்திரமும் வெறுசாகிவிட்டன. இதர கதைகளில் ஆசிரிய எடுத்துரைப்புகளில் காணக்கூடிய அதிகம் காட்டிக்கொள்ளாத இயல்பு இக்கதையில் இல்லை. ஒருவித நகல் தன்மை தெரிகிறது. எதற்காகவோ அனுசரிக்கப்பட்டது போன்ற தோற்றம் தெரிகிறது.

'பொன்னுத்தாயி' கதை எதார்த்த பாணி எடுத்துரைப்பு என்கிற நிர்ணயத்திற்குள் கட்டுப்பட்டுவிடுவதால் வழக்கமாகச் சராசரி சிறுகதை ஏற்படுத்துகிற தாக்கத்தை மீறிய விசாலிப்பு இல்லாமற் போகிறது. மேலும் பெண்கள் மலருக்கென்றே தயாரிக்கப்பட்டிருப்பதால் இதற்கான அம்சங்கள் கதையை மீறி மிகையாகப் புகுத்தப்பட்ட சுவடு தெரிகிறது. தலித் பெண்ணிய நீதிக்கதைக்கு இதை உதாரணமாகச் சொல்லலாம்.

'பணக்காரி' கதையும் சிறுகதையாக முயற்சிக்கப்பட்டுத் தோய்வு பெற்ற கதைதான். தந்தையின் சாவுக்கும், பெண் குழந்தையின் குழந்தைத்தனமான குதூகலத்துக்கும் இடையிலுள்ள முரண்பாட்டின் தாக்கமே இக்கதையின்

உயிர்ப்பு. ஆனால், இந்தத் தாக்கத்தை ஏற்படுத்துவதற்கான சிறுகதை வடிவம் கைகூடவில்லை. அது குறித்த பிரக்ஞையும் இல்லை, கதைக்குள் இடம்பெறுகிற சிறுசிறு நிகழ்ச்சிகளுக்கு இடையில் வர வேண்டிய பதற்றம் (tension) ஏதும் தென்படவில்லை. சக்கிலியரின் அகால மரணம் என்பது சக்கிலியருக்கும் சம்சாரிக்கும் ஒரு சாதாரண சம்பவம் போலாகிவிட்டது

இவ்வாறு நவீனத்துவ - எதார்த்தவாதச் சிறுகதை வடிவைப் பின்பற்ற முனைந்து முடியாமற்போன விசயத்தை பாமாவின் சில கதைகளில் காணவியலும். யாப்பு பற்றி அறிந்து, நவீன வாழ்க்கைச் சிக்கலைக் கூர்மையோடு வெளிப்படுத்தவியலாத அதன் போதாமையை உணர்ந்து யாப்பால் அமைந்த மரபுக்கவிதையை உடைத்துப் புதுக் கவிதை படைப்பது வேறு; யாப்பினை அறியாமலே எழுதுவதெல்லாம் புதுக்கவிதை என்பது வேறு; இது சிறுகதை எழுதிவரும் தலித் எழுத்தாளர்களுக்கு ஒரு முன்எச்சரிக்கை.

இருந்தபோதிலும் மேற்குறித்த கதைகளில் புதிதாகப் பார்க்க நேர்ந்த வனப்புகளால் ஏற்படும் இனந்தெரியாத நூதன உணர்வு ஏற்படுகிறது. சிறுகதை வடிவம் சிறப்பாகக் கூடிவராவிடினும், இக்கதைகளில் ஆசிரியர் கையாளும் வெகு இயற்கையான எடுத்துரைப்புகளும், தலித் மொழிநடையின் பச்சைப் (raw / uncooked) பண்பும், பாத்திரங்களை மனசில் வெகுவாகப் பதிய வைக்கின்ற (rustic) குணமும், வருணனையும், உரையாடலும், இக்கதைகளின்பால் ஈர்ப்பினை ஏற்படுத்திவிடுகின்றன. எந்தவிதமான இலக்கிய செய்நேர்த்தியும், தொழில் நுணுக்கமும், நகாசு வேலையும், அலட்டல்களும் கொண்டிராத இவைதாம் பாமாவின் கதைகளின் வசியத் தன்மைக்குக் காரணம் என்று கருதுகிறேன்.

இவற்றோடுகூட, சில கதைகளில் தீண்டாமை, அறியாமை, வறுமையால் நசுக்கப்படுகிற தலித் ஆண், பெண்களின் கோபமும் பகடித்தனமும் கலந்த குரலின் அற்புதமான வெளிப்பாடுகளையும் காணவியலும். ஏனைய தலித் சிறுகதை ஆசிரியர்களிடமிருந்து இந்த அம்சத்தில் குறிப்பிடும்படியாக பாமா வித்தியாசப்படுகிறார். இயற்கை சார்ந்த மனித கரிசனைகளும், செயற்கை சார்ந்த உடைமை நாகரிகத்தின் பேரில் காட்டும் வக்கணையான - விட்டேற்றித்தனமான கலகக் குரல்களும் தலித்துகளுக்கே உரிய மனித மதிப்பீடுகள் என்பதை இத்தொகுப்பிலுள்ள 'அண்ணாச்சி', 'கிசும்புக்காரன்', 'ஒரு தாத்தாவும் எருமையும்' ஆகிய கதைகள் நிரூபணம்

செய்கின்றன. இறுதியாகக் குறிப்பிட்ட கதையில் சிறுகதையின் வடிவ வலிமை ஏதும் இல்லாவிடினும் தலித் பேச்சு, இயல்பு, மனநிலை பற்றிய எடுத்துரைப்பும், எடுத்துரைப்பின் மொழியும் மிகுந்த ஈடுபாட்டை ஏற்படுத்துகின்றன. மாலாண்டிச் சிறுவன் இயற்கை உலகுடன் பூண்ட மனிதக் குழந்தைத்தனமான ஈடுபாடு நாகரிகப் பூச்சில்லாத 'இயற்கையான' கரிசனையாகக் காணப்படுகிறது. மலை பாம்பின் பிடியிலிருந்து குருவியை மீட்டு, அதனைப் புதைத்து, அதன் சமாதிமேல் சிறுவன் பூ இட்டு வைப்பது ஒரு குழந்தையின் செய்கை என்பதோடு, அதுவே தலித்துகளின் இயற்கை சார்ந்த பண்பாட்டின் அடையாளமாகவும் உள்ளது. அந்தச் சிறுவனே மாலாண்டித் தாத்தாவான பின்னரும் தனது எருமை மாட்டைக் குளிப்பாட்டிக்கொண்டே அதனோடு கொஞ்சலாக உரையாடுவதும் இதே ரகத்தைச் சேர்ந்த செயலாகும். இந்த இயற்கை சார்ந்த மனித கரிசனை என்பது ஒடுக்கப்படுகிற மக்களின் மகத்தான பண்பாகும். பெண்கள், குழந்தைகள், தலித்துகள் ஆகிய மக்களிடம் இப்பண்பைத் தூக்கலாகக் காணலாம்.

மாலாண்டி சிறுவனாக இருக்கும்போது சம்சாரிகள் மீது கொண்ட எதிர்ப்பு, சம்சாரி மாட்டின் மீது சவாரி செய்வதிலும், அதற்குச் சம்சாரியின் பெயரிட்டு அழைப்பதிலும், அதன்மீது மூத்திரம் பெய்வதிலும், ஆற்றமாட்டாத கேலிச் செயல்களாகவும், மனிதக் கழிவைப் பெய்வதன் மூலமாக எதிர்ப்பு ஆற்றலை மறு உற்பத்தி செய்வதாகவும், பொருள் கொள்ளத் தக்கவையாகும். இவை மேற்பார்வைக்குச் சாதாரண சேட்டைகளாகத் தோன்றினாலும், தலித்தின் கலக வாழ்வுக்கான ஆற்றலை உள்ளார்ந்து கட்டுவனவாக உள்ளன. இப்படி வளர்ந்த கலக ஆற்றல் பின்னர் மாலாண்டி பெரியவனானதும் நேரடித் தாக்குதலுக்கு உந்துகிறது. மாட்டை ஏவி, சம்சாரியின் குடலைச் சரிக்கின்ற தைரியம் மாலாண்டியிடம் சிறுபிராயத்திலிருந்தே சிறுசிறு பகடிச் செய்கைகளால் வளர்க்கப்பட்டதேயாகும்.

அடுத்தபடியாக, 'அண்ணாச்சி' என்ற கதை மிக அசலான தலித் கதை. நாகரிகமான ஒடுக்குமுறையாளனை, அவனுடைய சாதித் திமிரை நாகரிகத்தின் பண்பாட்டின் அம்சங்களைக் கொண்டே வன்முறை ஏதுமின்றி ஒரு தலித் இளைஞன் குப்புற வீழ்த்திப் பகடி செய்கின்ற கதை இது. உயர்சாதிக்காரனைப் பார்த்து வெகு சகஜபாவத்தில் 'அண்ணாச்சி' என்று முறைப் பெயரிட்டு அழைக்கும் ஒரு காரியத்தின் மூலம், அவனுடைய

சாதி கௌரவத்தை ஒரு தலித் இளைஞன் மிகச் சுயாதீனமாகப் புரட்டிப் புழுதியில் போட்டுவிடுகிறான். ஊர்க்கூட்டத்தில் வைத்துப் பெரியவர்கள் அந்த இளைஞனைக் (அம்மாசி) கண்டிக்கும்போது, தங்களிலும் சாதித் தகுதி குறைந்த ஒரு பெரியவரை அதே 'அண்ணாச்சி' என்று முறை வைத்துக் கூப்பிட்டதைக் கௌரவக் குறைவு என்று தலித்துகள் கண்டித்ததையும் ஆசிரியர் சுட்டிக்காட்டுகிறார். ஒரே முறைப்பெயர், உயர்சாதிக்காரனின் உயர்வை வீழ்த்துகிறது. தன்னிலும் தாழ்ந்த சாதிக்காரனின் தகுதிக் குறைவை உயர்த்தி இறுதியில் மூன்று சாதிக்காரர்களையும் சமத்துவ நிலைக்கு இட்டுச் செல்கிறது!

இந்த 'அண்ணாச்சி' கதை subversion நோக்கில் குறிப்பிடத்தகுந்த கதை. சரீர வன்முறை ஏதுமின்றியே, பண்பாட்டுக் குறியீட்டுச் செயல் / சொல் மூலம் ஒடுக்குபவரைப் புரட்டிச் சாய்க்க இயலும் என்ற நம்பிக்கையை, மனநிலையை மிகவும் வலுவாக இந்தக் கதை ஏற்படுத்துகிறது. ஆதிக்கச் சாதியின் பார்வையில், 'அண்ணாச்சி' கதையில் நிமிர்ந்து நிற்கும் அம்மாசியைப் போல, தலித் இளம் தலைமுறையினர், 'தலையில் முளைத்தவர்களாக', குசும்பு பிடித்தவர்களாக ஆவதுதான் தலித்தின் இயல்பாகும். திருப்பியடிக்கும் வலிமையை இந்த இயல்புதான் உண்டாக்கும். இக்கதையில் கட்டுமானமும், கதை சொல்லும் முறையும் கூடச் செறிவாக அமைந்துவிட்டன.

இவை எல்லாவற்றையும்விட தலித் பகடியும் அதன் நீட்சியான வசையும், எதிர்ப்புக்குணமும் 'கிசும்புக்காரன்' என்ற கதையில் மிகவும் உயிர்ப்போடு வெளிப்படுகின்றன. இந்தக் கதையில் வரும் புதியமுத்து என்கிற பாத்திரம், மாலாண்டித் தாத்தா, மாலாண்டிச் சிறுவன், அம்மாசி ஆகிய தலித் பாத்திரங்களின் வளர்ச்சி நிலை என்று கூற வேண்டும். புதியமுத்து ஐந்து வயதிலிருந்து செய்துவந்த சேட்டைகள், அசாத்தியமான 'நொறநாட்டியத்தனங்கள்', கண்டுபிடிப்புகள், குருவிகள் மீது கொண்ட கரிசனங்கள், ஆபத்தான விளையாட்டுகள், சாதுரியமான செயல்கள் ஆகியவை வயதான பின்பும் தொடர்கின்றன. இவற்றுக்கு அடிநாதமாக பலத்த கிண்டலும் பகடியும் இழையோடுகின்றன. இதோடு முடிந்திருந்தால் இந்தக் கதையின் தாக்கம் குறுகிப் போயிருக்கும். படிப்படியாக வளர்ந்து உர மேற்றிய இந்த தலித் குசும்புகள் எல்லாம், தன்மானத்திற்குக் குந்தகம் ஏற்படுகிறபோது, அதற்குக் காரணமான உயர்சாதி சம்சாரியை வார்த்தைகளால் அடித்து வீழ்த்துகின்ற கலக ஆயுதமாக மாறுகின்றன.

செய்த வேலைக்குரிய கூலியை உடனே தராமல், சம்சாரி, புதியமுத்துவின் பொறுமையைச் சோதிக்கிற அளவுக்கு, தனக்கு அந்த உரிமை உண்டு என்கிற மனப்பான்மையில் சொந்த வேலைகளைச் செய்ய ஏவிக்கொண்டே இருக்கிறார். உழைப்பை வாங்கிக்கொண்டு, தலித்துக்கு உரிமையுள்ளதைத் தருவதற்குக் கூட மனமில்லாத சம்சாரிக்கும் புதியமுத்துவுக்கும் இடையில் நடந்த உரையாடலை அப்படியே காணலாம்:

புதியமுத்துக்கு வந்த வெளத்துக்கு அளவே இல்ல. ஆனாலும் பல்லக் கடுச்சுட்டுப் போயிட்டு வந்தாரு. வந்த பெறகு, "சரி, வாங்கிட்டு வந்திட்டியாடா? ம்... இனி என்ன செய்யலாம்..." சொல்லிக்கிட்டே யோசுச்சாரு. புதியமுத்து சொன்னான். "இனியா? இனி ஓம் பொண்டாட்டியக் கூட்டுகிட்டுவா, நம்ம ரெண்டு பேரும் மாறி மாறிப் படுக்கலாம்."

ராமசாமி பேயறஞ்சது கெணக்கா நின்னாரு.

தலித்துகளுடைய உரிமையைப் பொருட்படுத்தாத மேற்சாதிக்காரனுடைய உரிமையில் தலித் பங்கு போடக் கேட்கிறபோதே உயர்சாதிக் கௌரவமும் - தலித் சாதி இழிவும் தலைகீழாக இடம்பெயருகின்றன. தலித்துகளின் சாதாரண கேலியும் குசும்பும் இறுதியில் சாதிய ஒடுக்குமுறைக்கு முன் தலித்துகளைத் தைரியமாக நிற்கும் வலிமையைத் தருகின்றன. திருவிழாக் கொண்டாட்டங்கள் இனக்குழு மக்களைக் கலகத்திற்கு இட்டுச் சென்றதைப் போல தலித்தியப் பகடிகள், சாதி அடக்குமுறைக்கு எதிரான கலகப் பேச்சிற்கு, கலகத்திற்கு இட்டுச் செல்வதை இந்தக் கதை வலிந்து கூறாமல், மிக இயல்பாக, இலக்கியத்தின் தர்க்கத்தோடு கூறியுள்ளது. பாமா 'சிறுகதை'களின் தனித்துவமாக இந்தப் பண்பையே எடுத்துச் சொல்லலாம்.

பகுதி - 2

பாமாவின் கருக்கு
அம்பை

பனங்கருக்கால் அறுபடுவது போல் வாழ்க்கை அமைந்துவிடும் போது அது வாழ்க்கையின் குறியீடாகிவிடுவது இயல்புதான். 'கருக்கு' புத்தகத்தைப் படிப்பதற்கு முன் 'கருக்கு' என்ற சொல் புதுக் 'கருக்கு' என்று நாம் கூறும் பொலிவைக் குறிக்கிறது அல்லது விடிவதற்கு முன் உள்ள கருக்கலைக் குறிக்கிறது என்றுதான் நினைத்திருந்தேன். பனங்கருக்கைத் தொட்டிருந்தால்தானே அது இரு பக்கமும் ரம்பம் போல் அறுக்கும் கத்தி போன்றது என்று தெரியும்? பிறகு ஒருமுறை கிராமம் ஒன்றிற்குப் போனபோது பனங்கருக்கைத் தொட்டுப் பார்த்தேன். சட்டென்று விரலைக் கீறிவிட்டது. ரத்தம் வந்தது. வலிக்கவும் செய்தது. பனங்கருக்குடன் குழந்தையில் விளையாடியவர் பாமா. முதலில் அவர் வாழ்க்கையில் குழந்தைப் பருவத்தில் பனங்கருக்கு விரலைக் குத்தியது. பிறகு பனங்கருக்குப் போன்ற வாழ்க்கை நிகழ்வுகள் அவர் நெஞ்சைக் குத்தின. அதனால்தான் தன் வாழ்க்கையைப் பற்றி எழுதும்போது 'கருக்கு' என்ற பெயர் அதற்குப் பொருந்தும் என்று நினைத்ததாக பாமா கூறுகிறார். ஒன்பது அத்தியாயங்களும் ஒன்பது வகையாக நம்மைக் கீறுகின்றன. ஒன்பதாயிரம் வகைகளில் கீறின இடத்தையே மீண்டும்மீண்டும் குத்துகின்றன. முன்னும் பின்னும் ரம்பத்தின் அசைவுபோல் நகர்ந்தபடி இருக்கும் கதைப்போக்கு.

மழைக் காலத்தில் நிறைந்து வழியும் கம்மாயும், அதில் மீன் பிடிப்பதும், குழாயடிச் சண்டையும் என ஆரம்பித்த பின் சுருக்கென்று ஒரு கீறல் சாதித் தெருக்கள் பற்றிச் சொல்லும்போதும், போஸ்டாபீஸ், பஞ்சாயத்துப் போர்டு, பால் பண்ணை, பெரிய கடைகள், கோயில், பள்ளிக்கூடம் எல்லாம் "அவங்க" தெருக்களில்தான் என்று சாதாரணமாகக் குறிப்பிடும்போதும், நாயக்கர்மாருக்குச் சேவகம் செய்யும் பாட்டிகளைப் பற்றிச் சொல்லும்போதும், நாயக்கர் வீட்டுச் சிறு குழந்தைகள்கூட பாட்டிகளைப் பேரிட்டு அழைப்பதைக் குறிப்பிடும்போதும், மூன்றாம் வகுப்பு வரை தீண்டாமை என்னவென்று தெரிவதில்லை. பிறகு அது துரத்தும் நாகமாய் விரட்டுகிறது. பள்ளியிலும் கல்லூரியிலும் கிறிஸ்துவச் சபையிலும் விதம்விதமாகப் படமெடுக்கிறது. பள்ளியில் எல்லோரும் விளையாடி ஒரு பிஞ்சுத் தேங்காய் விழுந்தாலும் தாழ்த்தப்பட்ட சாதிப் பெண்ணுக்குத்தான் திருட்டுப் பட்டம் கிடைக்கிறது. அந்தச் சாதிப் பெண் ஆரோக்கியமாக இருந்தாலும் திட்டு விழுகிறது, பள்ளியில் போடும் சாப்பாட்டைத் தின்று பருத்துப்போனவள் என்று. பள்ளியில் நன்றாகப் படித்தாலும் பொதுச் சபையில் சாதிப் பெயரிட்டுத்தான் அழைப்பு. பலர் படிக்கும் கல்லூரியிலும் பிற்படுத்தப்பட்டோருக்குச் சாயந்திர ஸ்பெஷல் ட்யூஷனுக்காக அரிஜனப் பிள்ளைகளை எழுந்து நிற்கச் சொல்லும் அவமானங்கள், வீட்டில் தம்பி தங்கச்சிகள் புது நன்மை வாங்குவதால் வீட்டுக்குப் போக உத்தரவு கேட்கும்போது அது மறுக்கப்படுகிறது, "ஒங்க சாதில என்னத்தப் பெரிசா புது நன்மை வாங்குறதை எல்லாம் கொண்டாடப் போறாங்க?" என்ற விமர்சனத்தோடு. ஆசிரியர் படிப்பு, ஆசிரியராகச் சேரும் ஒரு மடத்துப் பள்ளிக்கூடம் எதிலுமே சாதிப் பேச்சு இல்லாமல் இல்லை. தன் சமூகப் பிள்ளைகளுக்கு உதவ வேண்டும் என்ற ஆசையில் திருச்சபையில் கன்யாஸ்திரியாகச் சேர்ந்தபோது சில சபைகளில் அரிஜனர்களைச் சேர்ப்பதில்லை என்ற அதிர்ச்சியளிக்கும் தகவல் கிடைக்கிறது. எல்லாம் முடிந்து ஒரு கன்னியர் மடத்தில் சேர்ந்த பின்னும் சுற்றிலும் சாதித் திமிர் பிடித்தவர்கள். தன் சாதியைச் சொல்லும் தைரியம் கூட இல்லாமல் போகிறது. கோபமும் தாபமும் மனத்தினுள் பெருகியவண்ணம் நாட்கள் ஓடுகின்றன. பிறகு மடத்திலிருந்து வெளியேற்றம்.

தன் கதையைக் கூற நினைக்கும்போது இந்த அத்தனை நிகழ்வுகளையும் மீண்டும்மீண்டும் மனம் நினைக்கிறது. முதலில் மறந்தது பின்னால் நினைவுக்கு வருகிறது. ஓயாது உழைத்த அம்மாவும் பாட்டிகளும் நினைவுக்கு

வருகிறார்கள். செய்த வேலைகள் பற்றி நினைக்கத் தோன்றுகிறது. காட்டு வேலை, கடலை பிடுங்கி ஆயும் வேலை, நாயக்கமார் வீடுகளுக்குப் போய் கடலை உடைக்கும் வேலை, ஈராங்காய் பொறுக்க, முள்ளுப் பொறுக்கப் போனது, விடிகாலையில் எழுந்து மலங்காட்டுக்குள் போய் முட்கள் கீறுவதைப் பொருட்படுத்தாமல் காய்ந்த விறகைப் பொறுக்கிக் கட்டிக்கொண்டுவந்தது, காடருக்குத் தந்த நாலணா லஞ்சம் இவை எல்லாம் மனத்தில் தோன்ற கூடவே ஒருமுறை விறகுக்கட்டைக் கொண்டுவந்துவிட்டு, வீட்டுச் சுவரில் ஊன்றிக்கொண்டபடி ரத்தரத்தமாய் அம்மா வாந்தி எடுத்தது நினைவுக்கு வருகிறது. பத்தாவது பரீட்சை முடிந்து வந்தபின் அம்மாவுடன் நாயக்கமார் தெருவிலிருந்து மாவிறகு பொறுக்கி, கட்டிச் சுமந்து வந்தது நினைவுக்கு வருகிறது. நாயக்கமார் தெருவிலிருந்து அவர்கள் தெருவுக்கு வர நாடாக்கமார், தேவர்மார் தெருக்களைத் தாண்டி செக்கடி பஜார் தெரு வழியாக வந்தது ஞாபகம் வருகிறது. பேருந்தில் பயணம் செய்தபோது பக்கத்தில் அமர மற்றவர்கள் மறுத்ததும், தீப்பெட்டி ஒட்டும் வேலையும் பட்டாசு வேலையும் செய்யும் குழந்தைகள் விடிகாலையில் எழுந்துபோகும் தோற்றமும் மனத்தில் எழும்பி வருகின்றன.

சாதிச் சண்டைகளும், போலீஸ்காரர்கள் தெருக்களில் புகுந்து ஆண்களைப் பிடித்துக்கொண்டு போவதும், பெண்கள் எல்லாவற்றையும் சமாளிப்பதும், ஆண்கள் காடு மலைகளில் மறைந்துகொள்ளும்போது அவர்களுக்கு ரகசியமாகச் சாப்பாடு எடுத்துப்போவதும், ஒரு குழந்தையின் சாவு நேரும்போது ஒளிந்திருக்கும் தந்தையை முக்காடு போட்டு ஒரு பெண்ணாய் வந்து பிள்ளை முகத்தைப் பார்க்க வைப்பதற்கான யோசனையைச் சொல்லி அதைச் செய்துகாட்டும் பாமாவின் பாட்டியும் நினைவுக்கு வரும்போதே ஈஸ்டர் கிறிஸ்மஸ் பண்டிகைக் கொண்டாட்டங்களும் மைக் செட்காரர் போட்ட பாடல்களும் அந்த நினைவுகளுடன் கலந்துபோகின்றன. "தெருவில் வாராறே, தெருவில் வாராறே - சேசு தேரில் வாராறே" என்று பாடியபடி பெண்கள் கும்மியிட்டதும் மனத்தில் வந்துபோகிறது. பட்டாளத்தில் இருக்கும் அப்பா வீட்டில் இல்லாதபோது சாப்பிட்ட குருநாக் கஞ்சியும், கருவாட்டுத் தண்ணியும், ரவைச் சோறும் கூழும், கூழுடன் கடித்துக்கொள்ள வெங்காயம், வேர்க்கடலை, அச்சு வெல்லம், பச்சை மிளகாய், கையில் பணம் இருந்தால் பொரிகடலைத் துவையல், நாடார் கடையில் விற்கும் ஊறுகாய், முதலாளிகள் வீட்டிலிருந்து கொண்டுவரும் கத்தரிக்காய் மிளகாய் எல்லாம் போட்டுச் செய்த கடுச்சகீரை இவற்றை நினைக்கும்போது அவர்

பட்டாளத்திலிருந்து வரும்போது சாப்பிட்ட நல்ல சாப்பாடும் நாக்கை ஊறவைக்கிறது. ஞாயிற்றுக் கிழமைகளில் மதியத்தில் கூழுடன் மசாலா இல்லாமல் உப்பு போட்டு வேகவைத்த மாட்டுக்கறியும் இரவுச் சோறும் மாட்டுக்கறிக் குழம்பும். அப்பா இல்லாத நாட்களில் குழந்தைகளை எப்படியோ கூழோ சோறோ கேப்பங்களியோ வேகவைத்த முருங்கைக் கீரையோ வைத்துப் பசியாற்றும் அம்மா. சிலேபிக்கெண்டையும் கெண்டை மீனும் மலிவாகக் கிடைக்கும் நாட்களில் மீன் குழம்பும் சோறும். இந்தச் சாப்பாட்டை நினைக்கும்போது மடத்தில் கன்யாஸ்திரிகள் வறுமையாக வாழ்வோம் என்று வார்த்தைப்பாடு எடுத்தாலும் மடத்தினுள் வறுமையின் சுவடே இல்லாமல் பழங்களும் கறியும் மீனும் மட்டனும் சாப்பிடும் காட்சிக்கு மனம் தாவுகிறது.

அத்தனையும் மனத்தில் முன்பின்னாகக் கலந்துபோன மனநிலையில் அவை சீராகவும் சிதறியும், கோவையாகவும் கோவையற்றும், சீற்றமாகவும் கண்ணீராகவும் பொங்கிவரும் பிரதிதான் 'கருக்கு'. 'கருக்கு' வெறும் நாவலல்ல; அது பாமாவின் வாழ்க்கையின் பின்னோக்கிப் பார்க்கும் ஒரு கட்டம். ஆதரவற்று, எதிர்காலம் என்னவென்று தெரியாத, புரியாத ஒரு கட்டத்தில் தன்னை, தன் மக்களை, தன் சமூகத்தை நினைத்துப் பார்க்கும் முயற்சி. **1992**இல் இது வெளிவந்தபோது புனைகதை படைக்கும் பலரை இது உலுக்கிப்போட்டது. தமிழ்நாட்டுப் பெண்களின் சமூகச் சரித்திரத்தைக் குறித்து ஆராய்ச்சி செய்து எழுதிக்கொண்டிருந்த நான் எழுதுவதை நிறுத்திவிட்டு விடுபட்டுப்போனவற்றைத் தேடத் தொடங்கினேன். **1989**இல் வெளிவந்த சிவகாமியின் 'பழையன கழிதலும்' இந்தத் தேடலுக்கான வெளியைத் திறந்திருந்தாலும் 'கருக்கு' அந்த வெளியின் மேடுபள்ளங்களை, அதில் உள்ள கற்களை, முட்களை, தாண்ட முடியாத பெரும் பாறாங்கற்களை, அதிலுள்ள புனல்களை, கால் ஊன்ற முடியாத சகதிப் பகுதிகளை, புதைகுழிகளை, சோற்றின் மணத்தை, மலத்தின் நாற்றத்தை ஆங்காரத்துடன் தீட்டப்பட்ட ஒரு கலவை ஓவியமாகக் காட்டியது.

'கருக்கு' வந்தபின் பல நேசக்கரங்களும் நட்புக்கரங்களும் நீண்டன. ஆனால் பாமா எல்லோரிடமிருந்தும் விலகியே இருந்தார் பல ஆண்டுகள். அவர் என்னைத் தன் தோழியாகக் கருதப் பல ஆண்டுகளாயின. அத்தனை ஆண்டுகளும் அவருக்குத் தேவை என்பதை நானும் உணர்ந்து காத்திருந்தேன் அவர் நட்புக்காக. பெண் எழுத்தாளர்கள் கலந்துகொண்ட

கருத்தரங்கு ஒன்றில் எல்லா நாட்களும் இருவரும் அருகருகில் அமர்ந்து பலதைப் பேசினோம். நான் ஏதோ எழுதிக் காட்டியபோது "சரி குருவி" என்று பதிலளித்தார் என் ஸ்பாரோ நிறுவனத்தின் பெயருடன் என்னை இணைத்து. பிறகு அவர் என் வீட்டுக்கு வந்து தங்கினார் ஒருநாள். அவர் வீட்டுக்குச் சென்றேன் நான் அவர் அழைத்ததும். இப்படியாக உருவான எங்கள் நட்பு இந்தச் செவ்வியல் பதிப்புக்கான முன்னுரையை நான் எழுதுவது வரை வந்துள்ளது.

செவ்வியல் பண்புகளைக் கொண்ட 'கருக்கு' செவ்வியல் பதிப்பாக ஒவ்வொரு தசாப்தத்திலும் வெளிவர வேண்டும் என்றே நான் கருதுகிறேன். காரணம் நாம் சரித்திரத்தை வெகு வேகமாக மறப்பவர்கள். குறிப்பிட்டுச் சொன்னால் தலித்துகளின் வாழ்க்கைச் சரித்திரங்களையும், பெண்கள் வாழ்க்கைப் போராட்டங்களையும் மறப்பது நமக்கு எளிதாக இருக்கிறது. அப்படி எளிதாக்கிக்கொள்வது நமக்கு வசதியாக இருக்கிறது. மனத்தைக் குத்துபவற்றை அவை இல்லாதவைபோல் பாவனை செய்துகொண்டு இருப்பவர்களின் நிம்மதியான தூக்கத்தைக் கெடுக்க, அவர்களை முட்டிமுட்டித் தொல்லை தர, அவர்களின் தடித்துப்போன தோல்களைக் கீறிவிடக் 'கருக்கு' தேவைப்படுகிறது. உருவகமாகவும் புத்தகமாகவும்.

(கிளாசிக் நாவல் வரிசையில் காலச்சுவடு பதிப்பகம் 2014 டிசம்பரில் வெளியிட்ட 'கருக்கு' நாவலுக்கான முன்னுரை)

ஊர் மக்கள் கொண்டாடிய நாவல்
ச.தமிழ்ச்செல்வன்

ஓர் எழுத்தாளரை அவர் பிறந்த ஊர் மக்கள் கொண்டாடுவது என்பது மிக அபூர்வமாக நிகழும் ஒன்று. அப்படி ஓர் அபூர்வமான கொண்டாட்டம் விருதுநகர் மாவட்டம் வ.புதுப்பட்டி கிராமத்தில் ஆர்.சி.தெருவில் நடைபெற்றது. கொண்டாடப்பட்ட படைப்பாளி பாமா. தன்னுடைய 'கருக்கு' நாவலின் மூலம் எழுத்துலகில் 1992இல் அடியெடுத்து வைத்த பாமா, தொடர்ந்து 1994இல் அடுத்த நாவல் 'சங்கதி'யை வெளியிட்டார். 2011இல் 'மனுசி' நாவலை வெளியிட்டார். சிறுகதைகளிலும் தன் பங்களிப்பைக் குறைவின்றிச் செய்துள்ள பாமாவின் சிறுகதைத் தொகுப்புகள்: 'கிசும்புக்காரன்' (1985), 'ஒரு தாத்தாவும் எருமையும்' (2008), 'கொண்டாட்டம்' (2009), 'தவுட்டுக்குருவி' (2018).

'கருக்கு' நாவல் பாமாவின் சொந்த வாழ்வனுபவத்தின் அடிப்படையில் எழுதப்பட்டது. விருதுநகர் மாவட்டத்தில் மேற்குத் தொடர்ச்சி மலையின் அடிவாரத்தில் அமைந்த வத்திராயிருப்பு புதுப்பட்டி கிராமத்தில் தாழ்த்தப்பட்ட கிறித்துவக் குடும்பத்தில் பிறந்த ஒரு பெண்மணி தான் சந்தித்த சாதிய ஒடுக்குமுறைகளையும் தடைகளையும் கல்வி என்கிற ஒரேயோர் ஆயுதத்தை கையில் ஏந்தி, வெட்டிச்சாய்த்து முன்னேறிய கதைதான் 'கருக்கு'.

“எங்க ஊரு ரொம்ப அழகான ஊரு. ரொம்பப் பெரிய முன்னேத்தமோ, எதுவுமோ இல்லேன்னாக் கூட அதோட அழக வச்சுத்தான் எனக்கு அத ரொம்பப் பிடிக்கும். சின்ன ஊருதானாலும் இங்க பல சாதி மக்க குடியிருக்காக. சாதி சனத்தப் பத்திச் சொல்றதுக்கு முன்ன ஊரப்பத்தி நெறய்ய சொல்ல வேண்டியது இருக்குது. ஊரச் சுத்தி வருசயா மலைகளா இருக்குது. பாக்குதுக்கு அழகா இருக்கும். அத மேக்குத் தொடர்ச்சி மலன்னு சொல்றாக. இந்த மலகளுக்குப் பேர்கூட வச்சிருக்காக. ஒள்ளமரக்காப் பூச்சி மலங்கிறாக. இந்த மல பாக்கிறதுக்கு நெல்லு அம்பாரங்கெணக்கா இருக்குது. மல உச்சில ஒரு கல்லு மரக்கா மாறி நிக்குது. அதுனாலதா இந்த மலைக்கு மரக்காப்பூச்சி மலன்னு பேரு.”

இப்படித் துவங்கும் நாவல் ஒரு தலித் சிறுமியின் வியப்பும் வேதனையும் நிறைந்த குரலில் முற்றிலும் பேச்சுவழக்கிலேயே கதையைச் சொல்லிச் செல்கிறது. அந்தச் சிறுமி வளர்ந்து பெரியவளாகிக் கிறித்துவக் கன்னியாஸ்திரீயாகி மடத்து வாழ்வுக்குத் தன்னை ஒப்புக்கொடுக்கிறாள். அங்கேயும் சாதியக் கொடுமை அவளைத் தீண்டுகிறது. எட்டாண்டுகள் துறவறத்தை மறுத்து மீண்டும் அவள் பொதுச் சமூகத்துக்கு வருகிறாள், இதைப் பற்றிப் பாமா கூறுவது:

“*1992*ஆம் வருடம். என் வாழ்க்கையில் மறக்க முடியாத வருடங்களுள் இதுவும் ஒன்று. ‘கண்ணைக் கட்டிக் காட்டில் விட்டதுபோல என்று சொல்வார்கள். கண்ணைக் கட்டாமல் காட்டில் விட்டாலும் எனக்கு அதே நிலைதான்.

1985 முதல் *1992* வரை துறவறத்துக்குள் முடங்கிவிட்டு, *1992* இறுதியில் துறவறத்தை விடுத்து வெளியில் வந்தபோது, எனக்கே நான் அந்நியமாகிப் போன அவலத்தை உணர்ந்தேன். என்னிலிருந்து மட்டுமின்றி, சொந்த ஊரிலிருந்தும், உறவுகளிலிருந்தும், சொந்தப் பந்தங்களிலிருந்தும், இந்தச் சமுதாயத்திலிருந்தும்கூட அந்நியமாக்கப்பட்டுவிட்டதை உணர்ந்து அழுது புலம்பிய நாட்கள் அவை.

படித்திருந்தேன் ஆனால் வேலை இல்லை.

அடுத்த வேளை உணவுக்கும் உடைக்கும் இருப்பிடத்துக்கும் உத்தரவாதமில்லாத வாழ்க்கைக்குள் திடீரென்றுதான் நுழைந்திருந்தேன். செய்த வேலையை உதறிவிட்டு, அனைவரின் விருப்பத்துக்கும் மாறாக

துறவறத்துக்குள் சென்றுவிட்ட என்னை வரவேற்று ஏற்றுக்கொள்ள யாருமில்லை. என்னை ஈன்றெடுத்த தாயின் இதயத்தில் மட்டுமே எனக்கு மாறாத பாசமும் புகலிடமும் கிடைத்தன. அப்போதைய சூழலில் அவர்களாலும் எனக்கு எதுவும் செய்துவிட முடியவில்லை. நண்பர்களின் நட்பும், ஆதரவும் இல்லாமல் இருந்திருந்தால் 'கருக்கு' பாமா காணாமலே போயிருப்பாள் என்றுதான் கூற வேண்டும்.

நண்பர்கள் உதவினாலும் என் அம்மா அடிக்கடி கூறும் ஒரு பழமொழி நினைவில் உறுத்தியது 'பனை மரத்திலே ஏறுனவன கை எட்டுனா மட்டும்தான் தூக்கி விட முடியும்?'

பனை மட்டையின் இருபுறமும் இரம்பம் போல இருக்கும் 'கருக்கு' எளிதில் நம்மை அறுத்துவிடும். தலித் மக்கள் பல்வேறு நிலைகளில் அடக்கப்பட்டு, அறுக்கப்பட்டு, ஒடுக்கப்பட்டு, வாழும் நிலையைக் குறிக்கவும், தங்களிடம் இயல்பாகவே போர்க்குணத்தை இழந்துவிடாமல், தங்களை அடிமைப்படுத்தும் தடைகளை உடைத்தெறிந்து, தளைகளை அறுத்தொழித்து விடுதலை பெற வேண்டும் என்ற ஆசையினாலும் புத்தகத்துக்கு 'கருக்கு' என்று பெயரிட்டேன்," என்று பாமா சொல்கிறார்.

'கருக்கு' நாவல் வெளியானபோது பரவலான எதிர்ப்பும் வரவேற்பும் ஒருசேரக் கிடைத்தன. பாமாவின் ஊர் மக்கள் முதலில் இந்த நாவலை வெறுத்தார்கள்.

"எனது ஊர் மக்களே ஏற்றுக்கொள்ள மறுத்தபோது நான் அதிர்ந்து போனேன். அவர்களைப் பற்றிய விசயங்களை எழுதி அவர்களை இழிவுபடுத்திவிட்டதாக எண்ணி என் பெற்றோரிடம் சண்டை போட்டனர். என்னை ஊருக்குள் நுழையவிடாது தடுத்தனர். இத்தகைய விளைவை எதிர்பார்க்காத எனக்கு இது மிகவும் புரியாததொன்றாகவே இருந்தது. இழிவுபடுத்தும் நோக்கத்தோடு இது எழுதப்படவில்லை என்பதைப் புரிந்துகொண்டு 'கருக்கு'வையும் என்னையும் ஏற்றுக்கொள்ள அவர்களுக்குப் பல மாதங்கள் ஆயின. எங்கள் ஊர் இளைஞர்கள் பலர் இப்புரிதல் ஏற்பட உதவினர்,"

பெருமாள்முருகனின் 'மாதொருபாக'னும் துரை.குணாவின் 'ஊரார் வரைந்த ஓவிய'மும் மக்களால் புரிந்துகொள்ளப்படாமல் எதிர்ப்புக்காளானதை இவ்விடத்தில் எண்ணிப் பார்க்க வேண்டும். இலக்கியத்தை எப்படிப்

பார்ப்பது, எப்படிப் புரிந்துகொள்வது என்கிற பயிற்சி நம் மக்களுக்கு இல்லை. கல்விப்புலத்திலும் அதற்கான கற்பித்தல் இல்லை.

2000த்தில் 'கருக்கு' நாவலின் ஆங்கில மொழிபெயர்ப்பு வந்தது. அதற்கு உலகப் புகழ்பெற்ற 'கிராஸ் வேர்டு' விருது கிடைத்தது. நாவலுக்கு சர்வதேச, தேசிய அங்கீகாரம் கிடைத்தது அதற்குப் பிறகுதான் மலையாளம், தெலுங்கு, கன்னடம் போன்ற பிற இந்திய மொழிகளில் மொழிபெயர்க்கப்பட்டது. தமிழகக் கல்லூரிகள் பலவற்றில் பாட நூலாக்கப்பட்டது. பரவலாக விவாதிக்கப்பட்டது.

பல்வேறு பதிப்பகங்கள் 'கருக்கு' நாவலை மீண்டும் மீண்டும் பதிப்பிக்கின்றன. சமீபத்தில் பாரதி புத்தகாலயம் பதிப்பித்துள்ளது.

'கருக்கு' நாவலின் வெற்றிப்பயணம் மிகுந்த நம்பிக்கையளிக்கும் ஒன்றாகும். இதற்கெல்லாம் சிகரம் வைத்தாற்போல பாமாவின் பிறந்த ஊரில் 'கருக்கு' வெளியான 25ஆவது ஆண்டை ஊர் மக்கள் கூடிக் கொண்டாடினார்கள்.

29.12.2017 அன்று சிறுமலையில் 'கருக்கு' குறித்த கருந்தரங்கும் மாலை பொது மாநாடுமாக அந்நிகழ்வு திட்டமிடப்பட்டிருந்தது, மாநாட்டில் நான் பங்கேற்றேன்.

பாமாவைப் பறையொலிகளுக்கு நடுவே ஊர்வலமாக மக்கள் அழைத்துச் சென்றார்கள். தெருக்களில் பல இடங்களில் ஆங்காங்கே ஊர்வலத்தை நிறுத்திப் பெண்கள் குலவை ஒலியுடன் அவருக்கு ஆரத்தி எடுத்த காட்சி என் கண்களைக் குளமாக்கின. என் சக படைப்பாளி ஒருவருக்கு எளிய மக்கள் கொடுக்கும் மரியாதையும் அன்பும் உள்ளத்தை நெகிழச் செய்தது.

(செம்மலர், ஜனவரி 2018)

பாமா கையாண்டுள்ள சங்கப் பாடல்களின் வழக்குச் சொற்கள்

('கருக்கு' நாவலின் முதல் பக்கத்தை மட்டும் முன்வைத்து)

சி.முத்துகந்தன்

தமிழ்க் கலை இலக்கியங்கள் இயல்பாகவே வட்டாரத் தன்மை கொண்டியங்குபவை. தமிழ் நிலப்பரப்பில் மதுரை, கோவை, நெல்லை, தஞ்சை, நாஞ்சில், சென்னைத் தமிழென்று அதன் பேச்சுவழக்கின் வழியே அடையாளப்படுத்துவதை இயல்பாகக் காணலாம். குறிப்பாக இலக்கியத்திற்குள் கரிசல், கொங்கு, செட்டிநாடு, நாஞ்சிலென்று பிரித்துப் பார்க்கிற பாங்கும் இருக்கிறது. ஆனால், பேச்சுக்குக் கூட இதுவரை எந்தத் தமிழ்ப் படைப்பாளுமையும் சென்னை இலக்கியமென்றோ தொண்டை நாட்டு இலக்கியமென்றோ பொதுவெளியில் உச்சரித்ததாக அறிந்தோம் இல்லை.

அடிப்படையில் தமிழானது வட்டாரத் தமிழாகவும் அதாவது வட்டார இலக்கியமாகவே இதுகாறும் வளர்ச்சியடைந்துவந்திருக்கிறது என்பதனை மறுக்க முடியாது. இங்கு வழக்குத் தமிழில் வெளிவந்துள்ள வட்டார வழக்குச் சொல் அகராதிகளாக கரிசல் - கி.ரா, கொங்கு - பெருமாள்முருகன், செட்டிநாடு - பழனியப்பா, தஞ்சை - சுபாஷ்சந்திரபோஸ், நடுநாடு - கண்மணி குணசேகரன், நாஞ்சில் - அ.கா.பெருமாள், நீலகிரி - எ.ஆர்.ஈஸ்வரி, நெல்லை - வெள் உவன், கோவை

- ச.மகாலட்சுமி என்று பட்டியலிடலாம். மேற்சொன்னவர்களின் வழிச் சில மண்டல / மாவட்டங்களை எளிதாக அறிந்துகொள்ள முடியும். இதன் பொருட்டுப் பொதுவாக வட்டார வழக்குச் சொற் சேகரிப்பில் பெரும்பாலான சொற்கள் வட்டாரம் சார்ந்த படைப்புகளில் இருந்தும் எளிதில் சேகரிக்கப்பட்டிருக்கலாம்.

இங்கே எழுத்தாளர் பாமாவின் முதல் நாவலான கருக்கின் முதல் பக்கம் மட்டுமே கவனத்தில் எடுத்துக்கொள்ளப்படுகிறது. அதிலும் கி.ராவின் வழக்குச் சொல்லகராதி, வெள் உவனின் நெல்லை வட்டார வழக்குச் சொல் தொகை ஆகியவற்றின் துணைக்கொண்டு பாமா கையாண்டுள்ள வட்டார / பேச்சு வழக்குச் சொற்கள் சங்கப் பாடல்களில் இடம்பெற்றுள்ள தன்மையினை வெளிக்கொணரும் சோதனை முயற்சியாகவே இதனைக் கட்டமைக்கலாம்.

“எனது மொழி எனது பண்பாடு எனது வாழ்க்கை உன்னதமானது, உயர்வானது என்று ஓங்கிக் குரல் எழுப்ப ‘கருக்கு’ பெருமளவில் உதவியுள்ளது” என்று என்.சி.பி.எச் முதல் பதிப்புக்கான என்னுரையில் பாமா பதிவிட்டுள்ளதைத் தொண்ணூறுகளில் வீறுகொண்டெழுந்த தலித் எழுச்சியின் / ஆதித்தாயின் குரலாகவே பார்க்க முடிகிறது. பாமாவின் வருகை அப்போது பிரமிப்பையும் ஆச்சரியத்தையும் ஏற்படுத்தியது எனலாம். கால் நூற்றாண்டைக் கடந்தும் பெருவெடிப்பாக எழுந்த ‘கருக்கு’வின் இக்குரல் எல்லைகளைக் கடந்த மனிதநேயத்தை வலியுறுத்துகிறது. இருப்பினும் இன்று அதனை தலித் படைப்பு என்கிற ஒற்றைப் பார்வையில் சுருக்கிப் பார்க்கிற போக்கும் இருக்கத்தான் செய்கிறது. சமகாலச் சூழலில் பாமாவின் ‘கருக்கு’, சிவகாமியின் ‘ஆனந்தாயி’, இமையத்தின் ‘கோவேறு கழுதைகள்’, அழகிய பெரியவனின் ‘தீட்டு’ என்று (இன்னபிற தலித் படைப்புகளை) பொத்தாம் பொதுவாக வாசிப்பின் ரசனை அல்லது விளம்பரம் வேண்டி உச்சரிக்கப்பட்டாலும் இவற்றைத் தலித் படைப்புகள் என்கிற பார்வையிலேதான் முன்வைக்கப்படுகின்றன என்பதை மறுக்க முடியாது. குறிப்பாகத் தொண்ணூறுகளில் எழுந்த தலித் கலை இலக்கிய எழுச்சியானது உட்பிரிவுகளின் அரசியலையும் கடந்து, ஓர் ஒருங்கிணைப்பின் தேவையைப் பேசியது. பார்ப்பன வெள்ளாளக் கூட்டத்தின் ஆதிக்கம் ஒரு பக்கமாகவும், சூத்திர / பட்டியல் / பழங்குடியினத்தின் கூட்டு எதிர்ப் பக்கமாகவும் இருந்தன. இத்தகைய பார்வையில் பாமாவின் யோசனையை (எண்ணம்)

மட்டுமே கட்டுரையாக்கும் பொருட்டு தொடங்கப்பட்டது இம்முயற்சி. காலம் கருதி அவர்களது 'கருக்கின்' முதல் பக்கத்தை மட்டுமே வட்டார / பேச்சு வழக்கின் சொற்களை மையமிட்டதாக நகர்கிறது.

'கருக்கு' நாவலின் முதல் பக்கமும் அதில் இடம்பெற்றுள்ள சொற்களும்

பனங்கருக்கினைக் கொண்டு விளையாடித் தோலைக் கீறிக்கொண்டது. பனங்கருக்கிற்கும் என் வாழ்வுக்கும் சம்பந்தம் உண்டு. கருக்குகளாய் இருக்கும் இவர்களை, நொறுக்க நினைப்பவர்களை அது திருப்பி அறுக்குமென்று பாமா தம் முதல் பதிப்பிற்கான என்னுரையிலேயே கொஞ்சம் போல சொல்லிவிடுகிறார். நாவலின் முதல் பக்கத்தில், ஓர் அழகான ஊர் (பெயர் குறிப்பிடவில்லை). அங்கே பல ஜாதிகள் (நாயக்கர்கள், வண்ணார்கள்) இருக்கிறார்கள். ஊரைச் சுற்றி (மேக்குத் தொடர்ச்சி மல, மரக்காப்பூச்சி மல, பெருமாறன் மல) மலைகள் உள்ளன. அங்கு பெருமாள்சாமி கோயிலும் இருக்கிறது. வெள்ளாமை விளைந்திருக்கும் அங்கே (நரிப்பாற, வண்ணாம்பாற, வட்டுலு வித்தாம்பாற என்று) நிறைய ஊருணிகள் உண்டு. அந்த மக்கள் விவசாயம், காட்டு வேலை, விறகுகளைப் பெறுக்கி விற்பது என்கிற தொழில் செய்கிறார்கள். அங்கே வருஷம் முழுவதும் கிணறு, பம்புசெட்டு என்று விவசாயம் நடக்குமென்று பதிவிடுகிறார்.

கருக்கின் முதற் பக்கத்தில் மட்டும் ஊரு, ரொம்ப, எதுவும், வச்சு, மக்க, சாதி, சனம், நெறய்ய, சுத்தி, வருசயா, ஒன்ன, அம்பாரம், நிக்குது, பேரு, கும்புடுற, அங்ன, அம்புட்டு, சாஸ்தி, முந்தி, தொல, வெவசாயம், வெறகு, பொழப்பு, செரமம், வருசம்பூரா, தின்னு, சொகப்படு, ஏகப்பட்ட, கொளம் என்று இருபதிற்கும் மேற்பட்ட வட்டார / பேச்சுவழக்குச் சொற்கள் இடம்பெற்றுள்ளன. இம்முதற் பக்கத்தின் வழியே மனித வாழ்வியல், சுற்றுப்புறச் சூழல், நிலம், தொழில், சமூகப் பிரிவுகள், வழிபாடு, நீர்நிலைகள் என்று தொடக்கமே திரைக்கதையாய் பாமா காட்சிப்படுத்துகிறார். முதல் பக்கத்தில் ஊரைக் குறிப்பிடாமல் எழுதியிருந்தது 'கருக்கு' எல்லோருக்குமான படைப்பு என்பதைப் பறைசாற்றுகிறது.

மேற்குறிப்பிடப்பட்ட இருபதுக்கும் மேலான வட்டார / பேச்சுவழக்குச் சொற்கள் சங்க இலக்கிய பாடல்களில் அப்படியே அல்லது கொஞ்சம் போல மருவி பயன்பட்டுள்ளமை, சொற்களின் இதுவரையிலான பயணத்தைக் காட்டுகிறது. நாவலின் தலைப்பாக இருக்கும் 'கருக்கு' எனும் சொல்,

"பனைத்தலை கருக்கு உடை நெடு மடல் குருத்தொடு மாயக்
கடுவளி தொகுத்த நெடுவெண் குப்பைக்
கணம் கொள் சிமைய வணங்கும் கானல்
ஆழி தலை வீசிய வயிர்ச் சேற்று அருவிக்
கூழை பெய் எக்கர் குழீஇய பதுக்கை"

என்ற குறுந்தொகை *(372)* பாடலின் முதல் வரியிலேயே "பனை மரத்தின் உச்சியிலுள்ள கருக்கினையுடைய நெடிய மடல்கள் குருத்தோடு மறைந்து போக" என்று இடம்பெற்றுள்ளது. மேலும் இருபதுக்கும் மேற்பட்ட வட்டார / பேச்சுவழக்குச் சொற்களை பாமா இயல்பாகப் பதிவு செய்துள்ளமை வியப்பளிக்கிறது.

ரொம்ப / நெறய்ய - நிறைய

"எங்க ஊரு ரொம்ப அழகான ஊரு" என்று தொடங்கும் கருக்கில் 'ஊர்' என்கிற சொல் எம் ஊர், நும் ஊர், ஊர் அலர், ஊர் காப்பாளர், நாடும் ஊரும், பேர் ஊரும் சிற்றூரும், ஊரும் சேரியும், முந்நூறு ஊரும் என்று பெரும்பாலான சங்கப் பாடல்களில் பரவலாக இடம்பெற்றுள்ளதைக் காணமுடியும். இதேபோல் ரொம்ப, நெறய்ய என்கிற சொற்கள் 'நிறைய' என்ற பொருளிலேயே பல இடங்களில் பயன்படுத்தப்பட்டுள்ளது.

"இழை அணி வனப்பின் இன் நகை மகளிர்
போக்கு இல் பொலம் கலம் நிறைய பல் கால்
வாக்குபு தரத்தர வருத்தம் வீட
ஆர உண்டு பேர் அஞர் போக்கி
செருக்கொடு நின்ற காலை" - (பொரு : *86*)

எனும் பாடலில் அரசன் விருந்தோம்பலின் சிறப்பைக் குறிப்பிடும்போது இழையணிந்தவர்களும் இனிய முறுவல் பூப்பருவமான ஏவல் மகளிர், பொன்னாற் செய்த வட்டில் நிறையும்படி கள்ளினைப் பல்காலும் வார்த்துத் தருந்தோறும் வழிநடை வருத்தம் போகும்படி நிறைய பருகி என்று நிறைய என்பது நிறையும்படியாக என்று இடம்பெற்றுள்ளதனை வெளிப்படையாகவே அறிய முடிகிறது. இதேபோல், "அம் செவி நிறைய (முல்லை: *89*), அகல் நிறைய (நெடு: *102*), அங்கை நிறைய (நற்: *22:4*),

கவுள் நிறைய (நற்: 22:5), நிறைய பெய்த (நற்: 74:3), ஆகம் நிறைய (குறுந்:159:3), அளை நிறைய (ஐங்:30:2), வட்டி நிறைய (ஐங்:47:2), எஞ்சாமை நிறைய (பதிற்: 90:4), காவு நிறைய (பரி: 22:25), குளம் நிறைய வீசி (அகம்: 42:9), வாய் நிறைய (அகம்: 127:9), குழி நிறைய (அகம்: 152:20), பகுவாய் நிறைய (அகம்: 256:4), அகம் நிறைய (புறம்: 52:15), மண்டை நிறைய (புறம்: 115:2), வயல் அகம் நிறைய (புறம்: 117:3), நகர் நிறைய (புறம்: 198:16), புறம் நிறைய (புறம்: 258:8), மணல் நிறைய (புறம்: 262:3)" என்று பயன்படுத்தப்பட்டுள்ளது. மேலும் நிறை, நிறைவு, நிறைந்து, நிறைந்தது, நிறைந்ததும் என்கிற சொற்களும் ஆளப்பட்டுள்ளன. சங்கப் பாடல்களில் பயன்பட்டுள்ள நிறைய என்கிற சொல் இன்று நெறய்ய, நொறய்ய, ரொம்ப, ரொம்பவே என்று மாற்றம் பெற்றுள்ளதனை இயல்பாகவே கண்டுணர முடியும்.

எதுவும் - ஒன்றும்

எதுவுமே இல்லன்னா என்கிற சொல்லை 'எதுவும் இல்லை' என்பதாக எடுத்துக்கொண்டு பார்க்கும்போது, வழக்கில் அது ஒன்றுமில்லை அல்லது எதுவுமே இல்லை என்பதாக ஆளப்படுகிறது. இதனடிப்படையில் எதுவும் இல்லை என்பது சங்கப் பாடல்களில் ஒன்று இல்லை என்றே பயன்பட்டுள்ளது.

கழிசூழ் கானல் ஆடியது அன்றி
கரந்து நாம் செய்தது ஒன்று இல்லை (நற்: 27:5)

எனும் இப்பாடலில் உப்பங்கழி சூழ்ந்த சோலையில் விளையாடினோம். அதனைத் தவிர மறைந்து நாம் செய்த செயல் வேறொன்றுமில்லை என்று கையாளப்பட்டுள்ளது. இதேபோல், "பிறிது ஒன்று இல்லை (நற்: 322:2), பிறிது ஒன்று இல்லை (புறம்: 150:19) என்கிற பாடல்களில் ஒன்றில்லை, எதுவுமில்லை என்பதாக ஆளப்படுகிறது.

வச்சு - வைத்து

அழக வச்சுத்தான் என்பதனை அழகை வைத்துதான் என்று புரிந்துகொள்கிறோம். "கை வைத்து இமிர்பு குழல் காண்குவோரும்" (பரி: 19:41) எனும் பாடல் வரியானது சிலர் வேய்ங்குழலிடத்தே விரல்களை வைத்து ஊதி இசையை அளவிடுவர் என்று பதிவுசெய்கிறது. இதுபோலவே,

"கோடு வாய்வைத்து கொடு மணி இயக்கி" (திரு. 246), "படுத்து வைத்து" (மலை. 15), "வளம் வைத்து" (நற்: 315:4), "தலைவைத்து" (ஐங்: 207:4), "கடல் வைத்து" (பரி: 23:72), "கை வைத்து" (புறம்: 229:18) என்கிற பாடல்களில் வரும் வைத்து என்கிற சொல்தான் சமகாலப் பேச்சுவழக்கில் வச்சு என்றாகிறது.

சாதி - ஜாதி

பாமா அவர்கள் "இங்க பல சாதி மக்க குடியிருக்காக" என்று ஜாதியைச் சாதி என்கிற வழக்குச் சொல்லாகக் கையாண்டிருக்கிறார். அதாவது தற்போது வழக்கில் இருப்பதைப் போல சங்கப் பாடல்களில் ஜாதி கையாளப்படவில்லை என்பது வியப்பே (வருணம் வகுத்தளித்த மக்களில் உயர்ந்தோர், தாழ்ந்தோர் என்கிற ஜாதியப் படிநிலை). ஆனால், சங்க இலக்கியத்தில் சாதி என்கிற சொல் பறவை இனம், விலங்கு இனம் என்கிற பொருளிலேயே பயன்படுத்தப்பட்டிருக்கிறது.

"நீங்கா யாணர் வாங்கு கதிர் கழனி
கடுப்பு உடை பறவை சாதி அன்ன
பைது அற விளைந்த பெரும் செந்நெல்லின்" (பெரும்.அடி. 229)

எனும் இப்பாடலானது, வளம் குன்றாத வயல்களில் நெல் விளைந்திருக்கும். பறவைச் சாதி தன் சுற்றத்துடன் நீண்டு வளைந்த வரிசையில் வானில் பறப்பது போல் நெல்லின் கதிர்மணிகள் விளைந்திருக்கும் என்று பறவைச் சாதியை அதாவது இனத்தைக் குறித்திருப்பதையே அறியலாம்.

மக்க - மக்கள்

பாமா மட்டுமல்ல தென்தமிழக மக்களின் பேச்சுவழக்கில் இன்றும் "மக்க" என்பது மக்களையும் பிள்ளைகளையும் குறிக்கும். "மக்கள் போகிய அணில் ஆடு முன்றில்" (குறுந்: 41:4) பாடலில் மக்கள் கூட்டத்தையும், "குறு மக்கள்" (கலித்: 83:10), "சீத்தை மக்கள்" (கலித்: 94:22), "ஆயர் மக்கள்" (கலித்: 102:30) என்கிற பாடல்களில் பிள்ளைகளையும் குறிக்கிறது. இதன்வழி சங்க இலக்கியங்களில் காணப்படும் மக்கள், மக்களும், மக்களுள், மக்களை எனும் பல சொற்கள் இன்றளவும் அப்படியே மக்கள் புழக்கத்தில் இருப்பதனை அறிய முடிகிறது.

சனம் - மக்கள் / கூட்டம்

மக்கள் என்கிற சொல்லைப் போலவே சனம் (ஜனம்) என்கிற சொல்லின் பயன்பாட்டையும் புழக்கத்தில் இருப்பதை அறியலாம். மக்கள் புறப்பட்டனர் என்பதைப் "புனல் மண்டி ஆடல் புரிவான் சனம் மண்டி" (பரிபாடல்: *10:9*) என்னும் தொடரால் விளக்குகிறார் புலவர். இதேபோல் "பல் சனம்" (பரிபாடல்: *10:59*) என்கிற பாடலிலும் சனம் என்பது மக்கள் கூட்டத்தையே குறிக்கும்.

சுத்தி - சுற்றி / சுற்று

சுற்றி / சுற்று என்பது வழக்கில் சுத்தி என்று பேசப்படுகிறது. சங்கப் பாடல்களில் "விரல் முறை சுற்றி மோக்கலும் மோந்தனன்" (கலித்: *54: 8*), "கோட்டொடு சுற்றி" (கலித்: *103: 28*), "சுற்றி சுழலும்" (கலித்: *110:11*), "குப்பை சுற்றி" (அகம்: *37:15*), "வில் சுற்றி" (அகம்: *69:15*), "நுழைந்த சுற்று" (பெரு. *73*), "ஆரம் சுற்றுவன" (நற்: *5:4*), "புடைப்பின் சுற்றும்" (நற்: *110:3*), "சுற்று அமை" (நற்: *376:7*), "வேழம் சுற்றும்" (ஐங். *11:1*), "சுற்றும் எறிந்து" (பரி: *16,:20*), "சுற்று அமை" (கலித்: *4:2*) என்கிற பாடல்களில் சுற்றி, சுற்று, சுற்றுதல் என்பதே இன்று வழக்கில் சுத்தி என்று மாற்றம் கண்டது.

வருசயா - வரிசை

வரிசை என்பதை பாமா படிநிலை அல்லது படிப்படியாக என்ற பொருளில் பயன்படுத்தியிருப்பார். ஆனால், சங்கப் பாடல்களில் "வரிசை அறிதலும் வரையாது கொடுத்தலும்" (சிறு. *217*), "வரிசை பெரும்" (கலித்: *85:35*), "வரிசை அறிதலோ" (புறம்: *121:3*), "வரிசை அறிதலின்" (புறம்: *140:6*), "வரிசை அறியா" (புறம்: *184:8*) என்கிற வரிகள் தற்போது வழக்கில் குறிக்கும் வரிசை என்பதைக் குறிக்காது 'வரி கட்டுதல்' என்பதயே குறித்துள்ளது. இங்கு "படிநிலை வேள்வியுள் பற்றி ஆடு கொளலும்" (பரி. *2.62*) என்கிற பாடலில் வரிசை எனும் பொருளையே குறிக்கிறது. அதாவது படிப்படியாக என்பதோடு ஒத்துப்போகிறதை அறிய முடிகிறது.

ஒன்ன - ஒன்றை / ஒன்று

ஒன்றை அல்லது ஒன்று என்பது வழக்கில் ஒன்ன என்று வருகிறது. சங்கப் பாடலான "உலகம் காக்கும் ஒன்று புரி கொள்கை" (திரு. *161*)

எனும் பாடல் உலகைக் காக்கும் தொழில் ஒன்றையே என்கிற பொருளில் வருகிறது. மேலும் "ஒன்று யான்" (பொரு. 73), "ஒன்று கூற" (பொரு. 228), "ஒன்று அமர்" (பெரு. 175), "ஒன்று மொழி" (மதுரை. 143), "கொன் ஒன்று" (மதுரை. 207), "ஒன்று இலங்கு" (நற்: 18:10), "ஒன்று உடைத்தே" (நற்: 23:3) ஆகிய பாடல்களிலும் இவ்வாறே அமைவதனை அறியலாம்.

அம்பாரம் - குவியல்

அம்பாரம் என்றால் பெரிய குவியல் என்று வழக்குச் சொல் அகராதியும் பொருள் தருகிறது. "குவியல் கண்ணி மழவர் மெய்ம்மறை" (பதிற்று: 21:24) என்ற பாடலில் வரும் குவியல் என்பதைப் போலவே குவி, குவித்து, குவிந்த, குவிந்து, குவிந்த, குவிந்தன என்பதாக இன்னும் பல்வேறு பாடல்களில் பயன்படுத்தப்பட்டுள்ளதை அறியலாம்.

நிக்குது - நிற்கிறது / நிற்க

"தொழுது முன் நிற்குவிர் ஆயின் பழுது இன்று" (பொரு. 150). இதில் நிற்குவிர் என்பது நின்று தொழுது முன்நிற்பதைக் குறிக்கிறது. இதேபோல் நிற்க, நிற்கும், நிற்குமோ, நிற்குமோர்க்கே என்கிற சொற்களும் சங்கப் பாடல்களில் கையாளப்பட்டுள்ளன.

பேரு - பெயர் / பேர்

"அணி மயிற் பீலி சூட்டி, பெயர் பொறித்து" (புறம். 264.3). அழகிய மயிற் பீலியைச் சூட்டிப் பெயரை எழுதி என்று வருகிறது. இங்கு பெயர் என்பதை வழக்கில் பேர் என்றும் பெயர் என்றும் ஆளப்படுவதனைக் கவனத்தில் கொள்ள வேண்டும்.

கும்புடுற - வணக்கம் / வணங்கு

"வானோர் வணங்கு வில் தானை தலைவ" (திரு: 260). தலை மேல் குவித்து விழுந்து வணங்கி என்று பொருள்படுகிறது. இங்கு வணங்கு என்பதைவிட கும்பிடு என்பது (தொல் பழங்கால மாந்தரின்) தகவல் பரிமாற்றக் குறியீட்டு அடையாளத்தின் எச்சமாக இன்றும் இருக்குமோ என்றெண்ணத் தோன்றுகிறது.

அங்ன - அங்கே / அங்கு

"ஆர்உயிர் எஞ்சும்மன் அங்கு நீ சென்றீ" (கலித்: 145:46) எனும் பாடல் அங்கு அங்ஙனம் பாடி என்ற பொருளைத் தருகிறது.

அம்புட்டு - அவ்வளவு

"அவ்வளவு என்றார் ஆண்டு செய்பொருளே" (அகம்: 23:13) என்ற பாடலில் வரும் அவ்வளவு என்பது அம்புட்டு என்பதாக வழக்குச் சொல் அகராதியும் குறிப்பிடுகிறது.

முந்தி - முந்து / முன்ன

"இலங்கு கதிர்த் திகிரி நின் முந்திசினோரே" (பதிற்: 69:17) முந்திசினோரே என்றால் முன்னோர் என்று பொருள்படுகிறது. சங்கப் பாடல்களில் 'முன்' என்று ஆளப்படும் சொல்லானது முன்னிய, முன்னி, முன்னிலை, முன்னோன், முன்னியது, முன்னியோர், முன்னும், முன்னர், முன்னென்று, முன்னுதல், முன்னத்தின், முன்னம், முன்னே, முன்னரை, முன்னினேனே ஆகிய சொற்களாகக் கையாளப்பட்டுள்ளது.

அம்புட்டு தொல - அவ்வளவு தொலைவு

"தொலைவு இல் வெள் வேல் விடலையொடு என் மகள்" (அகம். பாடல்: 7:12) எனும் இப்பாடலில் தொலைவு என்பது தொலைதூரம் சென்றிருக்க மாட்டாள் என்று பொருள் தருகிறது.

வெவசாயம் - விவசாயம் / உழவு

"உழவு ஒழி பெரும் பகடு அழி தின்று ஆங்கு" (புறம். 366:13) உழவைச் செய்த பெரிய எருது என்று பொருள்படுகிறது. உழவு பெரும்பாலான சங்கப் பாடல்களில் பயன்படுத்தப்பட்டுள்ளது.

வெறகு - விறகு

"வெள்ளிடைப் பொத்திய விளை விறகு ஈமத்து" (புறம். 245:4) என்ற பாடலில் தீயை உண்டாக்கும் விறகைப் படுக்கையாக அடுக்கி என்று பொருள்படுகிறது.

பொழப்பு - பிழைப்பு

"யாண்டு பிழைப்பு அறியாது பய மழை சுரந்து" (பதிற்று: 21:30) பாடலில் பிழைப்பு என்பது பிழை (குற்றம்) என்று பயன்படுத்தப்படுகிறது. பொழப்பு என்பதை வேலை / பணி / தொழில் என்று எடுத்துக்கொண்டால், "தா இல் கொள்கை தம் தொழில் முடி மார்" (திரு. 89) என்கிற வரியானது குற்றமற்ற குறிக்கோளுடன் தம் தவத்தொழிலை முடிக்கும் என்று பொருள்படும்.

செரமம் - கஷ்டம் / கடுமை

செரமம் அல்லது சிரமம் என்பதற்குக் கஷ்டம் அல்லது கடுமையான என்று பொருள்படும். "பனி கடுமையின் நனி பெரிது அழுங்கி" (நற்: 281:9) இதில் சிரமம் என்பதற்குப் பதிலாகக் கடுமை என்கிற சொல் பயன்படுத்தப்படுகிறது.

வருசம் பூரா - ஆண்டு முழுதும்

வருசம் பூரா என்பதைக் காலம் பூரா என்றும் பேச்சுவழக்கில் இன்றும் பயன்படுத்துவதைக் காண முடியும். இங்கு "மலை முழுதும் கமழும் மாதிரம் தோறும்" (மலை. 293) என்ற பாடலைப் போலவே "மெய் முழுதும்" (கலித். 95:19), "ஊர் முழுதும்" (அகம்: 176:26) என்கிற பாடல்களிலும் முழுதும் ஆளப்பட்டுள்ளது.

தின்னு - தின்ற / தின்று

சாப்பிடு என்பதனைத் தின்னு, உண்ணு என்று வழக்குச் சொல்லாகவும் தின்று, உண்டு என்று எழுத்துச் சொல்லாகவும் இன்றும் பயன்படுத்துவர். "எல்லையும் இரவும் ஊன் தின்று மழுங்கி" (பொரு: 118) என்கிற பாடலைப் போலவே தின்று, உண்டு என்கிற சொற்கள் சங்க இலக்கிய பாடல்களில் பெருமளவில் காணப்படுகிறதை அறிய முடிகிறது.

சொகப்படு - சுகம் / இன்பம்

சொகப்படு அல்லது சுகப்படு என்கிற சொல் சுகம் என்கிற அடியாகக் கூட சங்க இலக்கியங்களில் எங்கும் இல்லை. ஆனால், சுகம் என்பதற்கு இன்பம் அல்லது மகிழ்வு என்று எடுத்துக்கொண்டால், "இறந்து செய் பொருளும் இன்பம் தரும் எனின்" (நற்: பா:126:7), "பெண் மகிழ்வு உற்ற பிணை நோக்கு மகளிர்" (மதுரைக்: 555) என்கிற பாடல்களிலும்,

மகிழ், மகிழ்ந்து, மகிழ்ந்த, மகிழ்வே, மகிழ்ந்தேன், மகிழ்ந்தும், மகிழ்தல், மகிழ்ச்சியும், மகிழ்நன் என்கிற சொற்கள் அடங்கிய ஏராளமான பாடல்களில் அறியலாம்.

ஏகப்பட்ட - மிகுதியான / மிகுதி

ஏகப்பட்ட என்பதற்கு அதிகமான மிகுதியான என்கிற சொற்களின் பயன்பாடு இன்றும் வழக்கில் உள்ளதை அறிவோம். "சீர் கெழு சிலை நிலை செயிர் இகல் மிகுதியின் சின பொதுவர்" (கலித்: 105:27) என்கிற பாடல் அதிகம் என்பதை மிகுதி என்றே குறிப்பிடும்.

கொளம் - குளம்

பாமா அவர்கள் கருக்கின் பெரும்பாலான இடங்களில் நீர்நிலைகளைக் குறிப்பிடும்போது ஊருணி, குளம் என்கிற சொற்களைப் பயன்படுத்துவார். இதனை நாவலின் முதல் பக்கத்திலேயும் பயன்படுத்தியிருப்பார். சங்கப் பாடல்களான "நிவந்து செல் நீத்தம் குளம்" (மதுரை: 246), "காடு கொன்று நாடு ஆக்கி குளம் தொட்டு வளம் பெருக்கி" (பட்டின: 284) என இன்னும் பல்வேறு இடங்களிலும் சங்கப் புலவர்கள் பயன்படுத்தியிருப்பர்.

எழுத்தாளர் பாமா அவர்கள் இயல்பாகப் பயன்படுத்திய வட்டார / பேச்சுவழக்குச் சொற்கள் ஒவ்வொன்றும் சங்கப் பாட்டும் தொகையுமான பதினெட்டு நூல்களிலும் இடம்பெற்றுள்ளன. சில சொற்கள் ஓரிடத்திலும் பல சொற்கள் நூறுக்கும் மேற்பட்ட இடங்களிலும் ஆளப்பட்டுள்ளன. இதனால் இவர்கள் சங்க இலக்கிய வாசிப்பு முறையினைக் கொண்டிருந்தார்கள் என்பதல்ல, இயல்பாகவே தலித்துகளின் எழுத்துகளில் இத்தகைய சொற்கள் அசலாக இருக்கும் என்பதையே புரிந்துகொள்ள முடியும். கருக்கின் முதல் பக்கத்தில் மட்டுமே இத்தனைச் சொற்கள் என்றால், நாவல் முழுவதிலும்... அதிலும் பாமாவின் நாவல்கள், சிறுகதைகள் என்று அனைத்திலும் எவ்வளவு சொற்கள் புதைந்திருக்கும். பாமா மட்டுமல்ல தொண்ணூறுகளுக்குப் பின் எழுதிய தலித் / பழங்குடி படைப்பாளர்கள் ஒவ்வொருவரின் எழுத்திலும் இத்தகைய ஆதித் தமிழ்ச் சொற்கள் கீழடியாய் ஆழப் புதைந்திருக்கும். இப்படியான வட்டார / பேச்சுவழக்குச் சொற்கள் இன்று சொற்சுருக்கமாக அல்லது அத்தகைய சொல்லின் செழுமையான வடிவமாக மாற்றம் கண்டுள்ளன. இத்தகைய வளமையான சொற்களைத் தலித் படைப்பாளர்கள் மட்டுமல்ல தலித்தல்லாதாரின் படைப்புகளிலும் குறிப்பாக வட்டாரத்

தன்மை கொண்டு எழுதிய படைப்பாளர்களின் படைப்புகளிலும் நிறைந்திருக்கும். குறிப்பாக படைப்பாளர் கையாளும் இச்சொற்களின் வாயிலாகவே அவர் கட்டமைக்கும் திணை மரபின் கூறுகளையும் இனம்காண வழிவகுக்கும் எனலாம். பொதுவாக தலித்துகளின் எழுத்துகளைச் சிலாகித்த / சிலாகித்துக்கொண்டிருக்கும் பெரும்பாலானோரின் கருத்துகள் இன்றும் இடஒதுக்கீட்டின் கருத்தைப் போலத்தான் இருக்கின்றன. தலித்துகள் ராவாக எழுதுகிறார்கள்; கொச்சையாக எழுதுகிறார்கள்; அழகியலாக இல்லாது அப்படியே எழுதுகிறார்கள் என்கிற வாதங்களை ஒருபோதும் கண்டுகொள்ளவே கூடாது. காரணம், மண்ணோடும் மக்களோடும் பிணைந்த இவர்களது எழுத்துகளில்தான் கொஞ்சம் கூடுதலான / அசலான சொற்கள் இருக்குமென்பதில் ஐயம் ஏதும் இரா.

துணை நூற்பட்டியல்

1. பாமா, கருக்கு, என்.சி.பி.எச், சென்னை, 2019.
2. வெள் உவன், நெல்லை வட்டார வழக்குச் சொல் தொகை, தமிழினி, சென்னை, 2012.
3. கி.ராஜநாராயணன், வழக்குச் சொல் அகராதி, அன்னம், தஞ்சாவூர், 2020.
4. சங்க இலக்கியம், என்.சி.பி.எச் பதிப்பு, என்.சி.பி.எச், சென்னை, 2019.
5. பாமா உரை - (Shruti.tv) வலையொலி.
6. 'சங்கத் தமிழ் தேடு' எனும் செயலி.

ஊர் சொன்ன கதையும், ஊரை எழுதிய கதைகளும்

ம.மணிமாறன்

இந்த நிலத்தில் பிறந்த எல்லோரும் பகிர்ந்துகொள்வதற்கான கதைகளோடுதான் இருக்கிறார்கள். அவரவரின் கதைகளை அவரவரின் மொழியில் சொல்லத் துவங்கிய காலம் மிகச் சமீபமானது, அறுபது எழுபது வருடத்திற்குள் இருக்கலாம். அந்தக் கதைகளை மண்சார்ந்த கதைகள் என இலக்கிய உலகம் பெயரிட்டு அதன்மீதொரு வசீகரவலையைப் போர்த்தியது. கி.ராவும், ஷண்முகசுந்தரமும், சுயம்புலிங்கமும் எழுதியவை யாவும் அவரவர் ஊரின் கதைகளைத்தான். ஆனாலும் அதற்கு வட்டார வழக்கு என்றும், நாட்டார் வழக்காற்றுக் கதைகள் எனவும் பெயர் சூட்டி மகிழ்ந்தனர். இன்றைக்கு வரையிலும் வட்டார வழக்கினைப் பாடிய கதைத் தொகுதியின் அடையாளமாக ஷண்முகசுந்தரத்தின் 'நாகம்மா'ளும், கி.ராஜநாராயணனின் 'கோபல்ல கிராமம்' நாவலுமே இருந்துவருகின்றன. ஆனால், இவை எழுத்திற்குள் வந்து சேர்ந்திட எழுத்ததிகாரம் ஜனநாயகப்பட வேண்டியிருந்தது. கரிசல் இலக்கியம் என எல்லோரும் கொண்டாடும் கதைப் பகுதிக்குள் எங்கள் மக்களின் வாழ்வு எங்கே எனக் கச்சிதமாகக் கேட்டவர் எழுத்தாளர் பாமா. அவருடைய சிறுகதைகள், நாவல்கள் என ஒட்டுமொத்த கதைக்குள்ளும் விஸ்தாரமாகப் பரவி நிற்பது அவருடைய ஊர்தான்.

தனித்து அடையாளப்படுத்தி சதுர்வர்ணம் வரைந்திட்ட மனுவின் கோட்டிற்குக் காலமாற்றத்திலும் தன்னை நிலைப்படுத்திடும் தன்மை இருக்கிறதா என்ன? சூழ்ச்சியில் உருவான வாழ்வியல் தர்க்கத்தை மனுவாதிகள் கதைகளால்தான் கெட்டிப்படுத்தியிருக்கிறார்கள்.

கதைகள்தான் அவர்களின் அடிப்படைக் கருவிகள் எனும்போது அதனை எதிர்கொள்ளும் எதிர்க்கதையாடல்களும் சாத்தியம்தானே. மனித சமூகத்தைப் பிறப்பின் அடிப்படையில் நான்கு வர்ணமாக்கி இதுதான் உங்களின் இடம் எனக் கதையாடினர். இடமற்று பெரும் மக்கள் திரளை வெளியேற்றி பஞ்சமர் எனவும் பெயர் சூட்டினர். அப்போது பெரியார், "பஞ்சமன்தான் ஒரிஜினலா அவுக ஆத்தாளுக்கும் அப்பனுக்கும் பொறந்தவன்" எனச் சொன்னது எதிர்க்கதையாடல்தான்; நந்தனை அரசன் என்றும் பார்ப்பானுக்கு மூத்தவன் பறையன் கேட்பாரற்றுக் கீழ்நிலையாகிப் போனான் என அயோத்திதாசர் நிகழ்த்திய சொல்லாடல்களும் எதிர்க்கதையாடல்கள்தான்; ஈழத்தில் கே.டேனியலின் நாவலும், பூமணியின் 'பிறகு', டி.செல்வராஜின் 'மலரும் சருகும்' நாவல்களும்கூட எதிர்க்கதையாடல்கள்தான். இவற்றின் கண்ணி அறுபட்டுக் கிடந்த தமிழ் இலக்கியப் புலத்தில் தலித் எனும் சொல் சூரைக்காற்றைப் போல வீசிய நாட்களில் உருவானவையே தலித் கதையாடல்கள். தனக்கு மட்டுமேயான கொண்டாட்டத்தையும் வலியையும் துயரத்தையும் சொல்ல முயன்றவர்களுக்கு அதுவரை சொல்லப்பட்டிருந்த கதைகளின் மொழி எரிச்சல் ஊட்டுவதாக இருந்தது. ஆப்பிரிக்க இருண்ட வானிலிருந்து தெறித்து விழுந்த வார்த்தைகளையும் அறிவர் அம்பேத்கரின் நூற்றாண்டு ஆய்வுகள் உருவாக்கித் தந்த மொழியினையும் சேர்த்துக்கட்டி புதிய கதை மொழியினை உருவாக்கினர். 'ஊரும் சேரியும்', 'புதைந்த காற்று' போன்ற கன்னட நாவல்கள் தமிழ் தலித் இலக்கியத்திற்கு நம்பிக்கையை அளிக்கத் துவங்கின. இந்த நாட்களில்தான் எழுத்தாளர் பாமா 'கருக்கு' நாவலை எழுதினார். அது அவரின் ஊரைப் பற்றிய நாவல்தான். ஆனால், அதுவரையிலும் தமிழ் இலக்கியத்தின் பக்கங்களில் வாய்ப்பு மறுக்கப்பட்ட மனிதர்களைத் தன்னுடைய கதை நிலத்தில் நட்டு வைத்தார் பாமா. அவருடைய எல்லாக் கதைகளும் வத்ராயிருப்பு எனும் மலைச்சரிவில் பதுங்கியிருக்கும் புதுப்பட்டியின் கதைகள்தாம். ஊரின் மனிதர்களையும் அவர்களின் பாடுகளையும் கிசும்புக்காரனாகவும், ஏலே ஏப்புள எனவும், ஊர்க்காலி மாடு மேய்க்கும் வாலாண்டித் தாத்தாவாகவும் தன் கதைகளின் வழி சேகரப்படுத்தித் தந்திருக்கிறார். அவருடைய மிக முக்கியமான, அதேசமயம் பொருத்தமான கவனத்தை இலக்கிய உலகில் பெறாமல் போன 'வன்மம்' நாவலைக் குறித்தே விரிவாகப் பேச முயற்சிக்கிறேன்.

'வன்மம்' பாமாவின் மூன்றாவது நாவல். கதைக்களம், மேற்கு மலைத்தொடரின் சரிவில் இருக்கும் கண்டம்பட்டி எனப் பெயரிடப்பட்ட

புனைவுக்கிராமம். நிஜத்தில் அதன் பெயர் வத்ராயிருப்பு புதுப்பட்டி. ஒவ்வொரு நாள் இரவும் தூங்கச் செல்கிறபோது எல்லோரும் நினைத்துக்கொள்கிறார்கள், இன்றைக்கு எதுவும் நடந்துவிடக் கூடாது. உறங்கச் செல்பவர்கள் விடியும் பொழுதினை நிம்மதியாக எதிர்கொள்ளவே விரும்புகிறார்கள். மனிதகுலம் தங்களுக்குள் மல்லுக்கட்டி தெள்ளுத்தெறித்திட ஒருபோதும் விரும்புவதில்லை. ஆனாலும், அவை நடக்கவே செய்கின்றன. வெடிகுண்டு சத்தத்திலும், வீச்சரிவாளின் குரூர ஒளியிலும்தான் விழிக்கிறது கண்டம்பட்டி. நாவலுக்குள் மட்டுமல்ல இன்றுவரையிலும் மனிதப் பலியெடுக்கும் அக்கிராமத்தின் வன்மம் குறையவேயில்லை. இந்நிலத்தில் சண்டை நீடித்து நிலைத்திருக்க வேண்டும் என விரும்புகிற சக்தி எது? பகைமையை மட்டுப்படுத்தவே முடியாதா? இந்தக் கேள்விகளுக்கு எல்லாம் விடைதேடிப் பயணிக்கிறது 'வன்மம்' நாவல்.

இந்தியக் கிராமங்கள் சாதியத்தை நீடித்து நிலைத்திருக்கச் செய்யும் தன்மையிலானவை. சாதியெனும் பென்சிலால் வரைந்த கோடுதான் தமிழ்க் கிராமங்களில் தெருக்களாக வடிவம் பெற்றிருக்கின்றன. இது சமதளக் கிராமமாக இருந்தாலும் சரி, மலைத்தொடரின் சரிவில் படுத்திருக்கும் கண்டம்பட்டிக் கிராமம் என்றாலும் அப்படித்தான். ஊரின் கீழ்மூலையில் கடைசிக்கும் கடைசியாக அருந்ததியர்கள் குடியிருப்பு. அதற்கடுத்த வரிசையில் கிழக்கிலிருந்து மேற்கு நோக்கி பறையர்கள் குடியிருப்பு. அதனை ஒட்டினாற்போல தேவேந்திரர்கள் குடியிருப்பு. பிறகுதான் குடியானவன் எனப் பெயரிடப்பட்டிருக்கும் பிறசாதித் தெருக்கள். கண்டம்பட்டியும் இந்த விதியிலிருந்து விலகியிருக்கவில்லை. கிழக்கிலிருந்து மேற்கு நோக்கி நகர நகர அவர்களின் சமூக மதிப்பும் அதிகாரமும் உயர்ந்துகொண்டே போகிறது. கீழ்த்திசையில் இருந்துகொண்டு இயற்கையின் சீற்றத்தை எதிர்கொள்ளும் முதல் வரிசையில் எளிய மக்களை நிறுத்தி வைக்கிறது சாதியம். வழிநெடுக தடம்தடமாகச் சூதினைப் பொருத்தி வைத்திருக்கும் சாதியத்தின் சூட்சுமத்தைப் புரிந்துகொள்வதற்கான கருவிகளில் ஒன்றுதான் 'வன்மம்' நாவல்.

கண்டம்பட்டி எனும் இந்த மலங்காட்டுக் கிராமத்தின் தொழில் விவசாயம். பள்ளர்களும், பறையர்களும், சக்கிலியர்களும் நாயக்கமார்களின் பிஞ்சைகளில் கூலிகள். மழை மறுத்து விவசாயம் பொய்த்துப்போன காலத்தில் கிராமத்து உழைப்பாளிகள் மலங்காட்டுக்கு விறகு பெறக்கப் போவார்கள். அதை ஊருக்குள் கொண்டுவந்து நாடாக்கமாருக்கும்

தேவமாருக்கும் விற்கிறார்கள். வாழ்வின் ஒவ்வொரு நொடியிலும் தேவேந்திரர்களும் பறையர்களும் ஒருவருக்கொருவர் பிரியத்தோடும் ஒன்றுகலந்தும்தான் இருந்திருக்கிறார்கள். பிறகு ஏன் இப்போது இவர்களுக்கிடையே மல்லுக்கட்டு நடக்கிறது. பரஸ்பரம் மனிதப் பலியெடுக்கும் வன்மத்தோடு இப்பிடி ஏன் அலைகிறார்கள் என்பதையே பாமாவின் 'வன்மம்' நாவல் தேடியலைகிறது. நாவலுக்குள் இரண்டு குறுங்கதைகள் அவற்றைக் காட்சிப்படுத்துகின்றன. "ரெங்க நாயக்கரு வயக்காட்ட ஒட்டுனாப்ல பழனிவேலு நாயக்காரு வயலும் இருந்துச்சு. அதுல கருப்பசாமிங்கிற பள்ளரு தண்ணி பாய்ச்சுனாரு... மாராசுக்கும் கருப்பசாமிக்கும் தண்ணி பாய்ச்சுரதுல பொழுதன்னிக்கும் சண்டக்காடு வரும். ரெங்க நாயக்கரும், பழனிவேலும் நிம்மதியா இருக்க தண்ணி பாய்ச்சி பொழைப்பு நடத்துர பள்ளனுக்கும் பறையனுக்கும் நித்தமும் சண்டைப் போட்டு ஒண்ணுக்குள்ள ஒண்ணு பகையாக்கிட்டாங்க..." இப்படி நித்தமும் சண்டையா நடந்தது. கடைசியில் பகையின் உச்சம் மாரிராசு கொலையிதான் முடிந்தது. கொலை செஞ்சு மாரிராசு பொணத்தைகாட்டுலயே கருப்பசாமி பொதைச்சுட்டாப்புள. பிறகு என்ன நடக்குமோ அதுவே ஊருக்குள் நடக்கிறது. இரண்டு மேலகக்குடிகளின் பிரச்சினையாக முடிந்திருக்க வேண்டிய சண்டை, இரண்டு தெருக்களுக்கான சண்டையாக மாறி ஊரையே ரத்தக்களரியாக்கிவிட்டது. கொலைகள் நிற்கவேயில்லை. நேற்றுவரையிலும் கொலைகள் நிற்காமல் தொடர்கிறது. இனியும் கொலையும் பதற்றமும் தொடருமோ எனும் அச்சம் படிந்திருக்கும் முகத்துடன்தான் ஊருக்குள் எல்லோரும் ஒருவர் முகத்தை ஒருவர் பார்க்க முடியாமல் காடுகளுக்குள் பதுங்கிக் கிடக்கின்றனர். இது ஒன்றும் சட்டென ஒரு புள்ளியில் துவங்கிய கலவரம் இல்லை. ஊரில் பெரும்பான்மை நிலத்தின் உரிமையாளர்களாக இருக்கிற நாயுக்கர் சமூகத்தவரின் சூழ்ச்சியும் இதற்குள் இருக்கிறது. 'பள்ளர்களும் பறையர்களும் ஒண்ணுக்குள்ள ஒண்ணா கூடிக்கலந்து இருக்கிறது நாயக்கமார்களுக்கு கொஞ்சம்கூட பிடிக்கல.' எது இந்த வெறுப்பின் காரணம் என்பதை நாவலின் ஒருபுள்ளி வாசகனுக்குக் காட்டித் தருகிறது. அதிகாரத்தைக் காலத்திற்கும் ருசித்துப் பழகிய சாதிய மனம் அதை விட்டுத்தர சம்மதிப்பதில்லை. பள்ளர்களும் பறையர்களும் ஒற்றுமையாக இருந்ததனால்தான் ஊருக்குள் நடக்கிற பால் சொசைட்டித் தேர்தல், கூட்டுறவு சங்கத் தேர்தல் எனச் சில வெற்றிகளைப் பெறுகிறார்கள். இதைக் காணச் சகிக்காத சாதிய மனமும், அதிகாரம் தன் கைவிட்டுப் போவதைக் கண்டு எரிச்சலடைந்த தன்மையும்தான் இவ்விரு மக்களுக்கும் இடையிலான பகைமையை நீடித்திருக்கச் செய்திருக்கிறது.

சம்பவங்கள், கலவரங்கள் என மிகச் சாதாரணமான பதிவுகளின் தொகுப்பாகச் சுருங்கிப் போய்விடும் எல்லாச் சாத்தியங்களும் கொண்ட பிரதிதான் 'வன்மம்'. எளிய மக்களின் மீது நேசம் கொண்ட எழுத்தாளரின் கைப்பட்டுப் படைப்பாக உருமாறியிருக்கிறது. தலித் அழகியல் பற்றிய பாமாவின் பார்வையும் ஒடுக்கப்பட்ட சமூகங்களுக்கு இடையிலான ஒற்றுமையின் அவசியம் குறித்த புரிதலிலும்தான் 'வன்மம்' தேர்ந்த நாவலாக உருவாகியிருப்பதற்கான காரணம். தலித் அரசியலுக்குள் உறைந்திருக்கும் உள்அரசியல் உளச் சிக்கல்களையும் நாவல் காட்சிப்படுத்தத் தவறவில்லை. ஒடுக்கப்பட்ட மக்களின் விடுதலைக்காகச் சமரசமற்ற கருத்து யுத்தத்தையும் களப்பணியையும் ஒருங்கே ஆற்றிய பாபாசாகேப் அம்பேத்கர் சிலையும், அதனருகே ஏற்றப்பட்ட தேவேந்திர குல வேளாளர்களின் சங்கக் கொடியும்தான் கலவரத்திற்கும் கொலைகளுக்கும் காரரணமாகின்றன என்பது அதிர்ச்சியாகத்தான் இருக்கிறது.

ஆர்.சி தெருவில் இருந்து மதுரை போன்ற பெருநகரம் சென்று கல்வி கற்றுத் திரும்பிய இளைஞர்கள் ஊருக்குள் அம்பேத்கர் சிலையை நிறுவிட பெரும் முயற்சி எடுக்கிறார்கள். பள்ளர் தெரு நாட்டாமையிடம் ஆயிரம் ரூபாய் கேட்கிறார்கள். முதலில் மறுத்தவர்கள் பிறகு நன்கொடையும் தருகிறார்கள். இதேபோல அருந்ததியினர் குடியிருப்பின் நாட்டாமையிடம் கேட்டபோது அவர்கள் மிகவும் யோசிக்கிறார்கள். "நாங்களே சூசுவான்னு கெடக்கோம். நீங்க வேறப்பா. உங்ககூட சேந்திட்டு நாயக்கமாருக கோவத்துக்கு ஆளாகச் சொல்லுதீகளா. பேசாம ஆளவிட்டுருங்கப்பா" என்கிறார்கள். நன்கொடை கொடுத்திருந்தாலும் ஊருக்கு நடுவில் அம்பேத்கர் சிலை அமைப்பதில் பள்ளர் தெரு இளவட்டங்களுக்கு விருப்பமில்லை. "வேண்டுமானால் இம்மானுவேல் சேகரன் சிலை வைப்போம்" எனத் தெருவிற்குள் பேசிக்கொண்டு அலைந்தனர். தமிழகத்தின் கிராமப்புறங்களில் மட்டுமல்லாது நகர்ப்புறங்களிலும்கூட அம்பேத்கரை பறையர் தலைவராக மட்டும் பார்க்கும் நிலை இருக்கிறது. இதுகுறித்த விரிவான கள ஆய்வினை நிச்சயம் நடத்த வேண்டும்.

பள்ளர் தெரு இளைஞர்களின் உரையாடல் என நாவல் காட்சிப் படுத்தியிருக்கும் பகுதி மிகவும் முக்கியமானதாகும். "பள்ளர் தெருவில இருந்து வெளியூர்ல போயி படிச்சுட்டு, இல்லன்னா வேல பார்த்துட்டு ஊருக்கு வர்ற பயல்க தெருவுக்குள்ள புதுப்புது விசயங்களா சொல்ல துவங்கினாங்க. எங்க பார்த்தாலும் பறையர்களோட ஆட்டத்ததான் தலித்

கலைன்னு நடத்துறாங்க. நம்ம ஆட்டங்கள நடத்துறதில்ல. தலித்துகன்னா அவுங்கதா, நாமெல்லாம் தலித்துகயில்ல. நாம அவுங்களவிட ஒசந்தவுங்க...” என அடிக்கடி தெருமுக்கில் உரையாடல் நடக்கிறது. அது எந்தப் புள்ளியில் போய் நிற்கிறது என்றால், “பறையர்கள் ஏப்பயுமே நமக்கு கீழேதான். நாம தலித்துகளல்ல, நாமெல்லாம் தேவேந்ததிர குல வேளாளர்கள் அதாவது மள்ளர்கள், பள்ளர்கள் இல்ல. இனி எப்பயும் பறையர்களோட ஒண்ணு மண்ணா இருக்கக்கூடாது ஆமா... அவுங்களோட நமக்கு ஒட்டும் இல்ல உறவும் இல்ல...” இப்படியான உரையாடலின் துவக்கம்தான் இன்றைக்குப் பட்டியலின வெளியேற்றம் வரை அவர்களை நகர்த்தியிருக்கிறது. நாவல் என்றாலே நிச்சயம் தத்துவ தர்க்கங்கள் நிகழத்தானே வேண்டும். மேற்கண்ட உரையாடல் வாசகனுக்குக் காட்டித்தருவது என்ன? சாதியப் பெருமிதத்தின் மீதான பெரும் விருப்பம்தானே. ஆண்டான் அடிமை எனும் தத்துவத்தின் உளவியல் என்ன? நாம் ஆண்ட பரம்பரை. நமக்கும் கீழே அடக்கி ஒடுக்கிட அடிமைகள் இருக்கிறார்கள். உனக்குக் கீழே இருப்பவனைப் பார், அதிகாரம் செலுத்து என்பதுதான் சாதியத்தின் மூலவேர். இன்று மூர்க்கமாகியிருக்கும் ஆண்ட பரம்பரை எனும் சொல்லின் மீது ஏற்றப்பட்டிருக்கும் சொல்லாடலை நாவல் கட்டுடைக்கிறது.

இதனால்தான் தெருவின் சார்பாக அம்பேத்கர் சிலை அமைக்கக் கொடுக்கப்பட்ட நன்கொடையைத் திரும்பப் பெறுகிறார்கள் பள்ளர் சமூகத்தவர்கள். அம்பேத்கர் சிலைக்கு அருகிலேயே தேவேந்திரகுல வேளாளர் கொடியை ஏற்றுகிறார்கள். கொடியை இழுத்துக்கட்டி கம்பியை அம்பேத்கர் சிலை அமைக்கப்பட்ட பீடத்தின் தூணில் கட்டுகிறார்கள். இதுதான் இரண்டு சமூகங்களும் தங்களுக்குள் சண்டையிட்டுக்கொள்வதற்கான உடனடிக் காரணமாக அமைந்துவிடுகிறது. பெரும் கலவரம் வெடிக்கிறது ஊரில். அந்தக் கம்பியை அகற்றிய சேசு ரத்தினம் என்கிற ஆர்.சி தெரு இளைஞனைப் பட்டப்பகலில் துள்ளத்துடிக்க நடுரோட்டில் வெட்டிக் கொல்கிறார்கள். அதன்பிறகு இரண்டு பக்கங்களில் இருந்தும் தீராத வன்மத்துடன் படுகொலைகள் நடந்துகொண்டேயிருந்தது. கலவரத்திற்குப் பிறகான ஊரின் காட்சிகள் நம்மால் வாசித்துக் கடக்க முடியாதவையாகவே இருக்கின்றன. பள்ளர் தெருவிலும் பறையர் தெருவிலும் ஒர் ஆண்கூட இல்லை, ஊரைவிட்டு வெளியேறி மலங்காட்டுக்குள் பதுங்கிக் கிடந்தனர். அல்லது பக்கத்து ஊர்களுக்குள் ஓடி ஒளிந்தனர். பிறகு, ஊரே போலீஸ் வசமாகியது.

கண்களில் தட்டுப்படுபவர் எவராக இருந்தாலும் அடியும் உதையும்தான். போலீஸின் லத்திக்கம்பு அடிக்குப் பெண்களும் குழந்தைகளும்கூட தப்பவில்லை. பொய்க் கேசு போட்டுப் பெண்களையும்கூட சிறையில் தள்ளுகிறது போலீஸ். 'ஒண்ணோட ஒண்ணு மல்லுக்கட்டி என்னத்த கண்டோம்' என்கிற மனநிலைக்கு இரண்டு தெருக்காரர்களும் வந்துசேர சில காலம் பிடித்தது. 'எவ்வளவு நாள்தான் வெட்டுப்பலி, குத்துப்பலியா கெடக்கிறது. பேசாம அவுக அவுக சோலியப் பார்ப்போம்' என்று இரண்டு தெருவும் வந்து சேர்கிறது. இதுதானே யதார்த்தம்.

வாசித்து முடித்த பிறகும் நாவலுக்குள் நகரும் சில சித்திரங்கள் மனதைவிட்டு அகல்வதேயில்லை. 'வன்ம'த்தின் கலவரக் காட்சிகள் நம்மை அச்சமூட்டுகின்றன. கலவரத்தில் பலியிடப்பட்ட பிணங்களைப் புதைப்பதற்குக்கூட தடுமாறுகிறது ஊர். எல்லாம் ஒரு நொடிதான், பிறகு எல்லாவற்றையும் இயல்பாகக் கடக்கின்றனர். ஆர்.சி தெருவில் ஒற்றை ஆண்கூட இல்லை. பெண்களே எல்லாப் பிணங்களையும் வண்டியில் ஏற்றுகிறார்கள். வண்டியை இழுத்துக்கொண்டு இடுகாடு நோக்கிச் செல்கிறார்கள். இந்தக் காட்சியின் தீவிரம் வாசக மனதினை இம்சிக்கிறது. வீதிவரை மட்டுமே அனுமதிக்கிற மதங்களின் கயிறுகளைச் சூழலின் நிர்பந்தம் தந்த தைரியத்தில் அறுத்து எறிகிறார்கள். அவர்களே இறுதிச் சடங்கினையும் செய்து முடிக்கிறார்கள்.

நாவல் வெறும் கலவரங்களை மட்டும் காட்சிப்படுத்தவில்லை. இரண்டு குழுக்களும் தங்களுக்குள் ஒன்றாகிப் பஞ்சாயத்துத் தேர்தலில் வெற்றி பெறுவதாக நாவல் நிறைவடைகிறது. பஞ்சாயத்துத் தேர்தலை எப்படி எதிர்கொள்வது என்பதற்கான ஊர்க்கூட்டம் நடைபெறுகிறது. ஊர்க்கூட்டத்தில் பெரியவர் ஒருவர் அப்பாவியாகக் கேள்வி கேட்கிறார். "ஏம்பா நெசத்துக்கா சொல்றீக. நம்ம ஆளுக பிரசிடெண்ட் ஆகப் போறாகளா? இம்பிட்டு நாளா நாயக்கமாருகதான் பிரசிடெண்ட் ஆக முடியுமுன்னு நினைச்சுக்கிட்டு இருந்தேனப்பா..." என்கிறார். இதுதான் இந்த நாவலின் மையம்.

தொகுப்பாசிரியர் : அ.ஜெகநாதன் ○ 119

பாமாவின் பயணத்தில் நான்
மாற்கு

பாமாவின் ஆசிரியராக நான்

தமிழ்நாட்டில் விருதுநகர் மாவட்டத்திலுள்ள வத்திராயிருப்புக்கு அருகிலுள்ளது வ.புதுப்பட்டி கிராமம். இங்கு தலித் கிறிஸ்தவர்கள் வாழும் ஆர்.சி.தெருவில் பிறந்தவர்தான் பாஸ்டினா என்ற பாமா. தந்தை சூசைராஜ், இந்திய இராணுவத்தில் லெப்டினட் கர்னலாகப் பணியாற்றியவர். தாய் பஸ்தியம்மாள், தினக்கூலிக்குச் செல்பவர். இத்தம்பதிகளுக்குப் பிறந்த ஆறு குழந்தைகளில் மூன்றாவதாகப் பிறந்தவர் பாமா.

நானும் புதுப்பட்டியில் பிறந்தவன்தான். பாமாவின் அண்ணன் ராஜ் கௌதமனும் நானும் திரிங்கால் பள்ளியில் படித்தோம். பிறகு இருவருமே மதுரை தூய மரியன்னை உயர்நிலைப் பள்ளியில் விடுதி மாணவர்களாகச் சேர்ந்து எங்களது படிப்பைத் தொடர்ந்தோம். அதன்பின் ராஜ் கௌதமன் கல்லூரிக்குச் சென்றார். நான் ஆசிரியர் பயிற்சிப் பள்ளியில் படித்து, திரிங்கால் ஆர்.சி. நடுநிலைப் பள்ளியிலேயே ஆசிரியராக அறுபதுகளின் பிற்பகுதியில் சிறிதுகாலம் பணியாற்றினேன்.

பாமாவும் திரிங்கால் பள்ளியில்தான் படித்தார். நான் அவருக்கு வகுப்பு ஆசிரியராக நியமிக்கப்பட்டேன். வகுப்பு மாணவர்களிடையே பாமாதான் மிகவும் புத்திக்கூர்மையுள்ளவர். பாமாவுக்கும் எனக்கும் ஆசிரியர் - மாணவி என்ற உறவுடன் அண்ணனின் நண்பன் என்ற உறவும் இருந்தது. அதன்பின் நான் இயேசு சபையில் சேர்ந்து துறவியானேன். பாமாவுடன் எந்தத் தொடர்பும் இல்லாமல் போனது. ஆனால், ராஜ் கௌதமனுடனான எனது தொடர்பு நீடித்தது.

பாமாவின் ஆலோசகராக நான்

1984இல் சென்னை - மயிலாப்பூர் உயர் மாவட்டத்தில் உத்திரமேரூருக்கு அருகிலுள்ள ஓங்கூர் பங்கின் பணியாளராகப் பொறுப்பேற்றேன். அவ்வாண்டு நண்பர் ராஜ் கௌதமன் எனக்கு எழுதிய கடிதத்தில், பாமா ஆரணியிலுள்ள ஓர் உயர்நிலைப் பள்ளியில் ஆசிரியராகப் பணிபுரிவதாகவும், அவர் கிறிஸ்தவத் துறவியாக வாழ விரும்புவதாகவும், அவருக்கு வழிகாட்டும்படியும் கேட்டிருந்தார். நான் சம்மதித்தேன். ஒருநாள் பாமா என்னைப் பார்க்க ஓங்கூர் வந்தார். தனது வாழ்வைச் சுருக்கமாகப் பகிர்ந்தார்.

புதுப்பட்டியில் 8ஆம் வகுப்பு முடித்ததும் திருவில்லிப்புத்தூரில் கன்னியர்களின் பள்ளியில் 11ஆம் வகுப்புவரை படித்ததாகவும், பின் தூத்துக்குடியில் கன்னியர்களின் கல்லூரியில் கணிதத்தில் பட்டம் பெற்றதாகவும், அதன்பின் மதுரையில் கன்னியர்களின் ஆசிரியர் பயிற்சிக் கல்லூரியில் பட்டம் பெற்றதாகவும் கூறினார். முதலில் கோவில்பட்டியில் நர்சரி பள்ளியில் ஓர் ஆண்டும், சென்னையில் ஒரு நடுநிலைப் பள்ளியில் இரண்டு ஆண்டுகளும், பின் ஆரணியில் கன்னியர்களின் அரசு உதவிபெறும் பள்ளியில் கடந்த ஐந்து ஆண்டுகள் 10ஆம் வகுப்பு ஆசிரியராக ஆங்கிலமும் கணக்கும் கற்றுக்கொடுப்பதாகவும் கூறினார்.

"நான் நேனோ நேகிள் என்ற ஐயர்லாந்தைச் சேர்ந்த துறவியின் வாழ்க்கை வரலாறைப் படித்தேன். ஏழைச் சிறுமிகளுக்குச் சிறந்த கல்வி கொடுக்கும் நோக்கத்தோடு காணிக்கை அன்னை சபையை நிறுவினார். அந்தச் சபை இந்தியாவிலும் தமிழகத்திலும் சிறப்பாகக் கல்விப்பணி புரிகிறது. அந்தச் சபையில் சேர்ந்து ஏழைப் பெண்கள் கல்விக்காக எனது வாழ்வை அர்ப்பணிக்க விரும்புகிறேன்" என்றார்.

நான் நிதானமாக, "பெரும்பாலான துறவிகள் சாதியின் அடித்தளத்திலேயே செயல்படுகின்றனர். வெளித்தோற்றத்திற்கும் அவர்களது உண்மையான வாழ்விற்கும் மிகப்பெரிய வித்தியாகம் இருக்கிறது. வெளித்தோற்றத்தை நம்பி ஏமாற வேண்டாம். நீ தேர்ந்துள்ள காணிக்கை அன்னை சபையினர் நடத்தும் பெரும்பாலான பள்ளிகளில் மிகப்பெரிய பணக்காரப் பிள்ளைகளே படிக்கின்றனர். அதில் சேர்ந்து வாழ்வை வீணாக்க வேண்டாம். திருமண வாழ்வில் விருப்பமில்லையென்றால் துறவு சபையில் சேராமலேயே

சுதந்திரமாகத் தலித் பெண்களின் கல்விக்காக அர்ப்பண வாழ்வு வாழலாமே! கட்டாயம் துறவு சபையல் சேர்வது என்றால், தலித் பெண்களுக்காக இரண்டு துறவு சபைகள் இருக்கின்றன. அதில் ஒன்றைத் தேர்வு செய்யலாமே" என்று எனது ஆலோசனையைக் கூறினேன்.

பாமா தனது முடிவில் தெளிவாக இருந்தார். அந்தச் சபை பணக்காரர்களுக்குப் பணிபுரிவதாக உணர்ந்தால் அந்தச் சபையையே நேனோ நேகிள் ஆரம்பித்த நோக்கத்திற்கு ஏற்ப தன்னால் மாற்ற முடியும் என்றும் அதற்கான தெளிவும், அறிவும், உறுதியும், இறைநம்பிக்கையும் தனக்கு இருப்பதாவும் எந்தத் தயக்கமும் இன்றி கூறினார். அவரது உறுதியை நினைத்து வியத்தேன். அவருக்கு உதவுவதாக வாக்களித்தேன்.

பாமாவின் துறவு வாழ்வில் நான்

பாமா காணிக்கை அன்னை சபையில் சேர விண்ணப்பித்தார். அதை ஏற்றுக்கொண்ட சபையினர் தொடக்கப் பயிற்சிக்காகச் சென்னையிலுள்ள தங்களது மடத்துக்கு வரும்படி அழைத்தனர். வழக்கமாகப் பெற்றோர்களே தங்களது பிள்ளைகளை மடத்தில் சேர்ப்பதற்கு அழைத்துச் செல்வர். பாமாவின் பெற்றோரால் செல்ல முடியாத சூழ்நிலை. எனவே, நானே பாமாவை சென்னை மடத்திற்கு அழைத்துச் சென்றேன்.

சில வாரங்கள் பயிற்சிக்குப் பின் பாமா தனது ஆசிரியை வேலையை ராஜினாமா செய்தால்தான் சபையில் முழுமையாகச் சேர முடியும் என்று கூறினர். எனவே, தனது வேலையை விட்டுவிட ஆரணி சென்றார். செல்லும் வழியில் நானிருந்த ஓங்கூருக்கு வந்தார். அவரிடம் மறுபடியும் எனது எண்ணங்களைக் கூறினேன். ஆசிரியர் வேலையை விட்டுவிட்டால் மறுபடி வேலை கிடைப்பது மிகவும் கடினம் என்பதால் சபையில் சேரும் முடிவைக் கைவிட வேண்டினேன். "திரும்பவும் சென்னை செல்ல வேண்டாம். ஆரணி சென்று ஆசிரியர் பணியைத் தொடர்ந்து செய். நான் சென்னை சென்று நீ வரமாட்டாய் என்பதை அறிவிக்கிறேன்" என்றேன். பாமா என்னைப் புன்முறுவலுடன் பார்த்தபடியே, வேலையை ஓர் உயர்ந்த குறிக்கோளுக்காக ராஜினாமா செய்வது மிகவும் மகிழ்வானது என்றும் காணிக்கை மாதா சபையே தனது இலக்கை அடைய சரியான இடம் என்றும் கூறி வேலையை ராஜினாமா செய்ய ஆரணிக்குச் சென்றார். நான் அவருடன் செல்ல விரும்பவில்லை.

சபையில் சேர்ந்த பாமாவுக்குச் சென்னை மடத்தில் தொடக்கப் பயிற்சி அளித்தனர். பின் பெங்களூரிலுள்ள சபையின் மடத்துக்கு நவதுறவு பயிற்சிக்கு அனுப்பினர். சில மாதங்களுக்குப் பின் குழுமப் பயிற்சிக்காகக் கொடைக்கானலிலுள்ள மடத்திற்கு அனுப்பினர். இரண்டு இடங்களுக்கும் சென்ற நான் அவர் மகிழ்வுடனும் உறுதியுடனும் இருப்பதைக் கண்டு நிறைவடைந்தேன். அதன்பின் தொடர் பயிற்சிக்காக ஜம்மு சென்ற பாமா, அங்கேயே தனது அர்ப்பணத்தின் அடையாளமாக ஏழ்மை, கற்பு, கீழ்படிதல் என்ற மூன்று வார்த்தைப்பாடுகளைக் கொடுத்துச் சபையில் இணைந்தார்.

துறவு சபைகளில் வார்த்தைப்பாடு கொடுத்த பின்புதான் கல்லூரிப் படிப்புக்கு இளம் துறவிகளை அனுப்புவர். ஆனால், பாமா ஏற்கெனவே பட்டதாரி, அதுவும் ஆசிரியர் என்பதால் அவரைச் சென்னையிலுள்ள கொலம்பன்ஸ் மேல்நிலைப் பள்ளியில் ஆசிரியராக நியமித்தனர். அப்போதுதான் அப்பள்ளியில் படித்த மாணவிகள் அனைவருமே பணக்காரப் பிள்ளைகள் என்பதை உணர்ந்தார். ஆனால், மனம் தளரவில்லை. பாடங்களை நடத்தும்போதும், ஒருசில செயல்திட்டங்களை நிறைவேற்றும்போதும் ஏழைப் பெண் குழந்தைகளின் நிலைபற்றி மாணவிகளிடம் எடுத்துக்கூறினார். கலைநிகழ்சிகளிலும் இத்தகைய கருத்துகளை வலியுறுத்தும் நாடகங்களை எழுதி இயக்கி மாணவிகளிடம் விழிப்புணர்வை ஏற்படுத்தினார். பெரும்பாலான மாணவிகள் இவரை அதிகம் விரும்பினர். ஆனால், சில பெற்றோர்கள் இவரது அணுகுமுறையை எதிர்த்துப் பிரச்சினைகளையும் எழுப்பினர். சபையினர் இவரது போக்குக்கு ஆதரவு அளிக்காவிட்டாலும், சிறந்த ஆசிரியராகத் திகழ்ந்ததால் பாடங்களை மட்டும் நடத்தினால் போதும் என்று எச்சரித்தனர்.

பள்ளியில் படிக்கும் பணக்காரப் பிள்ளைகளுக்குச் சூடாக மதிய உணவு எடுத்துவருவது ஏழைப் பெண்களும் சிறுமிகளும்தான். இவர்களைப் பற்றி மடத்திலுள்ள சக பெண் துறவிகள் தரம்தாழ்ந்து விமர்சித்ததை பாமாவில் ஏற்க முடியவில்லை. சில சமயங்களில் கீழானதைக் குறிக்க 'பறையர்களைப் போல இவர்கள் நடக்கின்றனர்' என்று பேசுவதைப் பாமாவால் சற்றும் பொறுக்க முடியவில்லை. மனதுக்குள்ளேயே குமுறினார். நான் அவரைச் சந்திக்கச் சென்ற சமயங்களில் மிகுந்த மனவேதனையுடன் இத்தகைய நிகழ்வுகளைப் பகிர்ந்தார். இவற்றையெல்லாம் பொறுமையுடன் கடந்தால்தான்

சபையில் பெரிய பொறுப்பு கிடைக்கும். அப்போது நினைத்தவற்றைச் சாதிக்கலாம் என்று அவருக்கு ஆறுதலும் ஊக்கமும் அளித்தேன்.

மூன்று ஆண்டுகள் பணிக்குப் பின் அவரை வேறு இடத்திற்கு மாற்ற சபையினர் முடிவுசெய்தனர். ஒரே வாரத்தில் நான்கு மாறுதல் உத்தரவுகளை பாமா பெற்றார். ஓர் இடத்துக்கு மாற்றம் என்ற உத்தரவு வந்ததும் அங்கு செல்ல மனதைத் தயாரித்து பக்குவப்படுத்தும்போது அடுத்தநாள் அடுத்த இடம் என்ற தகவல் வரும். இதுபோல நான்குமுறை மாற்றி இறுதியாகச் ஜம்முவிலுள்ள பள்ளிக்குச் செல்லும்படி சபை உத்தரவிட்டது. இந்த உத்தரவுகள் பாமாவை வெகுவாகப் பாதித்தன. தன்னை சதையும் ரத்தமும் கலந்த உயிருள்ள மனுஷியாகப் பார்க்காமல் உயிரற்ற ஜடமாக பாவித்துப் பொருளை மாற்றி மாற்றி வைப்பதுபோல தன்னை மாற்றுகிறார்களே என்று வேதனைப்பட்டார். இருப்பினும் மனதைத் தேற்றிக்கொண்டு ஜம்மு சென்றார். வெகுதொலைவுக்குச் சென்றதால் பாமாவைச் சந்தித்து அவருக்கு உற்சாகம் அளிக்கும் வாய்ப்பை நான் இழந்தேன்.

ஜம்முவில் ஆசிரியப் பணியைச் சிறப்பாகச் செய்தார். அங்கு படித்த மாணவர்கள் பெரும்பாலும் பணக்காரப் பிள்ளைகள். அவர்களது மொழியும் சரியாகப் புரியவில்லை. ஓரளவு மொழியைக் கற்றுக்கொண்டு தன்னால் முடிந்த அளவு சிறப்பாகப் பணிபுரிந்தார். இருப்பினும் அங்கும் சகோதரிகள் தன்னை மனுஷியாக மதிக்காமல், பொருள்போல நடத்துவதாக உணர்ந்தார்.

மதுரையில் இயேசு சபையினரின் தொண்டு நிறுவனமான ஐடியாஸ் மையத்திற்கு நான் மாற்றப்பட்டேன். தலித்துகள் குறிப்பாக, தலித் கிறிஸ்தவர் நலனுக்காக இயங்கும் தொண்டு நிறுவனம் அது. இயேசு சபையினரின் சமூகப் பணிகளை ஒருங்கிணைக்கும் பொறுப்பு எனக்கு அளிக்கப்பட்டது. நான் ஏற்கெனவே மூன்று நாவல்களையும், சில சிறுகதைகளையும், ஒரு விழிப்புணர்வுப் புத்தகத்தையும் எழுதியிருந்தேன். எனது அனுபவத்தின் பின்னணியில் தலித் கிறிஸ்தவ எழுத்தாளர்களை உருவாக்கவும் அவர்களது படைப்பை ஐடியாஸில் வெளியிடவும் விரும்பினேன். எனது விருப்பத்திற்கு ஐடியாஸ் இயக்குநர் மிக்கேல் ஜெயராய் (சே.ச.) அனுமதியளித்தார். முதல் கட்டமாக எழுதுவதில் ஆர்வமுள்ள தலித் கிறிஸ்தவ இளைஞர்களை அடையாளம் கண்டேன். எழுத்தாளர்கள் பிரபஞ்சன், ரவிக்குமார் (விடுதலைச் சிறுத்தைகள் கட்சியின் நாடாளுமன்ற உறுப்பினர்) போன்றோர் உதவியுடன்

அவர்களுக்கு எழுதப் பயிற்சி அளித்தேன். நல்வாய்ப்பாக எனது எழுத்துப் பணியையும் வித்தியாசமாகத் தொடர்ந்தேன்.

ஜம்முவில் இருந்தபோது பாமா பல பக்கங்கள் கொண்ட கடிதங்களை எனக்கு அடிக்கடி ஆங்கிலம், தமிழ், பேச்சு வழக்குத் தமிழ் ஆகிய மூன்று வடிவங்களிலும் எழுதினார். ஒவ்வொரு கடிதமும் இலக்கியமாக மிளிர்ந்ததை உணர்ந்தேன். ஜம்முவின் அழகு, மக்களின் கலாச்சாரம், மாணவர்களின் இயல்புகள், அங்குள்ள சூழ்நிலை, பணிசெய்யும் ஆசிரியர்களின் மனநிலை, சகோதரிகளின் குணங்கள் என்று அவர் கவனித்தவற்றைச் சுவைபட வர்ணித்து எழுதினார். அவருக்குள் ஓர் இலக்கியவாதி மறைந்திருப்பதை உணர்ந்தேன். கடிதங்களை ஆவணப்படுத்தி அவற்றை வெளியிட்டிருந்தால் இன்று அவை வித்தியாசமான பேரிலக்கியமாகப் போற்றப்பட்டிருக்கும்.

அக்காலத்தில் *(1991)* அலைபேசி கிடையாது. எப்போதாவது பாமாவுடன் தொலைபேசியில் பேசுவதுண்டு. ஒருநாள் மடத்தின் சூழ்நிலையை விளக்கிய பாமா, தன்னால் இனிமேலும் இத்தகைய துறவு வாழ்வைத் தொடர முடியாது என்றும் தான் சபையிலிருந்து விலகப்போவதாகவும் கூறினார். ஒருகாலத்தில் சபையில் சேர வேண்டாம் என்று கூறிய நான், அதற்கு மாறுபட்ட நிலைப்பாடு எடுத்தேன். எந்தச் சூழ்நிலையிலும் சபையிலிருந்து விலகக்கூடாது என்றும், சபையும் ஏழைகள் சார்பாக நிலைப்பாடு எடுத்து மாறும் சூழ்நிலை உருவாகியிருக்கிறது என்றும், அங்கு எதுவும் அநீதி நடப்பதாக உணர்ந்தால் துணிந்து எதிர்த்து இலட்சியத்திற்காகப் போராடத் தயங்கக் கூடாது என்றும் அறிவுரை கூறினேன். ஆனால், அவரோ தனது வாழ்வை மடத்தில் வீணாக்க விரும்பவில்லை என்றார். பிறகொருமுறை தொலைபேசியில் தொடர்புகொண்ட பாமா "நான் சபையிலிருந்து விலகுவது உறுதி. யாருக்கும் தெரியாமல் ஜம்முவிலிருந்து திருச்சிக்குச் செல்லும் ரயிலில் முன்பதிவு செய்துவிட்டேன். திருச்சி வந்து என்னை அழைத்துச் செல்லுங்கள். நான் வீட்டிற்குச் செல்ல விரும்பவில்லை. சிறிது காலம் ஐடியாஸ் மையத்தில் ஏதாவது வேலை செய்ய ஏற்பாடு செய்யுங்கள். மடத்திலிருந்து வெளியேறும் முடிவை யாராலும் தடுத்து நிறுத்த முடியாது" என்றார். அவரது முடிவால் நான் நொறுங்கிப்போனாலும் கட்டாயம் திருச்சி வருவதாக உறுதியளித்தேன். டில்லியில் இருந்த அவரது சபைச் சகோதரிகள் பாமாவை டில்லி ரயில் நிலைத்தில் சந்தித்து சபையிலிருந்து விலகும் உத்தரவில் கையொப்பம் பெற்றனர்.

பாமாவைப் படைப்பாளியாக அடையாளம் கண்ட நான்

மதுரை ஐடியாஸ் மையத்தில் தற்காலிகமாக ஒருசில மாதங்கள் பாமா பணிபுரியவும், அரசரடியிலுள்ள இறையியல் கல்லூரியிலுள்ள பெண்கள் விடுதியில் தங்கவும் ஏற்பாடு செய்திருந்தேன். ஐடியாஸில் பணியாற்றியபோது பாமா என்னிடம் துறவு வாழ்வு தன்னைச் சிதைத்துவிட்டது எனவும், தனது கனவுகள் அனைத்தையும் அழித்துவிட்டன எனவும், சுதந்திர பறவையான தனது சிறகுகளை ஒடித்துவிட்டன எனவும், தற்போது தரையில் வீழ்ந்து நடக்கக்கூடச் சக்தியற்றவளாகத் திகழ்வதாகவும் வேதனையுடன் கூறினார்.

அவருக்கு ஆறுதல் கூறிய அதேவேளையில் அவரை ஒரு படைப்பாளியாக்க முடிவுசெய்தேன். அவரது வாழ்க்கை அனுபவங்களை எழுதும்படிக் கூறினேன். தன்னை ஆற்றுப்படுத்தவே எழுதச் சொல்வதாக பாமா நினைத்திருக்கிறார். அவரிடம் புதைந்திருந்த படைப்பாற்றல் இலக்கியமாக முளையிட்டது. தினமும் எழுதியவற்றை என்னிடம் கொடுப்பார். அவற்றை வாசித்த பின் பத்திரப்படுத்தினேன். ஒன்பது பகுதிகளாக அவர் வாழ்ந்த தலித் கிறிஸ்தவர்களின் வாழ்வையும், அவர்களது கலாச்சாரத்தையும், நம்பிக்கைகளையும், கலகலப்பான வாழ்க்கை முறைகளையும் மிக அழகாகப் பதிவுசெய்திருந்தார். நான் படித்து வியந்தேன். இன்னும் சற்று வித்தியாசமாக எழுதினால் மிகச் சிறப்பாக இருக்குமே, அது என்ன என்று நினைவைத் தோண்டியபோது அவரது கடிதங்களில் சில தலித் மக்களது மொழியில் எழுதியிருந்ததை உணர்ந்தேன். அவ்வாறே எழுதும்படிக் கூறினேன். தன்னால் அந்த வடிவில் சிறப்பாக எழுத முடியும் என்ற அவர், அனைத்தையும் தலித் மொழியில் எழுதிக்கொடுத்தார்.

முழுமையாக வாசித்த எனக்கு அது மிகச் சிறந்த இலக்கியப் படைப்பாகத் தோன்றியது. எனவே பாமாவிடம் இதைப் புத்தகமாக வெளியிடப்போகிறேன் என்றேன். அவர் அதிர்ச்சியடைந்தார். "என்னை ஆற்றுப்படுத்தவே எழுதச் சொன்னதாக நினைத்தேன். இதை வெளியிட எனக்குச் சற்றும் விருப்பமில்லை" என்று கோபப்பட்டார். பிரதியை என்னிடமிருந்து பறித்துக் கிழித்துப்போட விரும்பினார். நான் அவரிடம் "இது அம்பேத்கரின் நூற்றாண்டு விழா. தலித் படைப்புகள் வெளிவர ஏற்ற காலம். இது மிகச் சிறந்த வித்தியாசமான படைப்பு. நிச்சயம் மக்களிடையே இப்படைப்பு ஓர் எழுச்சியை ஏற்படுத்தும்" என்றேன். பலமுறை பேசியபின் அவர் சம்மதித்தார். நூலுக்கு 'கருக்கு' என்று பெயரிட்டார். புனைபெயரில் வெளியிடலாம் என்றேன். அப்படி அவர் தேர்வுசெய்த பெயர்தான் பாமா.

இலக்கிய விமர்சகர் ஒருவரிடம் கொடுத்து அவரது கருத்தைக் கேட்க விரும்பினேன். 'படிக்காத பட்டிக்காட்டுப் பெண் எழுதியதுபோல் இருக்கிறது, புத்தகமாக வெளியிட்டால் வரவேற்பு இருக்காது' என்பது அவரது கணிப்பு. இருப்பினும் ஏதோவொரு உள்ளுணர்வில் ஐடியாசில் வெளியிட்டேன். முதல் பிரதியை பாமாவிடம் கொடுத்தேன். நீர் நிறைந்த விழிகளுடன் பெற்றுக்கொண்டார். வெளியீட்டு விழா எதுவும் நடத்தவில்லை.

புத்தகத்திற்குச் சிறந்த வரவேற்பு கிடைத்தது. வித்தியாசமான இலக்கியப் படைப்பு, இதுதான் தலித் இலக்கியம் என்று பேசவும் எழுதவும் ஆரம்பித்தனர். கோமல் சுவாமிநாதன், பிரபஞ்சன், சுஜாதா போன்றோர் இதைப் பாராட்டி பத்திரிகைகளில் எழுதினர். எனவே, மிக விரைவாக அனைத்துப் பிரதிகளும் விற்றுவிட்டன. இதன் இரண்டாம் பதிப்பையும் உடனடியாக வெளியிட்டேன். பின் அட்டையில் மேலே குறிப்பிட்ட மூவரின் விமர்சனங்களின் முக்கிய பகுதிகளையும் இணைத்தேன். எந்தவிதமான வெளியீட்டு விழாவும் இல்லாமல் புத்தகம் தமிழகம் முழுவதும் பரவியது. பாண்டிச்சேரியைச் சார்ந்த தலித் சுப்பையாவின் இலக்கிய அமைப்பு 'கருக்கு' நாவலை மிகச் சிறந்த படைப்பாக அறிவித்து பாமாவுக்குப் பாராட்டு விழா நடத்தியதோடு விருதும் அளித்தது. பாமாவை 'கருக்கு பாமா' என்றே அழைக்க ஆரம்பித்தனர்.

பாமாவின் பிறந்த ஊரில் அவரது மக்களே புத்தகத்தை வன்மையாக எதிர்த்தனர். தங்களது சாதியை இழிபடுத்தி எழுதியதாகக் கோபப்பட்டனர். பாமாவின் பெற்றோரை மோசமான வார்த்தைகளால் திட்டினர். ஆனால், சில படித்த இளைஞர்கள் கருக்கை வாசித்து நமது கலாச்சாரத்தை உயர்வாகவே பாமா எழுதியுள்ளதாக விளக்கினர். சிறிது சிறிதாக மக்களின் கோபம் தணிந்தது. கருக்கைப் பாராட்ட ஆரம்பித்தனர். ஒருமுறை பாமாவை ஊருக்கு அழைத்த அவர்கள், பேருந்து நிலையத்திலிருந்த அம்பேத்கர் சிலைக்கு அவரை மாலையிடச் செய்தனர். ஒவ்வொரு வீட்டின் முன்பும் ஆரத்தி எடுத்து அவரைக் கௌரவப்படுத்தினர். பொதுக்கூட்டம் நடத்தி கருக்கின் சிறப்பைப் பற்றிப் பேசினர். பிறந்த ஊரில் பாமாவுக்குக் கிடைத்த மிகப்பெரிய அங்கீகாரம் அது. இதுபோன்ற வரவேற்பு மற்ற எழுத்தாளர்களுக்குக் கிடைத்திருக்குமா, தெரியவில்லை.

தலித் கிறிஸ்தவப் பெண்கள் பற்றி ஒரு புத்தகம் எழுதினால் அவர்களது நிலை சமூகத்திற்குத் தெரியவரும் என்று பாமாவிடம் கூறினேன். விரைவாக 'சங்கதி' என்ற பெயரில் எழுதினார். ஐடியாஸில் வெளியிட்டேன். தலித் சுப்பையா பாண்டிச்சேரியில் வெளியீட்டு விழா நடத்தினார். 'சங்கதி'யும் அதிகமாகப் பாராட்டப்பட்டதால் அதன் இரண்டாம் பதிப்பையும் வெளியிட்டோம். தலித் இலக்கியம் பற்றிய விழிப்புணர்வு தமிழகத்தில் அதிகம் பரவியது.

ஐடியாஸில் நடைபெறும் கூட்டங்களில் பாமாவும் கலந்துகொண்டு பெண்கள் பற்றி குறிப்பாக, தலித் கத்தோலிக்கப் பெண்கள் பற்றிப் பேசினார். கிறிஸ்தவத்தில் இருக்கும் தீண்டாமை பற்றி அனுபவத்தின் அடிப்படையில் பேசினார். அவரது கருத்துகள் புதுமையாக இருந்ததால் பல இடங்களில் பேச அவருக்கு அழைப்புகள் வந்தன. எதையும் மறுக்காமல் அனைத்திலும் கலந்துகொண்டு தலித் பெண்கள் பற்றியும், குறிப்பாக தலித் கிறிஸ்தவப் பெண்கள் பற்றியும் பேசி மக்களிடம் விழிப்புணர்வை ஏற்படுத்தினார்.

சில பிரபலமான பத்திரிகைகள் அவரிடம் சிறுகதைகள் எழுதித் தரும்படி கேட்டன. அவையும் நல்ல வரவேற்பைப் பெற்றன. சிறந்த தலித் எழுத்தாளர் என்ற அடையாளம் பாமாவுக்குக் கிடைத்தது. அவர் எழுதிய சிறுகதைகளைத் தொகுத்து 'கிசும்புக்காரன்' என்ற தலைப்பில் ஐடியாஸிலிருந்து வெளியிட்டேன். பாமாவின் பேட்டிகளையும் சில பத்திரிகைகள் வெளியிட்டன.

பாமாவின் மறுவாழ்வில் நான்

இயேசு சபையினர் ஓரியூரில் ஆண் - பெண் மாணாக்கர் இணைந்து படிக்கும் மேல்நிலைப் பள்ளியை நடத்தினர். அதில் நடுநிலைப்பள்ளியில் பணிபுரிய ஆசிரியருக்கான நேர்காணல் நடந்தது. அதில் பாமா கலந்துகொள்ள ஏற்பாடு செய்தேன். பாமா தனது ஆசிரியர் வாழ்வை மறுபடியும் தொடங்கினார். அவர் தேவகோட்டையில் தங்குவதற்கான அனைத்து ஏற்பாடுகளையும் செய்தேன். தேவகோட்டையிலிருந்து ஓரியூருக்குச் சென்றுவந்தார். ஓய்வு நேரங்களில் தொடர்ந்து எழுதினார். எழுதியவற்றை எனக்கு அனுப்புவார். எனது கருத்துகளைக் கூறுவேன். ஏற்பதும், மறுப்பதும் அவரது முடிவு. வெளியாவதற்கு வேண்டிய ஏற்பாடுகளை மட்டும் செய்தேன். கோவையில் நண்பர் சிவா 'விடியல்'

பதிப்பகத்தை நடத்தினார். பாமா இதுவரை எழுதிய புத்தகங்களை அவர் வெளியிட்டதோடு புதிதாக எழுதிய 'வன்மம்' (நாவல்), 'ஒரு தாத்தாவும் எருமையும்' (சிறுகதைத் தொகுதி) போன்ற புத்தகங்களை அவரே வெளியிட்டார்.

அரசரடியிலிருந்த தென்னிந்தியத் திருச்சபையின் இறையியல் கல்லூரியின் பெண்கள் விடுதியில் தங்கியிருந்தபோது, கல்லூரியில் நடக்கும் கூட்டங்களில் தலித் பெண்கள் பற்றியும், குறிப்பாக தலித் கிறிஸ்தவப் பெண்கள் பற்றியும் பேச பாமாவுக்கு அதிக வாய்ப்புகள் கிடைத்தன. தலித் கிறிஸ்தவப் பெண்கள் நிலையையும், குறிப்பாகக் கத்தோலிக்கத் திருஅவையில் தலித் பெண்கள் இரண்டாம் தர மக்களாகவும் - தீண்டத்தகாதவர்களாகவும் நடத்தப்படுவதையும் விளக்கினார். இறையியல் சிந்தனைகளாக அவரது கருத்துகள் ஒளிர்ந்தன. அதனால் கிறிஸ்தவப் பெண் இறையியலாளராகக் கருதப்பட்டார். எனவே, தென்கொரியாவில் நடந்த மறுநெறிக் கிறிஸ்தவப் பெண்கள் இறையியல் கூட்டத்தில் கலந்துகொள்ளும் வாய்ப்பு பாமாவுக்கு இரண்டுமுறை கிடைத்தது. அவரது சிந்தனைகள் உலக மறுநெறி கிறிஸ்தவ இறையியலாளர்களைக் கவர்ந்தது. சென்னை லூத்தரன் குருகுலக் கல்லூரி அவரது இறையியல் சிந்தனைகளை அங்கீகரித்து கௌரவ டாக்டர் பட்டம் வழங்கியது.

பாமாவின் புத்தகங்கள் தமிழில் மட்டுமல்லாது பல இந்திய மொழிகளில் மொழிபெயர்க்கப்பட்டன. வீதிநாடக அமைப்பினர் சிலர், பாமாவின் சிறுகதைகள் சிலவற்றை நாடகமாக்கித் தமிழகத்தில் மட்டுமல்லாது மற்ற மாநிலங்களிலும் அரங்கேற்றினர். அதனால் இந்தியாவின் பல மாநிலங்களில் பாமாவுக்குச் சிறந்த தலித் எழுத்தாளர், சிந்தனையாளர் என்ற அங்கீகரம் கிடைத்தது.

மேக்ஸ் முல்லர் நிறுவனம் 'கருக்கு' நூலினை லச்சுமி ஹோம்ஸ்ராங் என்பவரைக் கொண்டு ஆங்கிலத்தில் மொழிபெயர்த்து 'கருக்கு' என்ற பெயரிலேயே வெளியிட்டது. அதற்கு ஏற்பாடு செய்தவர் திருமதி. மினி கிருக்ஷ்ணன். கருக்கு உலக அளவில் பெரும் வரவேற்பைப் பெற்றது. பாமாவின் மற்ற படைப்புகளும் சிறுகதைகளும் ஆங்கிலத்தில் மட்டுமல்லாது சில ஐரோப்பிய மொழிகளிலும் மொழிபெயர்க்கப்பட்டன. கிராஸ்வேர்ட் நிறுவனம் சிறந்த ஆங்கில மொழிபெயர்ப்புக்கான விருதை 2000த்தில் வழங்கத் திட்டமிட்டது. இந்திய எழுத்தாளர்களின் ஆங்கில

மொழிபெயர்ப்புகளை ஆய்ந்த அந்த நிறுவனத்தினர் அவற்றிலிருந்து சிறந்த ஐந்து புத்தகங்களைத் தேர்ந்தெடுத்தனர். அவற்றில் 'கருக்கு' நூலும் இடம்பெற்றது. இவற்றில் தலைசிறந்த புத்தகத்தை டில்லியில் நடக்கும் விழாவில் அறிவிக்க நிறுவனத்தினர் திட்டமிட்டனர்.

டில்லியிலுள்ள ஒரு கல்லூரி நிர்வாகத்தினர் நாடகக் கலையில் முதுநிலை படிக்கும் தம் மாணவர்களை ஐந்து குழுக்களாகப் பிரித்து, ஒவ்வொரு குழுவுக்கும் ஒரு புத்தகத்தைக் கொடுத்து அதில் சிறந்த பகுதியை அவர்களே தேர்ந்தெடுத்து விழாவில் அதை வாசிக்க ஏற்பாடு செய்தனர். பாமாவின் 'கருக்கு' நாவலிலிருந்து ஒரு பகுதியைத் தேர்ந்தெடுத்த குழுவினர், எழுத்துக்கு உயிர் கொடுக்கும் விதத்தில் மிகவும் உணர்ச்சியுடன் அதை வாசித்தனர். வாசிக்கும்போது அரங்கில் நிசப்தம்; வாசித்து முடித்ததும் அனைவரும் பலமாகக் கைதட்டி தங்களது மகிழ்ச்சியையும் ஆதரவையும் வெளிப்படுத்தினர். அரங்கத்தினரின் பலத்த கரவொலியோடு 'கருக்கு' சிறந்த நூலாக அறிவிக்கப்பட்டது. பாமாவுக்கு கிராஸ்வேர்ட் விருதும் ரூபாய் 1.5 இலட்சமும் பரிசாகக் கிடைத்தது. மொழிபெயர்த்தவருக்கும் இதே தொகை பரிசாகக் கிடைத்தது. அன்று இரவு பாமாவைப் பாராட்டி பிரிட்டிஷ் தூதரகத்தில் உயர்ரக விருந்து அளிக்கப்பட்டது. பாமாவின் புத்தகங்கள் இன்னும் அதிகமாக உலகளவில் பாராட்டப்பட்டன. முனைவர் பட்டம்பெற அதிக எண்ணிக்கையில் பாமாவின் படைப்புகளைத் தேர்வுசெய்தனர்.

ஓரியூரில் பாமாவுடன் பணிபுரிந்த ஆசிரியர்களால் பாமாவின் வளர்ச்சியையும், அவருக்குக் கிடைத்த அங்கீகாரத்தையும் ஏற்க முடியவில்லை. மேலும், அவரைப்போல தங்களால் சிறப்பாகப் பாடம் நடத்த முடியவில்லையே என்ற தாழ்வு மனப்பான்மையிலும் புழுங்கினர். அதனால் எப்போதும் பாமாவைத் தங்களது எதிரியாகவே பாவித்தனர். மகிழ்ச்சியற்ற சூழலில் பாமா ஓரியூரில் பணியாற்றினார்.

கருக்கு 25

*1992*இல் 'கருக்கு' வெளிவந்தது. அப்போது அந்நாவலைப் பரப்பும் தொடர்முயற்சியில் ஈடுபட்டிருந்தேன். நான் வைத்திருந்த டூவிலரில் மாட்டப்பட்டிருந்த பெட்டியை 'கருக்கு' ஆக்கிரமித்திருக்கும். எனது தோள்பை கருக்கால் எப்போதும் கனத்துக்கொண்டிருக்கும். சந்திக்கும்

பெரிய ஆளுமைகள், படைப்பாளர்கள், பேராசிரியர்கள், அரசியல் செயல்பாட்டாளர்கள் என யாராக இருப்பினும் அவர்களது கைகளில் கருக்கைத் தவழவிட்டேன். அந்தக் காலகட்டத்தில் நான் பங்கெடுத்த கூட்டங்கள் எதுவாக இருப்பினும், நான் எந்தத் தலைப்பில் பேசினும் இறுதி 10 நிமிடங்களில் 'கருக்கு' நாவலின் முக்கியத்துவத்தை எடுத்துரைப்பேன். வாழ்க்கையைப் பின்னோக்கிப் பார்க்கையில் கருக்கின் அறிவிக்கப்படாத அம்பாசிட்டராகச் செயல்பட்டது நினைவுக்கு வருகிறது.

'கருக்கு' நாவலை வாய்மொழிப் பரப்புதலில் ஈடுபட்டதால்தான் என்னவோ அந்நூலுக்கான வெளியீட்டு விழா வைப்பதற்கான யோசனையே என்னுள் வரவில்லை. காலமும் சடுதியாய் உருண்டோடிவிட்டது. இப்போது காலம் எனக்கொரு வாய்ப்பை வழங்க முன்வந்தது.

கருக்கு வெளிவந்து 25 ஆண்டுகள் ஆகின. ஒரு நூலுக்கு ஏன் 25ஆவது ஆண்டைக் கொண்டாடக்கூடாது? எனது துறவற வாழ்வில் 25, 50 ஆண்டுகளுக்கான கொண்டாட்டங்களைப் பார்த்திருக்கிறேன். கலந்திருக்கிறேன். எனக்கும் கூட அவ்வாறான விழா ஏற்பாடு செய்யப்பட்டிருந்தது. தனிமனிதர்களின் வெள்ளிவிழா, பொன்விழா கொண்டாட்டங்களையும் வாசகர்கள் விரிவாக அறிந்திருக்கக் கூடும்.

இப்போது ஒரு நூலுக்கு ஏன் வெள்ளிழா கொண்டாடக் கூடாது? வரலாறு 'கருக்கு' நாவல் வெளியீட்டிற்கு நேரத்தை வழங்கவில்லை. காலம் எனக்கு ஒரு வாய்ப்பை இப்போது வழங்கியுள்ளது. அதனைச் செயல்படுத்த முனைந்தேன். பாமா வேலை செய்த ஓங்கூருக்கு அருகேயுள்ள குப்பையனூர், பாமாவின் பிறந்த நிலமான வ.புதுப்பட்டி, சென்னை என்பதான மூன்று ஊர்களில் 'கருக்கு 25' கொண்டாடப்பட்டது. சென்னை லொயோலா கல்லூரியில் ஏற்பாடு செய்யப்பட்ட நிகழ்விற்குத் திரைப்பட இயக்குநரும் நீலம் பத்திரிகையின் ஆசிரியருமான பா.இரஞ்சித் தலைமை வகித்தார். எழுத்தாளர் பிரபஞ்சன் பேசினார். 'கருக்கு' நாவலை ஆங்கிலத்திற்கு மொழிபெயர்க்க முயற்சித்த மினி கிருஷ்ணன் பங்கெடுத்தார். இந்நிகழ்வில் Just one word என்ற பாமாவின் மொழிபெயர்ப்புச் சிறுகதை வெளியிடப்பட்டது.

பாமாவின் இறக்கம் ஏற்றம் என்பதில் நான்

உத்திரமேரூர் - ஓங்கூர் தொடக்கப்பள்ளியில் பணியாற்றிய ஆசிரியர் ஒருவர் ஓரியூருக்குப் பணிமாற்றம் பெற விரும்பினார். பாமா ஓங்கூர்

செல்ல விரும்பினார். அதில் எனக்கு உடன்பாடில்லை. ஓரியூரில் இருப்பது மேல்நிலைப் பள்ளி. பட்டதாரியான பாமா ஓரியூரில் இடைநிலை ஆசிரியராகத்தான் பணியாற்றுகிறார். உயர்நிலையில் யாராவது ஓய்வு பெற்றால் அந்த இடத்திற்கு முன்னேற பாமாவுக்கு நிச்சயம் வாய்ப்புண்டு. ஆனால், ஓங்கூரில் அத்தகைய வாய்ப்பு கிடைக்காது. காரணம், அது ஒரு தொடக்கப்பள்ளி. ஓய்வு பெறும்வரை தொடக்கப்பள்ளி ஆசிரியராகவே பாமா நீடிக்க வேண்டும். மேலும் இடைநிலைப் பள்ளியில் பணியாற்றும் ஒருவர் தனது நிலையைத் தாழ்த்திக்கொண்டு தொடக்கப்பள்ளிக்குச் செல்வது என்பது எங்கும் நடக்காத ஒன்று. ஏற்கெனவே உயர்நிலைப் பள்ளியிலும், ஆங்கிலவழி உயர்நிலைப் பள்ளியிலும் பணியாற்றிய அனுபவமுள்ள பாமா, சூழ்நிலை காரணமாக இடைநிலைப்பள்ளியில் பணிபுரியத் தன்னைத் தாழ்த்திக்கொண்டதே பெரியது. இன்னும் அவர் தாழ்ந்த நிலைக்கு இறங்க வேண்டுமா என்பதே எனது கேள்வி. ஆனால், தலித் மாணவர்களுக்குத் தொடக்கப் பள்ளியில் நல்ல கல்வி கிடைத்தால்தான் அவர்களால் தொடர்ந்து சிறப்பாகப் படிக்க முடியும். தனக்கு ஓங்கூர் பள்ளியைப் பற்றி நன்கு தெரியும். அனைவருமே தலித் மாணவர்கள். அவர்களுக்குச் சிறந்த தொடக்கத்தைக் கொடுக்கத் தன்னால் முடியும். அதற்காக எந்த அளவுக்கும் தாழ்ந்து செல்லவும் தயங்க மாட்டேன் என்று பாமா உறுதியாகக் கூறினார். தனது பொருளாதார இழப்பைப் பற்றிச் சற்றும் கவலைப்படாமல் தொடக்கப்பள்ளி ஆசிரியராகச் செல்ல மகிழ்வுடன் சம்மதித்தார்.

உத்திரமேரூரில் சிறிய இடம் வாங்கி தனக்கென ஓர் அழகிய வீட்டைக் கட்டிக்கொண்டார் பாமா. மடத்திலிருந்து வெளியேறிய பின் தனக்கு ஏற்பட்ட அனுபவங்களைத் தொகுத்து 'கருக்கின்' இரண்டாம் பாகமாக 'மனுஷி'யை எழுதினார். விடியல் பதிப்பகத்தில் வெளியிட நான் ஏற்பாடு செய்தேன். அந்த நாவலும் நல்ல வரவேற்பைப் பெற்றது. நான் பாமாவின் இலக்கிய பயணத்தில் ஆலோசகராகத் தொடர்கிறேன். எனது ஆலோசனைகளை ஏற்பதும் மறுப்பதும் அவரது உரிமை என்ற நிலையில் இருப்பதால் எங்களுக்குள் எந்தப் பிரச்சினையும் எழுந்ததில்லை. எழுதியவற்றை எனக்கு அனுப்புவார். அதை வெளியிடுவதற்கு வேண்டிய ஏற்பாடுகளை நான் தொடர்ந்து செய்கிறேன்.

இவரது எழுத்துகளையும் படைப்புகளையும் அங்கீகரித்த சாகித்திய அகாடமி, இவரைத் தனது உறுப்பினர்களில் ஒருவராகத் தேர்வு செய்தது. ஆறு ஆண்டுகள் சாகித்திய அகாடமியின் உறுப்பினராயிருந்த இவர் சிறந்த பங்களிப்பைச் செய்தார்.

உலக அளவிலும் பல கருத்தரங்குகளில் கலந்துகொண்டிருக்கிறார். அமெரிக்கா, கனடா, இங்கிலாந்து, பிரான்ஸ், ஜெர்மனி, ரஷ்யா, சிங்கப்பூர், தென்கொரியா போன்ற நாடுகளுக்குச் சென்று இலக்கியக் கூட்டங்களில் பங்கேற்றுள்ளார். அதற்காக அரசு அங்கீகாரம் பெற நான் முயன்றேன். 2015இல் பணியிலிருந்து ஓய்வுபெற்ற அன்று பள்ளியில் நடந்த விழாவில் 'தவுட்டுக் குருவி' என்ற சிறுகதைத் தொகுதியை வெளியிட்டார்.

இவர் ஆசிரியைப் பணியில் தனக்குக் கிடைந்த அனுபவங்களைத் தொகுத்து 'விருட்சங்களாகும் விதைகள்' என்ற படைப்பைக் கொடுத்துள்ளார். பாமாவின் படைப்புகள் அனைத்தையும் தொகுத்து நியூ செஞ்சுரி புக் ஹவுஸ் வெயிட்டிருக்கிறது. இவரது படைப்புகளைப் பாராட்டிப் பல அமைப்புகள் விருதுகளை வழங்கியுள்ளன.

பணி ஓய்வுக்குப் பின் பாமா சென்னையில் தங்கினால் நல்லது என்று நான் உணர்ந்தேன். பலரைச் சந்திப்பதற்கும், கூட்டங்களில் கலந்துகொள்வதற்கும், ஊடகங்களில் உரையாற்றுவதற்கும், பல இடங்களுக்குப் பயணிப்பதற்கும், நல்ல மருத்துவம் பெறுவதற்கும் சென்னை அருமையான இடம். ஆனால், தனது மக்களுடன் வாழ்வதுதான் தனக்கு நிறைவு என்று உணர்ந்த பாமா, உத்திரமேரூரில் கட்டியிருந்த வீட்டை விற்றுவிட்டுத் தனது ஊராகிய புதுப்பட்டிக்கு அருகில் உள்ள கோபாலபுரம் என்ற கிராமத்தில் ஒரு வீட்டைக் கட்டி தனது இலட்சிய வாழ்வைத் தனது மக்களுடன் தொடர்கிறார்.

சாதீயம் கடந்தவள் "மனுஷி"
முனைவர் அ.நந்தினி

மனிதர்கள் என்ற சொல் ஆண் பெண் என்ற இருவகையினைக் குறிக்கும் பொதுச் சொல்லாகக் கருதப்பட்டாலும் அது ஆணை முதன்மைப்படுத்தும் தன்மையுடன் உள்ளதை மறுக்க முடியாது. மனிதன் என்ற சொல்லைப் பேச்சு வழக்கில் பயன்படுத்தும்போது 'மனுசன்' எனக் குறிப்பிடுவர். இந்த மனுசன் என்ற ஆண்பால் சொல்லுக்கு நேரான, நிகரான பெண்பால் சொல் 'மனுஷி' என்பதாகும். ஒரு பெண் இயல்பாகவே 'மனுஷி'யாகி விடுகிறாள். எனினும் அதனை அடைவதற்கான அளவுகோலை இச்சமூகம் வகுத்துவைத்துள்ளது. இந்தியச் சமூகத்தைப் பொறுத்தளவில் பெருமளவு ஆதிக்கம் செலுத்தும் சக்தியாகச் 'சாதியம்' உள்ளது.

எனவே இச்சமூகத்தைச் சேர்ந்த ஆண் - பெண்களைச் சக மனிதர்களாக மதிக்காத தன்மைகள் பெருகியுள்ளன. இத்தகு சூழலில் தாழ்த்தப்பட்ட இனத்தில் பிறந்த பெண் எவ்வாறு தம்மைப் பல இன்னல்களுக்கிடையில் வளர்த்தெடுத்து மனுஷியாகின்றாள் என்பதைத் தன் வாழ்க்கை வரலாறாக பாமா அவருக்கே உரித்தான மொழி ஆளுமையால் விவரிக்கும் புதினமே 'மனுஷி'. இப்புதினத்தில் அவரின் கதை முப்பது வயதுக்குப் பிறகு தொடங்குகிறது. ஏற்கெனவே 'கருக்கு', 'சங்கதி' புதினங்களில் தம் இளமைக்கால அனுபவங்களைப் பதிவுசெய்த பாமா இதில் அவரின் அடுத்தகட்ட வாழ்க்கை அனுபவங்களைப் பதிவு செய்துள்ளார்.

'ராசாத்தி' என்ற பாத்திரமாக நின்று நேர்த்தியான முறையில் ஓர் வரலாற்றை இயல்பான தன்மையோடும் துயரங்களோடும் எதிர்நீச்சல் போட்டுத் தடைகளைத் தகர்த்தெறியும் தன்னம்பிக்கையோடும் படைத்துக் காட்டியுள்ளார். இப்புதினம் நேர்க்கோட்டுத்தன்மையுடன் தொடங்கப்பெற்று இடையிலேயே பின்னோக்கு உத்திமுறையில் பின்னப்பெற்றுள்ளது. தமக்குத் துன்பங்கள் தொடரும்போது ஏற்கெனவே வாழ்ந்த தம்மைச் சார்ந்த பெண்களின் வாழ்க்கையை நினைத்துப் பார்த்து ஆறுதலடையும் மனநிலை கொண்டவளாக உள்ளதையும் இப்புதினம் எடுத்துக் காட்டியுள்ளது.

பாட்டியின் வாழ்வு

ராசாத்தி என்ற கதைசொல்லி, தமக்குப் பிடித்த நபராக அவரது பாட்டியை முன்னிறுத்துகிறார். இப்பாட்டி சம்சாரி வீடுகளுக்குச் சென்று வேலைக்கு ஏற்பாடு செய்து கொடுத்த பின்பு அவர்களிடமிருந்து கூலியைப் பெற்றுக் கொடுக்கும் 'கொத்தச்சி' வேலை செய்கிறாள். தமது தோட்டத்தைப் போன்று தாம் பணிசெய்யும் தோட்டங்களையும் பராமரிக்கும் எண்ணம் கொண்ட உயர்ந்த மனதுடையவள் அவள். அதோடு வேலையை விரைவாகச் செய்து நற்பெயர் எடுக்கும் திறமை வாய்ந்தவள். அதனால் அவளுக்கு மற்ற கொத்துவேலை செய்பவர்களைவிட அதிகமாக வேலை வாய்ப்புக் கிடைப்பதுண்டு.

கதையில் பெண்களை அவமானப்படுத்துபவர்களாகப் பெண்களும் உள்ளனர். வேலை கிடைக்காத பெண்கள், வேலை கிடைக்கும் வழிமுறையை அவர்களின் திறமைக்குக் கிடைத்த மரியாதை என அறியாமல் அவர்கள் மீது பழிச் சொல்லை வீசுகின்றனர். "ஆனா இதுக்குக் கூடப் பாட்டிய செலபேரு அசிங்கமா பேசுவாங்க. பாட்டிக்கு அந்த சம்சாரிக் கிட்ட பழக்கம், இந்த சம்சாரிக்கிட்ட பழக்கம். அதனால்தான் அவளுக்கே வேலையைக் கொடுக்குறாங்கன்னு சொல்லுவாங்க. பாட்டி எதுக்கும் அசற மாட்டா. எலும்பில்லாத நாக்கு எப்படியும் பேசுமின்னு சொல்லுவா" (ப.16) எனக் கூறுவது மேலே கூறிய கருத்துகளுக்கு வலுச்சேர்ப்பதை அறிய முடியும்.

விவசாயக் கூலி வேலைக்கு இப்படி என்றால் படித்தவர்கள் வேலை தேடுவது குதிரைக் கொம்பாக உள்ளது. இந்திய சாதிய அமைப்பைப் பொறுத்தவரை தாழ்த்தப்பட்டவர்கள் இந்து சமயத்தில் இருந்தால்

எஸ்.சி பட்டியலிலும் கிறிஸ்துவராக மாறிவிட்டால் பி.சி. பட்டியலிலும் இணைக்கப்படுகின்றனர். ஆனால், சாதியில் எந்த ஏற்றமும் மாற்றமும் ஏற்படுவதில்லை. மேலும் அவர்களின் சமூகத் தகுதியும் மாற்றமடைவதில்லை. இதனால் பாதிக்கப்படுபவர்களாகத் தாழ்த்தப்பட்ட மக்கள் உள்ளனர் என்பதை இப்புதினம் (ப.25) எடுத்துக்காட்டுகிறது.

மனித மனம் எதிர்நிலையில் செயல்படும் அறிவினை உடையது. எனவே இருப்பவர்கள் இல்லாததை நோக்கிச் செயல்படுவதும், இல்லாதவர்கள் இருப்பதை நோக்கிப் பயணப்படுவதும் இயல்பானது. இதுபோன்றே தனியார் பள்ளியில் ஆசிரியராகப் பணியாற்றிய கதைசொல்லி அந்தப் பணியினை விட்டுவிட்டுப் பொதுமக்களுக்குச் சேவை செய்ய கன்னியாஸ்திரியாகத் தீர்மானிக்கிறார். உறவினர்களும் நண்பர்களும் தடுத்தும் தம் கொள்கையில் உறுதியாக நின்று கன்னியாஸ்திரியாகிறாள்.

அதன் பிறகு அங்கிருந்து விடுபட்டு மீண்டும் அரசுப் பள்ளி ஆசிரியராகத் தம் பணியினைத் தொடங்குகிறாள். மனித மனம் முடிவு எடுப்பதும் அது தவறு எனத் தெரிந்தபிறகு மாற்றிக் கொள்வதும் இயல்பானது. அதற்குக் கதைசொல்லியின் வாழ்வும் விலக்கல்ல என்பதை இப்புதினம் தெளிவாக எடுத்துக்காட்டுகிறது. இச்செய்தி ஏற்கெனவே 'கருக்கு', 'சங்கதி' ஆகிய புதினங்களில் பதிவாகியுள்ளதும் குறிப்பிடத்தக்கதாகும்.

பணியில் சேர்வதற்குத் திறமை இருந்தால் மட்டும் போதாது அதனையும் தாண்டி பணம், தனிநபர் செல்வாக்கு, சாதியதிகாரம் ஆகியவையும் செயல்படுகின்றன. முழுமையான தகுதியுடையவளாக இக்கதைசொல்லி ராசாத்தி இருந்தும் தாழம்பூர் பள்ளியில் இவளுக்கான பணி வழங்குவதில் நடக்கவிருந்த முறைகேடுகள் அங்குள்ள ஒருசிலரின் முயற்சியால் முறியடிக்கப்பட்டுத் திறமையுடைய கதைசொல்லிக்கே அப்பணி கிடைக்கிறது. எனினும் பணிபுரியும் இடத்திலும் தங்கும் இடத்திலும் சம்பந்தமில்லாத ஆண்களின் கண்காணிப்புக்கு உள்ளாக்கப்படுகிறார்.

வெளியூரிலிருந்து எந்தப் பணிக்குச் சென்றாலும் அங்குள்ளவர்கள் முதலில் தெரிந்துகொள்ள முயல்வது சம்பந்தப்பட்ட நபரின் சாதியைத்தான். பழகுவதிலிருந்து வீடு வாடகைக்குத் கொடுப்பது வரையிலான அனைத்துச் செயல்பாடுகளிலும் சாதியும் முன்னுக்கு நிற்கிறது. அதனையும் மீறிச் செயல்படும் பெண்கள், சாதிய ஆதிக்கம் கொண்டவர்களால் மிரட்டப்படுவதோடு அவ்வூரினைவிட்டு விரட்டவும்படுகின்றனர்.

பிரச்சினைகளை வெற்றி கண்டு சாதனையாளர்களாக வாழ்பவர்களின் எண்ணிக்கை மிகக்குறைவு. அவ்வகையில் ராசாத்தி சாதனைப் பெண்ணாக சாதியத்திற்கு எதிராகப் போராடி வெற்றி பெறும் தனித்துவமிக்க பெண்ணாகப் படைக்கப்பட்டுள்ளாள்.

திருமணம் செய்யாமல் வாழும் பெண்கள் மீது இச்சமூகம் பல்வேறு தவறான பார்வைகளைச் செலுத்துகிறது. இத்தவறான கருத்து படிக்காத மக்களிடம் மட்டுமின்றிப் படித்தவர்களிடமும் தொடர்வது ஆரோக்கியமானதல்ல. இப்புதினத்தில் வரும் மாதவன் சார் என்ற நபர் ராசாத்தியிடம் தவறாக நடப்பதற்கு முயல்கிறார். அது நிறைவேறாமல் போனதற்காகப் பழிவாங்கும் நடவடிக்கைகளிலும் ஈடுபடுகிறார். பாலியல் வல்லுறவுக்குச் சமமானது பாலியல் துன்புறுத்தல்கள். எனவே இதன் மீது கவனம் செலுத்த வேண்டியுள்ள தேவைகள் தோன்றியுள்ளதைச் சமீபகால நகர்வுகள் தெளிவாக எடுத்துக்காட்டுகின்றன.

"டீச்சர் இருட்டிக்கிட்டுத்தான இருக்கு. அக்கம் பக்கத்தில்கூட யாருமே இல்ல. சும்மா ஏறிக்கோங்க."

"ஏன் சார் இருட்டா இருந்தா என்ன வேணாலும் செஞ்சுடுவேனா சார்? அக்கம் பக்கத்தில் ஆளு இல்லன்னா என்ன வேணாலும் கேப்பீங்களா சார்? அதுக்கு வேற ஆளப் பாருங்க" கோபமாகச் சொல்லிவிட்டு வேகமாக நடக்க ஆரம்பித்தேன். அவரும் சைக்கிளை உருட்டியபடியே வந்து என் கையைப் பிடிந்து இழுத்தார்.

அதற்கு மேல் பொறுமை இழந்த நான் பளாரென்று அவர் கன்னத்தில் அறைந்துவிட்டு ஓட்டமும் நடையுமாக வீடு வந்து சேர்ந்தேன்.

என்று பாமா எழுதியது மேலே கண்ட கருத்தைத் தெளிவுபடுத்துகிறது.

சாதியும் பெண்ணும்

சாதியம் தொடர்ந்து பல்வேறு முகங்களுடன் வளர்ந்துவருகிறது. படித்தவர்களிடமும் சாதிவெறி இருப்பது கற்ற கல்வியைப் புறந்தள்ளி தவறான பாதையில் நடப்பதற்கு அடிப்படையாக அமைகிறது. ஒரு மனிதன் பிறந்தது முதல் இறக்கும் வரையிலும் சாதியால் சபிக்கப்பட்டவனாக, பாதிப்படையக் கூடியவனாக உள்ளான் என்பது வேதனைக்குரியது.

நமது சமூக அமைப்பில் ஆண் பெண் வேறுபாடும் சாதி, மதம், பொருளாதாரம், பண்பாடு முதலிய வேறுபாடுகளும் நிலவிவருகின்றன. இதில் ஆண் பெண் வேறுபாடு அனைத்துச் சமூகங்களிலும் கடைப்பிடிக்கப்படும் ஆபத்தான ஒன்றாக உள்ளது. பள்ளியில் வகுப்பறையைக் கூட்டிச் சுத்தம் செய்யும் பணியைப் பெரும்பாலும் பெண் குழந்தைகளே செய்கின்றனர். இதனை மாற்ற ராசாத்தி டீச்சர் பையன்களையும் வேலை வாங்குகிறார். ஆனால், அது அங்குள்ள ஆணாதிக்கச் சிந்தனையும் சாதியமும் பீடித்த ஆசிரியர் ஒருவரால் தடுத்து நிறுத்தப்பட்டு மாணவர்கள் தூண்டிவிடப்படுகின்றனர். (ப.45)

இங்கு அந்த ஆசிரியருக்கு எந்த வகையிலும் குறைவில்லாதவளாக ராசாத்தி இருந்தும் அவள் பெண் என்பதாலும் தாழ்த்தப்பட்ட இனத்தைச் சேர்ந்தவர் என்பதாலும் அவளது பேச்சு அம்பலம் ஏற முடியாமல் தடுமாறிப் போகிறது.

தாழ்த்தப்பட்ட இனத்தைச் சேர்ந்த பெண்கள் கஷ்டப்பட்டுப் படித்து அரசுப் பணிக்குச் சென்ற பிறகும் அவர்களுக்கு வீடு கிடைப்பது கடினமாக உள்ளது. சொந்தச் சாதியைச் சேர்ந்தவர்களுக்கோ, சாதியால் முற்படுத்தப்பட்டவர் எனக் கூறிக்கொள்ளும் சமூகத்தைச் சேர்ந்தவர்களுக்கோ வாடகைக்கு விடப்படும் வீடுகள் தாழ்த்தப்பட்டவர்கள் எனில் கதவை அடைத்துக்கொள்வது சாதிய கௌரவம் காப்பாற்றப்பட வேண்டும் என்ற கட்டாயத்தினால்தான். இப்புதினத்தில் ராசாத்திக்கு வீடு கிடைப்பதில் உள்ள பிரச்சினைகளையும் (பக். 47, 51, 68) பதிவு செய்துள்ளார்.

இவர் கூறும் பிரச்சினைகள் இன்றும் தொடர்வதை நாம் பார்க்கலாம். இப்பிரச்சினை தாழ்த்தப்பட்ட மக்களின் வாழ்விடப் பிரச்சினையாக உருமாறி பல நேரங்களில் சண்டைகளுக்குக் காரணமாக அமைந்துவிடுகிறது. பல கூட்டுக் குடியிருப்புகளிலும் கூட இந்நிலை தொடர்வது அவமானத்தின் சின்னமாகும். மனிதனை மனிதனாக, மனுஷியை மனுஷியாகப் பார்த்துப் பழகாததின் விளைவு இது.

தாழ்த்தப்பட்ட இனத்தைச் சோர்ந்த பணியாளர்களை அதிகாரிகள் சமமாகப் பார்ப்பதும் மதிப்பதும் இல்லை. சிறு தவறுகள் செய்தாலும் அதனைக் காரணமாக வைத்து அவர்களைப் பணியிறக்கம் செய்வது, பணியிட மாற்றம் செய்வது, தற்காலிகப் பணிநீக்கம் செய்தல் எனப் பல்வேறு வகையில் பழிவாங்கும் நடவடிக்கைகள் எடுக்கப்படுகின்றன.

இப்புதினத்தில் ராசாத்தியும் 'கொக்குப்பட்டி' என்ற ஊருக்குப் பணியிறக்கம் செய்து அனுப்பப்படுகிறாள். நடுநிலைப்பள்ளி ஆசிரியையாக இருந்தவரைத் தொடக்கப்பள்ளி ஆசிரியையாக (ப. 57) மாற்றம் செய்கின்றனர். ஆனால், அப்போது அதனையும் மீறி உயர்நிலைப்பள்ளி ஆசிரியையாக வாய்ப்பு இருந்தும் வேண்டாம் எனக் கூறிவிட்டு, அடித்தட்டுக் குழந்தைகளின் வளர்ச்சிக்குத் தான் உறுதுணையாக இருக்க வேண்டும் என்ற எண்ணம் கொண்டவராக இராசாத்தி இருப்பதைக் காண முடிகிறது.

வாழிடப் பிரச்சினை

தாழ்த்தப்பட்ட மக்களும் பிறசாதி மக்களும் ஒன்றாக வாழக்கூடிய இடங்கள் இன்று பெருமளவில் உருவாகியுள்ளன என்றாலும் வேறுபாடுகள் பார்ப்பதும் தொடர்கின்றது. இந்நிலையில் திருமணம் செய்யாமல் வாழும் பெண்ணுக்கு அதுவும் தாழ்த்தப்பட்ட வகுப்புப் பெண்ணுக்கு வீடு கிடைப்பது அரிது என்ற நிலையில் அவளே ஒரு வீடு கட்டலாம் என நினைத்தால் அதனையும் விமர்சிக்கும் போக்குடையவர்கள் உள்ளதை இப்புதினம் காட்டியுள்ளது.

"எதுக்கு டீச்சர் ஓராளுக்குப் போயி வீட்டக் கட்டிக்கிட்டு. பேசாம எதுனாச்சும் ஒரு மூளைல வாடகையக் குடுத்துட்டு இருந்துட்டுப் போறத உட்டுட்டு"

"சரி சம்பாத்தியத்தப் பூராம் இப்படி வீட்டு மேலே போடுறீங்களேஞ் ஒங்க கண்ணுக்குப் பிறகு இந்த வீடு யாருக்கு டீச்சர்" (ப.75) எனக் கேட்டு அதனைத் தடுக்கப் பார்க்கும் மனிதர்கள் அதிகம் உள்ளனர். உதவிக்கு ஆள் இல்லை என்றாலும் ஆலோசனை என்ற பெயரில் நடைபெற இருக்கும் காரியங்களைக் கெடுக்கப் பலரும் முயல்கின்றனர்.

ஆனால், அதனையும் மீறி மேலனூரில் ராசாத்தி வீடுகட்டிக் குடி போவதோடு தமக்கென ஆறுதலை அடைய மரங்களையும் செடிகளையும் பூக்களையும் கொண்ட தோட்டத்தினை உருவாக்குகிறாள்.

"இந்த சாதிக்காரவுங்கள்ளாம் மனுசங்க இல்லியாமா? நாங்கள்ளாம் என்ன வாடகைப்பணம் குடுக்காமெ ஏமாத்திப்போடுவோமா என்ன? எந்த வெதத்துல கேவலமாப் போயிட்டோம்? மனுசன மனுசனாப் பார்க்கத்

தெரியாத அந்த மிருகங்க வீட்டுல போயி குடியிருந்தா எனக்குத்தான் அவமானம். அவுக வீட்டுல அவுக சாதி ஆளுகளையே வச்சு கருமாதி செய்யச் சொல்லுங்க போங்க.

எந்திரிச்சுப் போங்க டீச்சர். இது கூட தாழ்ந்த சாதிப் பொம்பள இருக்கிற வீடு. ஒங்களுக்குத் தீட்டாகிடப் போகுது. எந்துருச்சுப் போயிடுங்க" (ப.68) எனக் கூறுவது வாழிடப் பிரச்சினையையும் சொந்தவீடு கட்டித் தம் கனவை நிறைவேற்றிக்கொள்ளும் பெண்ணையும் அடையாளப்படுத்துவதை அறியமுடிகிறது.

திருடுவதில் சாதி வேறுபாடு

மனிதனுடைய சில இயல்புகள், பழக்க வழக்கங்கள் அவனை மட்டும் சார்ந்ததாகப் பார்க்கப்பட வேண்டும். ஆனால், அவையும் சாதியை அளவுகோலாக்கி முன்னிலைப்படுத்தப்படுகின்றன. தாழ்த்தப்பட்ட சாதியினர் என்றால் திருடுவார்கள், பொய் சொல்வார்கள் என்றும் உயர்சாதியைச் சாரந்தவர்கள் என்றால் பொய், திருட்டுத் தொழிலைச் செய்யமாட்டார்கள் என்றும் பிம்பங்கள் உருவாக்கப்பட்டுள்ளன. இது அடிப்படையிலேயே தவறானதாகும். எனினும் இத்தகு பொருந்தாத குற்றச்சாட்டு இன்றும் வழக்கில் உள்ளதை இப்புதினம் எடுத்துரைக்கிறது.

"சாதிய ஓசத்தின்னு சொல்லிக்கிட்டு களவாண்டா அது பெரிய தப்பு இல்ல. இப்ப இங்ன காளவாசல் தெருவுல இருக்குற அம்புட்டு பேத்துக்கும் இவனோட களவு தெரியும். தெரிஞ்சும் அவன பெரிய சாதிக்காரர்னுதான் சொல்லிக்கிட்டு அவனோட பேரக்கூட உட்டுட்டு அவனோட சாதிப்பேரச் சொல்லித்தான் அவனைக் கூப்பிடுவாங்க.

ஆனா அவன் செய்ற அதே களவுகள ஒரு தலித் செஞ்சுட்டாம்னா அம்புட்டுத்தான். ஆளாளுக்கு அவனப் புடி, அடி, குத்து, ஒத, போலிசக் கூப்பிடுன்னு கூப்பாடு போடுவாங்க. இங்க மட்டுமல்ல இந்தியா முழுவதும் இப்படித்தான் இருக்குது. அரசாங்கமும் இப்படித்தான் இருக்குது" எனக் கூறுவது தாழ்த்தப்பட்ட மக்களை இச்சமூகம் எந்நிலையில் வைத்து நடத்துகிறது என்பதற்கான சான்றாகத் திகழ்கிறது.

கல்வியும் பெண்ணும்

அனைவருக்கும் அடிமைத்தனம் பொதுவானதல்ல. குறிப்பாகத் தாழ்த்தப்பட்ட சமூகப் பெண்களுக்குப் பல்வேறு உரிமைகள் உள்ளன. இன்னும் சொல்லப்போனால் வாழ்க்கை முழுவதும் பெண்ணை முன்னிலைப்படுத்தியே தாழ்த்தப்பட்ட சமூக மக்களின் வாழ்வியல் அமைந்துள்ளது.

"இங்க காளவாசல் தெருவுல இருக்குற பொம்பளங்களப் பத்தி பேசும்போது ராசாத்திக்கு அவளோட ஊர்ல தலித் பொம்பளைங்களோட வாழ்க்கை ஞாபகத்துக்க வந்துச்சு. அவுங்க இவுங்களவிட எம்புட்டோ சுதந்திரமா இருக்குறத நினச்சு அவளுக்கு ஆச்சரியமா இருந்துச்சு." (ப. 130)

இவ்வாறு பெண்கள் சுதந்திரமாகச் செயல்படக் காரணமாக அமைவது அவர்களின் உழைப்பும் வருமானமுமாக இருக்கிறது. எனினும் வருமானம் மட்டுமே இதற்கான காரணமாக இருக்க முடியாது. அவர்களிடம் உள்ள துணிச்சலும் முக்கியக் காரணியாக உள்ளது.

படித்த படிப்பிற்கும் பெறும் ஊதியத்திற்கும் பெண் விடுதலைக்கும் எந்தத் தொடர்பும் இல்லை என்பதை இப்புதினம் தெளிவாக எடுத்துரைக்கிறது. (ப. 126)

திருமணமும் பெண்ணும்

திருமணம் என்பது ஆணுக்கும் பெண்ணுக்குமான உறவின் தொடக்கமாக அமைவது. திருமணம் என்பதைத் தொல்காப்பியம் 'கரணம்' எனக் குறிப்பிடுகிறது. பழந்தமிழரின் திருமணமுறைகள் பற்றி அகநானூறு தெரிவிக்கிறது. இரு மனம் இணையும் திருமண பந்தம் ஆணுக்குப் பல வசதி வாய்ப்புகளை வழங்குவதாகவும் பெண்ணை அடிமைத்தனத்தில் தள்ளுவதாகவும் அமைந்துள்ளதைக் காணமுடிகிறது.

"ஒரு மனுசனுக்கு வேளா வேளைக்கு நல்ல சாப்பாடு வேணும். அவங்கிட்ட பணமிருந்தா, நல்ல ஒரு ஹோட்டல்ல சாப்புட்டுக்கலாம். இல்ல நல்ல ஒரு சமையல்காரிய அல்லது சமையல்காரன சமையலுக்கு வச்சுக்கலாம். இருக்க ஒரு எடம் வேணும். அதுக்கும் அவன் ஒரு நல்ல லாட்ஜ்ல ரூமெடுத்துத் தங்கிக்கலாம் அல்லது ஒரு வீடு கட்டியோ வாடகைக்கு எடுத்தோ இருந்துக்கலாம்.

லாட்ஜ் எடுத்தா ரூமெ சுத்தம் பண்ண ஆளு வரும். வீடுன்னா ஒரு வேலைக்காரிய வச்சுக்கலாம். அதே மாதிரி துணி தொவைக்கிறதுக்கு ஒரு வாஷிங் மெஷின் வச்சுக்கலாம். அல்லது ஒரு சலவைக்காரியை வச்சுக்கலாம். இப்பிடி எல்லாத்துக்கும் ஆளு கெடைக்கும்.

ஆனா அவனோட பாலியல் தேவைகளுக்கு என்ன செய்வான்? நீங்க சொல்லலாம் அதுவும்கூட பணங்குடுத்தா கெடைக்கும்னு. கெடைக்குந்தான். ஆனா அது நம்ம கலாச்சாரத்துல ஒத்துக்க மாட்டாங்களே. அவனோட மத்த தேவைகள நிறைவேற்றுறது மாதிரி இதை அம்புட்டுச் சொலபமா செய்ய முடியாது. நம்ம சமுதாயத்துல அத ஏத்துக்க மாட்டாங்க.

அதுனால கலியாணம்னு ஒன்ன செஞ்சுக்கிட்டாம்னா அவனுக்கு இப்பச் சொன்ன எல்லாமே இலவசமாக் கெடச்சுறுதில்ல? என்ன சொல்லுறீங்க?" (ப. 212) எனக் கூறுவது பெண்ணின் உள்ளத்துணர்வை மதிக்காமல் வெறும் பண்டமாகப் பார்க்கும் தன்மை கொண்ட ஆணின் செயல்பாட்டைத் தெரிவிக்கிறது.

திருமணத்தால் வரும் அடிமைத்தனத்தை விட்டொழிக்கவே பெண்கள் விரும்புகின்றனர். ஆனால், சமூக அமைப்பு அதற்குள்ளேயே பெண்கள் இருந்து உழல கட்டாயப்படுத்துகிறது. இதனை,

"ஒட்டுமொத்தத்துல பாத்தா ஏறக்கொறைய எல்லாப் பெண்களிடத்துலயும் சுதந்திரத்துக்கான வேட்கதான் அதிகமா இருக்குது. அதுக்கான போராட்டக் குணமும், எதிர்ப்புச் சக்தியும் அவங்ககிட்ட இருக்கத்தான் செய்யுது. ஆனா பலதரப்பட்ட காரணங்களால அவுங்க அத மூடி மறச்சுட்டு, தாங்க வாழ ஆசப்படுற வாழ்க்கையப் பொதச்சுட்டு தங்களுக்கு விடுக்கப்பட்டதுதான் வாழ்க்கன்னு வாழ்ந்துகிட்டு இருக்காங்க,

பொறந்த நாளுல இருந்தே தனக்குப் புடிக்காட்டாலும் அப்பா, அண்ணன், கணவன், அப்புறம் மகன் இப்பிடி ஒவ்வொருத்தரோட ஆசைகளையும் கனவுகளையும் தன்னோட ஆசைகளா கனவுகளா மாத்திக்கிட்டு அதுக்காக மட்டுமே வாழ்ந்து சாகுறதுதான் வாழ்க்கைன்னு நெனச்சு வாழ்ந்துகிட்டு இருக்காங்க" (பக். 196 - 197) எனக் கூறுவது பெண்களின் விடுதலையை நோக்கிய பயணத்திற்கான முன்னேற்ற முயற்சி எனலாம்.

பெண்ணடிமைத்தனத்தின் இருப்பிடமாகவும் தோற்றுவாயாகவும் அமைவது குடும்பமே. எனினும் ஒருசில ஆண்கள் பெண்களைச் சமமாக நடத்துவதையும் காண முடிகிறது. போதிய கல்வியறிவின்றி பிளாஸ்டிக் சேகரித்துப் பிழைக்கும் முடியப்பன் மரிக்கொழுந்து தம்பதியினர் மனம் ஒத்த வாழ்க்கை வாழ்வதை,

"ஏண்டா வெளில எலும்பு பெறக்கும்போது நானும் அவளும் சேந்துதான பெறக்குறோம். தெருத்தெருவா ஊர் ஊரா அலஞ்சு திரிரது எம்புட்டு கஸ்டந் தெரிமாடா? செலநேரம் கைல முள்ளுக் குத்தும்; கல்லுக் குத்தும்; ஓடஞ்ச பீங்கான் பாட்லு குத்தும். வெரலெல்லாம் திகுதிகுன்னு எரியும். காலு ரெண்டும் பயங்கரமா வலிக்கும். அம்புட்டுக் கஸ்டமும் அவளுந்தான அனுபவிக்கா.

அப்பிடி இருக்க வீட்டுக்கு வந்ததும் நானு ஆம்பளன்னு சொகுசா உக்காந்துக்கிட்டு அவள மட்டும் அம்புட்டு வீட்டு வேலையும் செய்ய வச்சுப் பாத்துக்கிட்டு இருக்குறது நல்லாவாடா இருக்குது? உங்களாட்டம் கல்நெஞ்சுக்காரப் பெயல்கதான் அப்பிடி பாத்துக்குட்டு இருப்பானுங்க.

அவா கஸ்டப்பட்டா அது நானு கஸ்டப்படுறது மாதிரி தானடா? ஒடம்பு வலின்னு நானு சரக்கு எடுக்கைல அவளுக்கும் ஒடம்பு வலி போகட்டும்னு இத்தினி ஊத்திக்குடுக்குறதுல என்னடா பெரிய தப்பு? கோயில்ல தாலி கட்டும்போது என்ன சொல்லிக் கட்டுறோம்? இனிமேல்பட்டு நீங்கள் ஈருடலும் ஓருயிருமாய் இருப்பீங்கன்னுதான சொல்றாங்க, அப்ப ஏ உசுர சங்கடப்படுத்த முடியுமா சொல்லு." (பக். 178).

அதேபோல படித்துப் பணிக்குச் சென்று ஊதியம் பெறும் ராதா டீச்சரின் வாழ்வும் மகிழ்வாக உள்ளதை,

"ராசாத்திக்கு அவாகூட வேல பாக்குற ராதா டீச்சர் சொன்னது நெனவுக்கு வந்துச்சு. அவுங்களும் அவுங்க புருசனும் அவ்வளவு அன்னியோன்யமா இருக்கிறதாச் சொல்லுவாங்க. அவரும் இவுங்களும் எல்லா வீட்டு வேலைகளையும் சேந்தே செய்வார்களாம். இவுகளுக்கு ஒன்னுன்னா அவரு தாங்க மாட்டாங்களாம்; இப்பவும் இவுங்க அவரப் பேர் சொல்லித்தான் கூப்புடுவாங்களாம்; அவரு இவுங்கள செல்லம்னுதான் கூப்புடுவாராம். ஒருத்தருக்கு ஒருத்தரு நல்ல நண்பர்களாத்தான் இருக்கோம்னு சொல்லுவாங்க. அவுங்க ரெண்டு பேரயும் பாக்கும்போதும் அப்பிடித்தான்" (ப. 179) என்றெழுதுகிறார்.

இதன் வழி நோக்கும்போது கல்வியறிவிற்கோ பதவிக்கோ செல்வத்திற்கோ பெண்ணடிமை நிலையை நீக்கும் வலிமை உள்ளது என்றாலும், அது ஆண் பெண் மன ஒற்றுமையினாலும் விட்டுக்கொடுத்தலினாலுமே நடைமுறைச் சாத்தியப்படும் என்பதை அறிய முடிகிறது.

இப்புதினத்தில் இயேசு அம்பேத்கர் ராசாத்தியின் உரையாடலாக வரும் பகுதி (ப. 193) மிக முக்கியமானதாக அமைந்துள்ளது. இதில் திருமணம் - குடும்ப உறவுகள் - சாதியம் - பெண்ணடிமை நிலை என்ற அனைத்துப் பரிமாணங்களையும் பற்றிய தம் கருத்தினைக் கதைசொல்லி மிகச் சிறப்பாக வெளிப்படுத்தியுள்ளார்.

மொத்தத்தில் சாதாரணப் பெண்ணாகப் பிறந்தவள் எவ்வாறு எல்லோரும் போற்றும் 'மனுஷி'யாக மாறுகிறாள் என்பதை எதார்த்தப் பதிவினூடே மிகுந்த வலியோடும் வேதனையோடும் அதேசமயம் வலிமையாகவும் பேசும் புதினமே 'மனுசி'.

பாமாவின் 'வன்மம்' :
உள்முரண்களின் கதையாடல்
ஞா.குருசாமி

மேற்குலகின் இலக்கிய, தத்துவக் கோட்பாடுகள் கீழைநாடுகளில் இறக்குமதியாகிக்கொண்டிருந்த நேரத்தில் எழுத வந்தவர் பாமா. ஒரு பிரதியை வாசித்துப் புரிந்துகொள்வதற்கும் அதற்குள் இருக்கும் புரிதலின் அடுக்குகளை அணுகி பல்வேறு வகையிலான வாசிப்பை நிகழ்த்துவதற்குமான வாய்ப்புகளைத் தமிழ் இலக்கிய உலகம் சிலாகித்துக்கொண்டிருந்தது. அதனூடாகத்தான் கோட்பாடுகள் முன்வைத்த பன்முகத் தன்மை, பிரதியை வாசித்தல், புரிந்துகொள்ளுதல், படைப்புச் சுதந்திரம், படைப்பின் நோக்கத்தை விவாதத்திற்கு உள்ளாக்குதல் என்பதாகத் தொடங்கிய நவீன தமிழ் இலக்கியச் சூழல், ஆகப் பெரும் மாற்றத்தையும் புதுவித அணுகலையும் முன்மொழிந்துகொண்டிருந்த நேரத்தில் பாமாவின் 'கருக்கு' (1992) வெளியானது. கோட்பாடுகளையும் பிராந்தியத் தன்மையின் கூறுகளையும் மூலமாகக் கொண்டு ஒரு படைப்பை அணுகுவதற்கு உதாரணப் பிரதியாக 'கருக்கு' அமைந்துவிட்டது. அந்தப் பின்புலத்தில்தான் அனைவராலும் 'கருக்கு' கொண்டாடப்பட்டது. தொடர்ந்து 'சங்கதி' (1994), 'வன்மம்' (2002) வெளியாகின.

ஒவ்வொரு பத்தாண்டுகளுக்கும் ஒருமுறை தமிழ் நாவல்களின் உள்ளடக்கம் இயல்பாகவோ, திட்டமிட்டோ மாறி வந்திருக்கிறது. அந்தக் குறிப்பிட்ட பத்தாண்டுகளில் இந்தியாவில் சமூக அளவில் நிகழ்ந்த மாற்றங்கள், தாக்கம் செலுத்திய சம்பவங்கள் அப்போது உருவாகும் நாவல்களில் நுவல்பொருளாகி இருக்கின்றன. பழைய நாவல்களும் கூட புதிய கோட்பாடுகள் சார்ந்து வாசித்துப் புரிந்துகொள்ள முயற்சிகள் மேற்கொள்ளப்பட்டன. 'பிரதாப முதலியார் சரித்திரம்', 'மோகமுள்' முதலிய நாவல்களுக்கெல்லாம் யாரும் நினைத்தே பார்த்திராத வியாக்கியானங்கள் தெறித்து விழுந்தன. தமது வசதிக்கு உகந்த வகையில் வாசித்துக்கொள்ளும் விபரீதங்களும் நடந்தன. அதே சமயம் அனைத்துச் செயல்பாடுகளுக்கும் இலக்கிய அந்தஸ்து வழங்கப்பட்டன. சரி, தவறுகள் அனைத்தும் சரி என்றே கொள்ளப்பட்டன. அவற்றை 'வாசிப்பின் சனநாயகம்' என்றெல்லாம் நவீனத்துவர்கள் பெயரிட்டு அழைத்துக்கொண்டார்கள். 'உலகமயமாக்கல்' என்ற ஒன்று நடந்த பிறகு இலக்கியம் அதிநவீனப்பட்டுப் போனதாகச் சொல்லப்பட்டது.

வேளாண் நசிவு, நிலம் வறண்டது, ரசாயன உரங்களின் வரமும் சாபமும், நவீன முதலாளிகள் ஆவதற்கான குறுக்கு வழிகள், அதனூடாக எதிர்கொள்ளும் சிக்கல்கள், பார்ப்பனர்களை வஞ்சகர்களாகச் சித்திரித்தல், ஐரோப்பிய பயண அனுபவம் ஆகியவற்றை நாவலின் சரக்காக தமிழுலகம் திரும்பத் திரும்பப் பயன்படுத்திக்கொண்டிருந்தது. 1969இல் ஏற்பட்ட ஆட்சி மாற்றத்திற்குப் பிறகு தனித்தமிழ் பற்றாளர்களுக்கு வேலையில்லாமல் போனது. பிள்ளைகளை இந்தியும் ஆங்கிலமும் படிக்க வைத்துக்கொண்டிருந்தார்கள். தனித்தமிழ் இயக்கத்தை உண்மையாகவே இயக்கமென்று நம்பியவர்கள் தமிழை மட்டுமே நம்பி ஏமாந்துவிட்டதை வெளியில் சொல்ல முடியாமல் வெதும்பிக்கொண்டிருந்தார்கள். இதுவும் கூட அங்கொன்றும் இங்கொன்றுமாக நாவலாகிக்கொண்டிருந்தது. கண்ணகியே வெறுத்து ஓடுமளவுக்கு அவளை வைத்துப் புனைவும் ஆராய்ச்சிகளும் நிகழ்ந்தன. 1990கள் வரை நவீன முற்போக்காளர்கள் தமது எழுத்துகளில் வரும் பெண்களின் தூய்மையை கண்ணகியின் கற்பை வைத்தே அளந்தார்கள்.

இந்தச் சூழலில் பட்டியல் சாதியில் இருந்து நிறைய புதியவர்கள் எழுத வந்தார்கள். அதற்கு அம்பேத்கர் நூற்றாண்டும் ஒரு காரணம். தமிழ்நாட்டில் பட்டியல் சாதியின் புதிய எழுத்தாளர்கள் வழக்கறிஞர்கள்,

பேராசிரியர்கள், ஆசிரியர்கள், வங்கிப் பணியாளர்கள், அரசியல்வாதிகள் எனப் பலதரப்பினராகவும், ஒன்றுக்கு மேற்பட்ட பட்டப்படிப்புகளைப் படித்தவர்களாகவும், தமிழின் இலக்கிய உலகத்தை நன்கு கணித்தவர்களாகவும் இருந்தார்கள். ஆகவே, அவற்றிலிருந்து முற்றிலும் மாறுபட்ட புதிய மொழியில் சேரிகளை எழுதினார்கள். தூய தமிழின் சொல் கிடங்குகளாக, திருப்திப்பட்டுக்கொள்வதற்கான சிறு விஷயங்களோடு விரியும் செம்மாந்த வாழ்க்கை வெளிகளாக சேரிகள் இருப்பதைக் காட்டினார்கள். குறிப்பாக, ஒடுக்குமுறைகளின் அனைத்து வடிவங்களையும் எழுதினார்கள். தமக்குள்ளேயே இருக்கும் ஒடுக்குமுறைகளையும் சனநாயக மறுப்புகளையும் புனைவாக்கத் தவறவில்லை. பாமாவின் எழுத்துகள் குறிப்பிட்ட வரையறைக்குள் மட்டும் நில்லாமல் அனைத்து நிலைகளிலும் நிகழ்த்தப்படும் ஒடுக்குமுறைகளை ஒரு நேர்கோட்டில் வைத்து விசாரித்தது. அந்த அம்சம் பிற பட்டியல் சாதி புனைவு எழுத்தாளர்களிடம் இல்லாதது. அதுதான் அவரைக் கவனிக்கவும் வைத்தது.

'வன்மம்' நாவலில் வரும் சில சம்பவங்கள் அது வெளியான காலத்திற்கும் முந்தையது. ஆனால், நாவல் வெளியான காலத்திலும் அந்தச் சம்பவங்களின் வெம்மை நீறு பூத்ததாகி விடவில்லை. கனன்றுகொண்டே இருந்தது. புதுப்பட்டியில் மட்டுமின்றி அச்சுற்று வட்ட ஊர்களிலும் பள்ளர்களால் பறையர் குடியிருப்புகள் தாக்கப்படுவதும் அவர்களின் உடைமைகளைக் கொள்ளையடிப்பதும் வழக்கமாகிப் போயிருந்தது. கலவர காலத்தில் மட்டுமின்றி பள்ளர்களின் தெருக்களில் திருவிழா என்றாலும் கூட அவர்கள் இரவில் பறையர் தெருக்களில் நுழைந்து ஆடு, கோழிகளைத் திருடுவது இயல்பாகிவிட்டிருந்தது. அதற்கு அவர்கள் கையாண்ட உத்தி தேர்ந்த கலவரக்காரர்களுக்கு உரியதாக இருக்கும். பறையர் தெருவின் நான்கு திசைகளிலிருந்தும் ஒரே நேரத்தில் ஆயுதங்களுடன் உள்ளே நுழைந்து கற்களால் எறிவர். கதவுகளை அடித்து நொறுக்கி மக்களைப் பீதிக்குள்ளாக்குவர். எதிர்ப்படும் ஆட்களைத் தாக்குவர். பிறகு கையில் சிக்கிய பொருள்களையும் கால்நடைகளையும் திருடுவர்.

ஆதிதிராவிடர் நலத்துறையின் விடுதிகளிலும் பறையர் சாதி மாணவர்கள் பள்ளர் சாதி மாணவர்களால் நெருக்கடிக்கு உள்ளானார்கள். பாட உபகரணங்கள் உடைபடும். பல நேரங்களில் திருடப்படும். பறையர் மாணவர்களும் எதிர்வினைகளைச் செய்வர். மாவட்ட ஆட்சியர், வட்டாட்சியர் அலுவலகங்களில் ஆதிதிராவிடர் நலத்துறையின் அலுவலராக

பள்ளர் சமூகத்தைச் சேர்ந்தவர் இருந்தால் பறையர் சம்பந்தமான வேலைகள் வேண்டுமென்றே கிடப்பில் போடப்படும். நீண்ட நாள் அலையவிட்டு மீண்டும் வேலையை முதலில் இருந்து தொடங்குவார்கள்.

கிறித்தவர்களாக இருக்கும் பறையர்களும் பள்ளர்களும் பிற்பட்ட வகுப்பினராகத்தான் சாதிச் சான்றிதழ் பெற முடியும். சில தேவைகளுக்காக கிறித்தவர்கள் 'இந்து' என்று சான்றிதழ் கேட்டு விண்ணப்பிப்பார்கள். கிடைத்தால் பட்டியல் சாதி என்று சான்றிதழ் வைத்துக்கொள்ளலாம். சான்றிதழ் வழங்கும் இடத்தில் பள்ளர் சமூகத்தவர் அதிகாரியாக இருந்து விண்ணப்பிப்பவர் பள்ளர் கிறித்துவராக இருந்தாலும் இந்து என்று உடனே சான்றிதழ் கிடைக்கும். சிக்கல் இருந்தால் அதைத் தீர்ப்பதற்கான அனைத்து வழிமுறைகளையும் சொல்லிக் கொடுப்பார். அதே வழிமுறையை கிறித்தவப் பறையர் செய்தாலும் 'இந்து' சான்றிதழ் வாங்கிவிட முடியாது. இது ஒரு நீண்டகால புகைச்சல். இதற்குத் தென் தமிழ்நாட்டில் பறையர்கள் பள்ளர்களை விட எண்ணிக்கைச் சிறுபான்மையாராக இருப்பதுதான் காரணம் எனச் சொல்லப்பட்டது. அதில் உண்மையில்லை. திருடுவதற்கும் வாய்ப்புகளைத் தடுப்பதற்கும் எண்ணிக்கைச் சிறுபான்மைதான் காரணமெனில் அப்படிச் சிறுபான்மையராக இருக்கும் மறவர், பிள்ளை, ஆசாரி, கோனார் முதலியவர்களிடம் பள்ளர்கள் அப்படி நடந்துகொள்ளவில்லையே! அவர்களின் நோக்கம் பறையர்களைத் தமது ஆதிக்கத்தின் கீழ் வைத்துக்கொள்ள வேண்டும் என்பதுதான். அதிலும் குறிப்பாகப் பறையர்களில் இருந்து நிறையப் பேர் படிக்க வருவதை அவர்களால் தாங்கிக்கொள்ள முடியவில்லை. நிலைமை மோசமாகும்போதெல்லாம் தென் தமிழ்நாட்டின் அனைத்துப் பறையர்களுக்குமாகப் புதுப்பட்டி பதில் சொல்லிக்கொண்டிருந்தது. அவ்வூரில் பட்டியல் சாதியாக இருக்கும் இருவருக்குள் தொடர்ந்து கொலைகள் விழுந்துகொண்டிருந்தபோது அதற்குச் சொல்லப்பட்ட காரணங்கள் புனைவின் சுவாரசியங்களைக் கொண்டிருந்தன. அவையெல்லாம்தான் 'வன்ம'த்தில் நிகழ்வுகளாக விரிந்திருக்கின்றன.

வன்மத்தைப் புரிந்துகொள்வதற்கான திறப்புகள்

'வன்மம்' மூடிய புனைவு என்பதால் அதில் பேசப்படும் விஷயங்களை வாசகரால் நேரடியாகப் புரிந்துகொள்ள இயலாது. பறையர் - பள்ளர் மோதல் என்பதாக மட்டும் அந்நாவலைப் புரிந்துகொண்டால்

போதாமையாகவே இருக்கும். விருதுநகர் மாவட்டம், வத்திராயிருப்பில் இருந்து திருவில்லிப்புத்தூர் செல்லும் சாலையில் உள்ள கோபாலபுரத்திலிருந்து இடதுபுறம் திரும்பிப் பயணித்தால் 2 கி.மீ. தூரத்தில் உள்ள புதுப்பட்டி பேரூராட்சியைச் சென்றடையலாம். மேற்குத் தொடர்ச்சி மலையின் அடிவார நிலப்பரப்பு. வயல்களும் தோப்புகளும் நிறைந்த பகுதி. பட்டியல் சாதியினரில் அருந்ததியர், பறையர், பள்ளர் ஆகியோர் வசிக்கின்றனர். ஏறக்குறைய பறையர்கள் முழுமையும் கத்தோலிக்கக் கிறித்தவர்கள். அதிகம் படித்தவர்கள். வெளியூர்களில் சென்று படித்ததால் அரசியல் விழிப்புணர்வு பெற்றவர்களாக இருந்தார்கள். கிறித்தவக் கல்வி நிறுவனங்களைப் பயன்கொண்டு தன்னிறைவு பெற்றவர்களாகவும், உழைப்புச் சுரண்டலை எதிர்த்துக் கேள்வி கேட்பவர்களாகவும் இருந்தார்கள். இது அந்த ஊரில் நிலவுடைமையாளர்களாக இருந்த நாயக்கர்களுக்குப் பிடிக்கவில்லை. பள்ளர்களைப் பறையர்களுக்கு எதிராகத் தூண்டிவிட்டு வெறுப்புணர்ச்சி குறையாமல் பார்த்துக்கொண்டார்கள்.

கலவரம் உச்சத்தில் இருந்த காலமான **1990** முதல் **2010**ஆம் ஆண்டு வரையில் புதுப்பட்டி மட்டுமின்றித் தென் தமிழகம் முழுவதுமே சாதிக் கலவரம் தொடர்ச்சியாக நடந்துகொண்டிருந்தது. பெரும்பாலும் அவை பள்ளர் - மறவர் சாதிக்கு இடையிலானதாகவே பார்க்கப்பட்டது. ஆனால், புதுப்பட்டி கலவரம் பறையர் - பள்ளருக்கு இடையிலானதாக நீடித்தது இன்றளவும் வியப்புக்குரியதாகவே இருக்கிறது. பட்டியல் சாதித் தொகுப்பில் இருக்கும் இரண்டு சாதிகளுக்கு இடையிலான கலவரத்தின் அடிப்படைப் புள்ளியை அந்தக் காலத்தில் யாராலும் புரிந்துகொள்ள முடியவில்லை. அரசு மட்டத்திலும் அதைப் புரிந்துகொள்ள முயலவில்லை. வெகு அற்பக் காராணங்களுக்காகக் கலவரம் உருவாகி கால்நூற்றாண்டுக்கும் மேலாகப் பதற்றம் குறையாமல் இருந்தது. இரண்டு சாதிகளைச் சார்ந்த அரசியல் தலைவர்கள், சமூகச் செயல்பாட்டாளர்கள் அமைதியை நிலைநாட்ட வேண்டி தொடர்ந்து முயற்சியெடுத்துத் தோற்றுப் போனார்கள். நாளடைவில் சமூகச் செயல்பாட்டாளார்களால் அமைக்கப்பட்ட அமைதிக்குழு மிக நிதானமான நகர்வுகளைச் செய்து பல கட்ட பேச்சுவார்த்தைகளை நடத்தி இயல்புநிலையை உருவாக்கியது. இரு தரப்பிலும் இருபதுக்கும் மேற்பட்ட கொலைகள், அதனால் உருவான வழக்குகள், பிள்ளைகளின் இழந்துபோன படிப்புகள், தள்ளிப் போன திருமணங்கள் உள்ளிட்ட பிரச்சினைகளை விட்டு

இரு தரப்பாருமே இன்னும் வெளியில் வர இயலவில்லை. ஏதாவதொரு வகையில் பழைய பகையுணர்வு வெளிப்பட்டுவிடுமோ என்கிற பயம் இரு தரப்பாரிடமும் மறையவில்லை.

வேளாண்மைக் கலாச்சாரம் தொழில் கலாச்சாரமாக மாறிக்கொண்டிருந்த தருணத்தில் நிலவுடைமையாளர்கள் பின்னடைவைச் சந்தித்தார்கள். வேளாண் கூலிகளுக்குத் தொழிற்சாலைகளின் வரவு பண்ணை அடிமையிலிருந்து விடுதலையாவதற்கான வழிமுறையாகத் தென்பட்டது. பணப் புழக்கம் உருவானது. ஆதலால் வேளாண் கூலிகள் தொழிலாளர்களாக மாறினார்கள். இது நிலவுடைமையாளர்களுக்கு வேலைக்கு ஆள் கிடைப்பதில் சிக்கலை உண்டு பண்ணியது. நிலவுடைமையாளர்களின் வாரிசுகள் நவீன கல்விக்குள் புகுந்து ஐரோப்பிய வாழ்க்கை முறைக்கு நகரத் தொடங்கியதால் வேறு வழியின்றி அவர்கள் நிலங்களைக் குத்தகைக்கு விடத் தொடங்கினர். இதைப் புதுப்பட்டி பறையர்களும் பள்ளர்களும் சரியாகப் பயன்படுத்திக்கொள்ள ஆரம்பித்தனர். நாயக்கர்களின் வயல்களும் தோப்புகளும் குத்தகையாக பறையர் பள்ளரின் கைகளுக்கு வந்தன. பணப்புழக்கம் அதிகரித்தது. பிள்ளைகளை நிறையப் படிக்க வைத்தார்கள்.

ஊர் விட்டு வெகுதொலைவுக்கு இடம்பெயர்ந்து படிக்கவும் வேலைக்கும் சென்றவர்கள் அவ்விடத்தோடு தம்முடைய ஊரில் தமக்கிருக்கும் சமூகத் தகுதியை அளந்து பார்க்கத் தொடங்கினர். வேறுபாட்டிற்கான காரணங்களைத் தெரிந்துகொண்டதும் தமது ஊரில் நிலவுடைமையாளர்களை எதிர்த்துக் கேள்வி கேட்டனர். பள்ளர்களும் பொருளாதார வளர்ச்சி பெறத் தொடங்கினர். இது நிலவுடைமையாளர்களுக்குக் குறிப்பாக நாயக்கர்களுக்கு உவப்பளிக்கவில்லை. பறையர் - பள்ளர்களின் பொருளாதார மேம்பாடு ஊரில் தங்களது ஆதிக்கத்திற்கு எதிராக அமையும் எனக் கருதிய அவர்கள் பறையர் - பள்ளர்களுக்கு இடையே பிரச்சினையைத் தூண்டிவிட்டுக்கொண்டே இருந்தனர்.

நிலவுடைமையாளர்களான நாயக்கர்களுக்குப் பள்ளர்களை விட பறையர்கள்தான் பிரச்சினைக்குரியவர்களாகத் தெரிந்தார்கள். பறையர்களின் கிறித்தவம், கல்வி, அரசு வேலை ஆகியவற்றை அவர்களால் ஏற்றுக்கொள்ள முடியவில்லை. அதைப் பள்ளர்களைத் தூண்டிவிட்டுச் சரிசெய்ய முடியுமென்று கருதினர். இந்தப் பின்னணியில் கால்நூற்றாண்டுக்கும்

மேலாக சிறுசிறு கால இடைவெளிகளில் நடந்த கலவரத்தில் பறையர் - பள்ளர் இருவருமே இழப்புகளைச் சந்தித்தார்கள். இதுதான் 'வன்மம்' நாவலின் நுவல்பொருள்.

வழக்கம் போல தமிழ் நாவல்களுக்கே உரிய அமானுஷ்யத்தைத் தூக்கிக்கொண்டு அலையும் பாத்திரங்கள் எதுவும் 'வன்ம'த்தில் இல்லை. அப்படி ஒரு வார்ப்பு இருந்திருந்தால் நாவலின் உள்ளடக்கத்தைத் தனிமனிதர் சார்ந்த பிரச்சினையாகப் புரிந்துகொள்வதற்கான சாத்தியப்பாடுகள் உருவாகியிருக்கும். அதை உணர்ந்தே தவிர்த்திருக்கிறார் பாமா. பறையர் - பள்ளர் - நாயக்கர் சாதிகள்தான் பாத்திரங்கள். தனிநபர்களை விட்டுவிட்டுச் சாதிகளைப் பாத்திரமாக்கி நாவல் எழுதுவது என்பது தமிழ்ச் சூழலில் அது வெளிவந்த காலத்தில் புதிய முயற்சியாகும். நாவலில் பயன்கொண்டிருக்கும் அலங்காரமற்ற மொழி, சம்பவங்களின் நேர்க்கோட்டு இணைப்பு ஆகியன புலப்பாட்டுத் தன்மைக்குக் கூடுதல் பலமாக அமைந்திருக்கின்றன. ஏற்கெனவே பாமாவிற்கு 'கருக்கு' பெற்றுத் தந்த வெளிச்சம் 'வன்ம'த்தையும் பெருவாரியான வாசகர்களுக்குக் கொண்டு சேர்த்தது. ஒரு மாவட்டத்திற்குள்ளேயே கூட சரியாகத் தெரியாமல் இருந்த நீண்ட கால சாதிய மோதலை இலக்கியப் பரப்பில் இயங்கும் எல்லோருக்கும் பரவலாகத் தெரியப்படுத்தியதில் 'வன்மம்' முக்கியமாகக் குறிப்பிடத்தக்கதாகும்.

தலைமுறை மாற்றம்

நிலவுடைமையாளர்களின் ஆதிக்கத்தையும் சுரண்டலையும் எதிர்த்துக் கேள்வி கேட்பதற்கு பாமா வனையும் காரணங்களுள் ஒன்று தலைமுறை மாற்றமாகும். முந்தைய தலைமுறை நிலவுடைமையாளர்களுக்குப் பணிந்து செல்வதாக இருந்தது. இன்றைய தலைமுறை பணிவதை முற்றாக விட்டுவிட்டுக் கேள்வி கேட்பதாகவும், பகடி செய்வதாகவும் திருப்பித் தாக்குவதாகவும் மாறியிருக்கிறது. இதை நிலவுடைமையாளர்கள் ஏற்றுக்கொள்ள முடியாத சூழலில் அவர்களின் தொந்தரவு அடைந்த மனம், பறையர்களை வேறுமாதிரியாக எதிர்கொள்ளத் தயாரானது.

உதாரணமாக, நாவலில் வரும் ஒரு சம்பவத்தைச் சொல்லலாம். பச்சமலை என்பவர் பள்ளர் சமூகத்தவர். சீனிவாச நாயக்கரின் வயலுக்குத் தண்ணீர் பாய்ச்சுகிறவர். அவர் வேலை செய்யும் வயலுக்குரிய கிணற்றில்

குளிப்பதைப் பறையர்கள் வழக்கமாகக் கொண்டிருக்கிறார்கள். அதைச் சீனிவாச நாயக்கரால் ஏற்றுக்கொள்ள முடியவில்லை. அவரது கோபம் பச்சமலை மீதும் திரும்புகிறது. அதனால் பச்சமலைக்கும் குளிக்க வரும் பறையர்கள் மீது ஆத்திரம் உருவாகிறது.

"பச்சமலை, இந்த வேதக்காரத் தெருப்பெயலுக இரொம்பா அடாவடிக்காரனுகளா இருக்கானுக. இவுகப்பெ, ஆத்தா எல்லாம் நம்மளக் கெணக்கா சம்சாரிகளுக்கு அடங்கி ஒடுங்கி இருந்தாக. இப்ப இந்த எளவட்டப் பெயலுக தலையெடுத்து வரவும் எல்லாத்தையும் தலகீழா மாத்திட்டானுக (ப.38)."

என்று தனது இயலாமையை வெளிப்படுத்துகிறார்.

இப்படி சீனிவாச நாயக்கர் பறையர்கள் மீது கொண்ட கோபம் பச்சமலை வழியாக பள்ளர் ஒருவர் பறையர் மீது கொள்ளும் கோபமாக மாற்றப்படுகிறது என்பதை விவரிக்கும் பாமா, இவ்வாறாகத்தான் பறையர் - பள்ளர் வெறுப்புணர்ச்சி நாயக்கர்களால் தணியாமல் பார்த்துக்கொள்ளப்பட்டது என்பதை நிகழ்ச்சிக் கோவைகளின் வழி எடுத்துரைக்கிறார்.

ஆதிக்கத்தின் சின்னம்

கிராமங்களில் பெரும்பான்மைச் சாதிகளின் அடையாளம் ஏதாவதொரு விதத்தில் வெளிப்பட்டுக்கொண்டே இருக்கும். அதைத் தக்கவைப்பதற்கான வேலைகளும் நேரடியாகவோ மறைமுகமாகவோ நிகழ்த்தப்பட்டுக்கொண்டிருக்கும். அடையாளத்தின் வழி தமது அதிகாரத்தை நிறுவித் தொடர முடியும் என்ற நம்பிக்கையாகவோ விருப்பமாகவோ இருப்பதன் வெளிப்பாடு அது. நாளடைவில் வேறொரு சாதியினர் தமது அடையாளத்தை முன்வைக்கும்போது அதை ஏற்றுக்கொள்ளும் மனம் பெரும்பான்மைச் சாதியினருக்கு இருப்பதில்லை. அதனால் அதைத் தடுப்பதற்கான எல்லா வழிகளையும் செய்து பார்க்கும் நிலைக்கு வந்துவிடுகிறார்கள். அது மோதலுக்கான காரணமாகவோ காரணத்தின் ஒரு பகுதியாகவோ அமைந்துவிடுகிறது. 'வன்மம்' நாவலிலும் மோதலுக்கான காரணங்கள் பல விவரிக்கப்பட்டிருந்தாலும் அவற்றுள் குறிப்பிடத்தக்க ஒன்று 'அம்பேத்கர் சிலை'.

சிலை பறையர், பள்ளர்களின் நிதியில்தான் ஏற்படுத்தப்பட்டது. அதற்கு அதிகமான உடல் உழைப்பைக் கொடுத்தவர்கள் பறையர்கள். 1990களின் மத்தியில் "எங்களின் நிதியுதவியோடும்தான் அம்பேத்கர் சிலை நிறுவப்பட்டது. நாளடைவில் சிலைக்குப் பறையர்கள் மட்டுமே உரிமை கொண்டாடுகிறார்கள். அவர்கள் சார்ந்திருக்கும் கட்சியின் வண்ணம் அம்பேத்கர் சிலையின் மேடைக்குப் பூசப்படுகிறது. இதெல்லாம் எங்களுக்குப் பிடிக்கவில்லை" என்பதாக பள்ளர்களிடமிருந்து அதிருப்தி வெளிப்பட்டது. அதனால் பறையர்கள் பள்ளர்களிடம் பெற்ற பணத்தைத் திருப்பிக் கொடுத்துவிட்டனர். அதன் பிறகே பறையர்கள் அம்பேத்கர் சிலையை முழுமையாக உரிமை கொண்டாடத் தொடங்கினர். சிலைத் திறப்பு விழாவிற்கு அருந்ததியர், பள்ளர்களின் சமுதாயத் தலைவர்கள், ஊர் நாட்டாண்மை ஆகியோர் அழைக்கப்பட்டனர்.

நாவலைப் பொறுத்தமட்டில் பறையர்கள் இணக்கமான சூழலை விரும்புகிறவர்களாகவே இருக்கிறார்கள். உதாரணமாக, ஈஸ்டரை அமைதியாகக் கொண்டாட வேண்டும் என்று மிகக் கவனமாகப் பறையர்கள் திட்டமிடுகிறார்கள். ஆனால், அதில் நுழைந்து பிரச்சினை செய்ய பள்ளர்கள் எத்தனிக்கிறார்கள். அவர்கள் தாம் சார்ந்திருக்கும் கட்சியின் கொடிமரத்தை நடும்போது அது அசையாமல் இருக்க வேண்டும் என்பதற்காக நான்கு திசைகளிலும் இழுவைக் கம்பி அமைத்துக் கட்டுகிறார்கள். அதில் ஒரு கம்பி அம்பேத்கரின் சிலையை உரசிச் செல்லும்படி வேண்டுமென்றே அமைக்கின்றனர். இதெல்லாம் நாவலில் பள்ளர்கள் பறையர்கள் மீது கொண்டிருந்த பகையுணர்ச்சிகளை வெளிப்படுத்துகின்றன.

சின்னப்பன் என்னும் ஆடு மேய்க்கும் சிறுவன், பறையர் தெருவைச் சேர்ந்தவர். ஆடு மேய்த்துவிட்டு வரும்போது கீழே கிடந்த மாங்காயை எடுத்துச் சாப்பிடுகிறான். அங்கு காவலில் இருந்த பள்ளர் தெருவைச் சேர்ந்த மாசாணம், திருடியதாகச் சொல்லி சின்னப்பனை அடித்துவிடுகிறார். அது மோதலுக்கான சூழலை உருவாக்கியபோது பறையர்கள் பிரச்சினையைத் தீவிரப்படுத்த விரும்பாமல் போலீஸில் புகாரளிக்கிறார்கள். அடித்தவனுக்குத் தண்டனை பெற்றுத் தர வேண்டுமென்பதில் உறுதியாக இருந்த பறையர்கள், விருப்பமே இல்லாமல் இன்ஸ்பெக்டர் முன்னிலையில் சமாதானமாகப் போக உடன்படுகிறார்கள். அமைதியை விரும்புகிறவர்களாகவே பறையர்கள் இருக்கிறார்கள் என்பதற்கு இது ஒரு சான்று. ஆனால், பள்ளர்கள் பறையர்களைச் சும்மா இருக்கவிடவில்லை.

தொகுப்பாசிரியர் : அ.ஜெகநாதன்

காலப்போக்கில் இரு சாதியாரும் பேச்சுவார்த்தை வழியாகச் சமரசத்திற்கு வந்து புதுப்பட்டிப் பேரூராட்சி பட்டியல் சாதியினருக்காக ஒதுக்கப்பட்டபோது பறையர்களும் பள்ளர்களும் சேர்ந்து தேர்தலில் மாறிமாறி தமக்குள் ஆதரித்து தலைவர் பதவியை வகிப்பதென்று முடிவு செய்துகொண்டார்கள். அதன்படி முதலில் பேரூராட்சித் தலைவர் பதவிக்குப் பள்ளர் ஒருவரைப் போட்டியிட வைத்து பறையர்களும் ஓட்டுப் போட்டு வெற்றி பெற வைத்தார்கள். பறையர்கள் முறை வரும்போது பள்ளர்கள் பேச்சுவார்த்தையின்போது செய்துகொண்ட உடன்பாட்டை மீறி, பறையர் சார்பாக நிறுத்தப்படும் வேட்பாளரை நிராகரித்து தம் சாதியைச் சேர்ந்தவரை வேட்பாளராக நிறுத்தினர். இவ்வளவு சம்பவங்களுக்குப் பின்புலமாக நாயக்கர்களின் சூழ்ச்சி இருந்தது என்பதுதான் 'வன்மம்' சொல்லும் செய்தி.

பறையர்கள் பள்ளர்கள் மீதோ, பள்ளர்கள் பறையர்கள் மீதோ, நாயக்கர்கள் பட்டியல் சாதியினர் மீதோ கொண்டுள்ள பகை உணர்ச்சியை 'வன்மம்' எனக் குறித்திருக்கிறார் பாமா. 'வன்மம்' யார் பக்கத்தில் இருந்தாலும் அது எல்லாருக்குமே இழப்பாகவும் ஆறாத துயராகவும் மாறிப்போகும் என்பது நாவல் வழி பாமா சொல்லவரும் செய்தி. காலத்தின் பதிவாகவும், கலவரம் குறித்த விமர்சனமாகவும், பட்டியல் சாதியினரின் உள்முரண்கள் அவர்களுக்கு வெளியிலிருந்து எப்படித் திட்டமிட்டு உருவாக்கி விடப்படுகிறது என்பதையும் புலப்படுத்தியிருக்கும் விதத்தில் 'வன்மம்' தமிழ், தலித் நாவல் வகைமையில் சிறப்பும் தனித்தன்மையும் கொண்டது எனலாம்.

பொதுவாக, பாமாவின் மொத்த எழுத்துகளும் தன்வரலாற்றுத் தன்மை கொண்டவை. எழுத்தில் ஏதாவதோர் இடத்தில் தன் வரலாற்றை வெளிப்படுத்தியபடியே இருப்பார். பெரும்பாலும் புனைவில் இயங்கும் எல்லா எழுத்தாளர்களுக்குமே இந்த வகைமாதிரிப் போக்கு உண்டென்றாலும் சேரி, கிறித்தவம், பெண் என்னும் மும்முனைகளில் இருந்துகொண்டு இயங்கிய வகையில் பாமா வேறுபாடுடையவர். அவ்வேறுபாடுகளின் புரிதலோடு அவரின் 'வன்மம்' நாவலில் விரியும் உள்முரண்களைப் பார்க்க வேண்டும்.

பாமா என்னும் குருவிப்பாடினி

ஜெ.சுடர்விழி

சாதியடுக்கில், பொருளாதாரத்தில், கல்வியில், சமூக மதிப்பில் என்று அனைத்திலும் உயர்ந்த நிலையில் இருந்தபோதும் வாழ்க்கையைக் குறித்துப் புலம்பித் தீர்க்கும் மனிதர்கள் சூழ்ந்த உலகிலே பனங்கருக்கால் அறுபடுவது போல் நித்தமும் உடலையும் மனதையும் ரணமாக்கும் வாழ்க்கை அமைந்தும் கூட அதன் மீது எந்தக் கோபமும் விசாரணையுமின்றி "எங்க ஊரு ரொம்ப அழகான ஊரு. ரொம்பப் பெரிய முன்னேத்தமோ எதுவுமோ இல்லனா கூட அதோட அழக வச்சுத்தான் எனக்கு அத ரொம்பப் பிடிக்கும்" என்று தன் முதல் நூலான கருக்கின் முதல் வரியையே இப்படித் தொடங்கிய பாமாவின் மண்ணை நேசிக்கும், மழை நீரொத்த தெளிந்த மனம்தான் அந்தப் படைப்பாளியின் நூல்களைப் பின்னரும் தேடி வாசிக்க வைத்தது. 'வாழ்க்கையின் அழகைப் புரிந்துகொள்ள வைத்த என் பாட்டிக்கும் அம்மாவுக்கும்' என்று அந்த நூலைக் காணிக்கையாக்கி இருப்பதில் அறிந்துகொண்டேன் இத்தகைய பார்வை பாமாவுக்கு எங்கிருந்து வந்தது என்பதை. அழகை ஒருவருக்குப் புரிய வைக்க முடியும் என்கிற ஞானத்தைக் கூட, நான் பார்த்தேயிராத இனி என்றும் பார்க்கவும் வாய்ப்பு இல்லாத இந்தப் பாட்டிமார்கள் வழியாகவே கண்டடைந்தேன்.

கருக்கின் முதல் அத்தியாயத்தில் தன் கிராமத்தின் மலை, வயல், குளம், ஊருணி, தென்றல் காற்றின் சிணுங்கல், அந்திமாலைக் காட்சி என்று ஒவ்வொன்றாக வர்ணித்துச் செல்லும் பாமா "கொக்கு, காக்கா, குருவிகள் எல்லாம் கெழக்காம அதது கூட்டுகளுக்குப் பறந்து வருங்க" என்று மாலைநேரத்துக் காட்சி விவரிப்பில் குருவிகளின் கூடு திரும்பலை மிக இயல்பாகச் சுட்டியிருப்பார். ஒடுக்கப்பட்ட குழந்தைகளுக்குக் கல்வி கற்றுக்கொடுக்கலாம் என்று மடத்தில் கன்னியாஸ்திரியாகச் சேர்ந்து அது நிறைவேறாத ஆசையில் மடத்திலிருந்து துணிந்து வெளியே வந்த பின், பணியும் இன்றி கையில் பணமும் இன்றி வாழ வழி தெரியாமல் நின்ற தன் சூழலை விவரிக்கும் கருக்கின் இறுதி அத்தியாயத்தில் "செறகொடிக்கப்பட்ட பறவ கெணக்கா இருக்கேன். செறகொடிக்கப்பட்ட பெறகு கூண்டுக்குள்ள கெடந்தாத்தான் அதுக்கு பாதுகாப்பு. கூண்ட விட்டு வெளிய வந்தா பறக்க முடியாம பட்டு பட்டுன்னு அடுச்சுகிட்டு பரிதாபமா அலைய வேண்டியதுதான். அப்பிடித்தான் நான் இருக்கேன்ஞ் ஒடிக்கப்பட்ட செறகுகள் திரும்பவும் வளந்து வலுப்பெத்து நானும் நாலு பேரப் போல என்னைக்குப் பறக்க ஆரம்பிப்பேனோ தெரியல. செறகு இல்லாத பறவயக் கண்டா கண்டதும் கல்லக்கொண்டு எறிஞ்சு காயப்படுத்துற மாதிரி என்னையும் ஏகப்பட்டப்பேரு வார்த்தையினால செயலுனால காயப்படுத்துறாங்க. அம்புட்டையும் தாங்கிக்கிட்டு நானும் அடி மேல அடி வச்சு நகர்ந்துகிட்டு இருக்கேன்" என்று சிறகொடிந்த பறவையின் வலி மிகுந்த வாழ்க்கையை அப்போதைய தன் வாழ்க்கையோடு ஒப்பிட்டிருப்பார். கண்டதையும் சொல்லிக் குழப்பி, பாமாவின் மூளையை மழுங்கடித்த மடத்தின் செயல்பாட்டைப் பறவையின் சிறகொடிப்புக்கும் வெளியே வந்த பிறகு எல்லோரும் கைவிட்டுவிட்ட தனிமையையும் திருமணம் ஆகாத பெண்ணைக் கேள்விகளால் குத்திக் கிழிக்கும் சமூகத்தின் புறக்கணிப்பையும் சிறகொடிந்த பறவையைக் கல்கொண்டு எறிந்து காயப்படுத்துவதற்கும் பொருத்திக் காணலாம். மேற்சுட்டிய இரு இடங்களில் மட்டுமின்றி இந்நூலுக்கு அணிந்துரை வழங்கிய அம்பை, தனக்கும் பாமாவுக்கும் அறிமுகம் ஏற்பட்ட சூழலை 'பெண் எழுத்தாளர்கள் கலந்துகொண்ட கருத்தரங்கு ஒன்றில் எல்லா நாட்களும் இருவரும் அருகருகில் அமர்ந்து பலதைப் பேசினோம் நான் ஏதோ எழுதி காட்டியபோது "சரி குருவி" என்று பதிலளித்தார் என் ஸ்பேரோ நிறுவனத்தின் பெயருடன் என்னை இணைத்து.' என்று குறிப்பிட்டுள்ளார். பாமாவின் முதல் நூலிலேயே பறவை பற்றி இடம்பெற்றுள்ள இந்த விவரிப்புகளும் சரி, 'சரி குருவி'

என்று அம்பை தந்த அழுத்தமும் சரி, பாமாவின் ஆழ்மனவெளியில் சிறகு விரித்து பறந்துகொண்டிருக்கும் பறவைகளுக்கு, குறிப்பாக குருவிகளுக்கு அவர் கவனம் தந்து எழுதியிருக்கிறார் என்ற எண்ணத்தை எந்த ஒரு வாசகனுக்கு கிஞ்சித்தும் ஏற்படுத்தாது. ஆனால், பாமாவின் அடுத்தடுத்த நூல்களை, கதைகளைத் தொடர்ந்து வாசிக்கும்போது அவருடைய புனைவுவெளியில் குருவிகள் எங்கும் பறந்து திரிந்துகொண்டிருப்பதையும் தொடர்ந்து உடன்வந்துகொண்டிருப்பதையும் அவை பாமாவின் வாழ்க்கைப் பயணத்தின் பல்வேறு குறியீடுகளாகத் திகழ்வதையும் அவதானிக்க முடிகிறது.

அம்பையின் கதைகளைக் குறித்து எழுதுவதற்காக அவரது படைப்புகளை முழுமையாக வாசிக்க நேர்ந்தபோதுதான் அம்பை தன் கதைகளில் ஜன்னல்களை ஒரு குறியீடாக எப்படிப் பயன்படுத்தியிருக்கிறார் என்பதை அறிய முடிந்தது. வீட்டுக்குள் அழுந்திப் புழுங்கிக்கொண்டிருக்கும் ஒவ்வொரு பெண்ணுக்கும் தன் கதைகளில் ஒரு ஜன்னலைத் திறந்து வைத்திருப்பார் அம்பை. இந்த ஜன்னல்கள் வாசகரின் பார்வைக்கு ஏற்ப பல்வேறு காட்சிகளையும் கற்பனைகளையும் விரிக்கும். தேடலுக்கான திறப்பாய், ஆறுதலாய், வருடலாய், நம்பிக்கையாய், நினைவுகளை மீட்டுவனவாய், தெளிவிப்பனவாய், காயத்திற்கு மருந்தாய், காத்திருப்பாய் என அம்பை அமைத்துத் தரும் ஜன்னல்கள் வெறும் கம்பிகளாக அல்ல; அருகில் வந்து நிற்கும் பெண்களைத் தழுவும் கரங்களாக வளைகின்றன.

பாமாவைப் பற்றிய இந்தத் தொகுப்புக்காகக் கட்டுரை எழுதும் பொருட்டு என்னிடம் கேட்டபோது பாமாவின் 'தவுட்டுக் குருவி' கதைத் தொகுப்பையே முதலில் எடுத்தேன். கதைகளை அடுத்தடுத்து தொடர்ந்து வாசித்தபோதுதான், அம்பையின் ஜன்னல்களைப் போல பாமாவிடமும் விடுதலை, இளைப்பாறல், பாதுகாப்பு, அடங்குதல், அடக்குதல் என்று பல்வேறு கருத்தாக்கத்திற்குத் துணை செய்யும் வகையில் வெளிப்படையாகவும் குறியீடாகவும் குருவிகள் இடம்பெற்றிருப்பதைக் காண நேர்ந்தது. அவர் கதைகளில் இப்படி குருவிகள் பறந்து திரிவது தற்செயல் விவரணையாக இருக்குமா என்று முதலில் யோசித்தபோது 'தவுட்டுக் குருவி' என்ற தலைப்பே தலையில் அடித்து இது தற்செயலாகவோ அகஸ்மாத்தாகவோ வந்து விழவில்லை என்பதை உரத்துச் சொல்லியது. 'தவுட்டுக் குருவி' வாசிப்பைச் சற்றே நிறுத்திவிட்டு இந்தக் குருவி வேட்டையை அவரது வேறு நூல்களில் நிகழ்த்தினேன். பாமா எழுதிய மொத்த நூல்களும் வீட்டில் இல்லாத நிலையில் வாங்குவதற்கான நேர

அவகாசமும் கிடைக்காத நிலையில் வீட்டு நூலகத்தில் தேடிக் கிடைத்த 'கருக்கு', 'மனுசி', 'விருட்சங்களாகும் விதைகள்', 'ஒரு தாத்தாவும் எருமையும்' ஆகிய நூல்களைக் குருவிப் பார்வையுடன் வாசிக்கத் தொடங்கினேன். பல கதைகளில் கதைக்கான முதல் எழுத்து பிறக்கும்போதே அவருக்குள் ஒரு குருவி பறக்கத் தொடங்கிவிடுவதைக் காண முடிந்தது.

ஒரு சராசரி பெண்ணைப் போல திருமணம் செய்துகொண்டு கணவன், குழந்தைகள், குடும்பம் என்று குறுகிய வட்டத்திற்குள் வாழ பிடிக்காமல் தனி மனுசியாக வாழும் ராசாத்தி என்கிற தலித் கிறிஸ்தவ பெண்ணினுடைய கதையைப் பேசும் 'மனுசி' நாவல், கருக்கின் தொடர்ச்சியாக அமைந்த பாமாவின் தன்வரலாறுதான் என்பதை வாசகர்கள் கண்டுகொள்ள இயலும். அந்த நூலுக்கு பாமா எழுதியுள்ள முன்னுரையில் "சராசரி பெண்களைப் போலன்றி இந்த சமூக, குடும்ப, சமய, சாதி அமைப்புகளுக்குள்ளே அவளைச் சுருக்கிக்கொள்ளாமல் இவற்றில் இருந்து விடுபட்ட மனுசியாக பாரதி சொன்ன அந்த சிட்டுக்குருவி போல விட்டுவிடுதலையாகி விட்ட மனநிலை உருவாக்கிக் கொள்வதற்கு இந்த வாழ்க்கை அவளுக்கு உதவி இருக்கிறது" என்று எழுதுகிறார். ஒரு பெண்ணிடம் இந்தச் சமூகம் எதிர்பார்க்கும் எதையும் உள்வாங்கிக்கொள்ளாமல் தேவையற்றவற்றை ஒதுக்கி ஓரம் கட்டிவிட்டுச் சுதந்திரத்தை நேசிக்கக் கூடியவளாக ராசாத்தி வாழ்வதற்கு இந்தத் தனிமனித வாழ்க்கைதான் அவளுக்குக் கை கொடுக்கிறது. அப்படியான சுதந்திர வாழ்க்கையை நினைக்கும்போதெல்லாம் விட்டு விடுதலையாகிப் பறக்கும் சிட்டுக்குருவியின் வாழ்க்கைதான் பாமாவுக்கு நினைவுக்கு வருகிறது.

சிட்டுக்குருவியின் மீது கொண்ட காதலை பாமா வெளிப்படையாகவே இந்நூலில் பதிவுசெய்கிறார். "ராசாத்திக்கு பறவைங்க மேல கொள்ளப் பிரியம். அதுலயும் சிட்டுக்குருவின்னா ரொம்ப பிடிக்கும். தனக்கு ராசாத்தி என்று பெயர் வெக்காம சிட்டுன்னு வெச்சிருந்தா நல்லா இருந்திருக்கும்னு அப்பப்ப நினைப்பா. அந்த குருவிங்க விசுக்கு விசுக்குன்னு பறக்குறதும் வால இப்படியும் அப்படியும் ஆட்டிகிட்டு திரும்புறதும் கீச்சு கீச்சுன்னு கத்துறதும் அவளப் பரவசப்படுத்தும். பின்னால பாரதியாரை பத்தி தெரியும் போது விட்டு விடுதலையாகி நிற்பாய் அந்தச் சிட்டுக்குருவியை போலன்னு அவர் சொல்லி இருக்கிறது எம்புட்டு வாஸ்தவமான பேச்சுன்னு நினைச்சு நினைச்சு சந்தோசப்படுவா" இங்கே ராசாத்தி வேறு யாருமல்ல, பாமாதான். சிட்டுக்குருவியைப் பார்க்கும்போதெல்லாம் அது ஏற்படுத்தும் சந்தோசம்,

பிரியம், சுதந்திரமான பறத்தல், அதன் உடல் பாவம், கீச்சிடும் சத்தம் என்று அனைத்தும் பாமாவுக்குள் ஒரு பரவச நிலையை ஏற்படுத்துகிறது. இத்தகைய உணர்வுநிலைக்குள் கதை மாந்தர்கள் நுழையும்போதெல்லாம் அங்கு பாமாவின் சிட்டுக்குருவிகள் சிறகு விரிக்கின்றன.

1978இல் நர்சரிப் பள்ளியில் தொடங்கிய பாமாவின் ஆசிரியப் பணி நடுநிலைப் பள்ளி, மெட்ரிகுலேசன் பள்ளி, உயர்நிலைப் பள்ளி, மேல்நிலைப் பள்ளி, ஆங்கிலோ இந்தியன் பள்ளி மீண்டும் தொடக்கப் பள்ளி என்று தொடர்ந்து மாறிக்கொண்டே இருந்ததற்குக் காரணம் தனக்குப் பிடிக்காத இடத்தில் வேலையை விட்டுவிடும் துணிச்சல் மட்டுமல்ல, தன்னை அடிமைப்படுத்துகிற எந்த அதிகார அமைப்புக்கும் கட்டுப்படாது மனம் விரும்புகிற இடத்தில் பணியாற்ற வேண்டும் என்னும் சிட்டுக்குருவியின் சுதந்திர மனநிலையும்தான்.

ஆசிரியராகப் பணியாற்றும் 'மனுசி' நாவலின் கதைத் தலைவிக்கு வாடகை வீடு கிடைப்பதில் பெரும் சிக்கல். திருமணம் செய்துகொள்ளாமல் எந்த ஆணுக்கும் அடிமையாகாமல் தனித்து சுதந்திரமாக வாழ முடிவெடுத்துவிட்ட ராசாத்திக்குத் திருமணம் ஆகவில்லை என்பதைக் காரணம் காட்டி வீடு கிடைக்காத நிலை, கிடைத்த வீடுகளும் நிலைக்காத நிலையில் துரத்தப்பட்டுக்கொண்டே இருக்கிறார். வளவனூரில் ஒரு வீடு கிடைத்து அங்கிருந்து இரண்டு கி.மீ தொலைவுள்ள தன் பள்ளி இருக்கும் கொக்குபட்டி கிராமத்திற்குச் நடந்தே செல்லும் ராசாத்தி, வழியின் இயற்கையைக் காட்சிப்படுத்துகிறாள். அந்தக் காட்சி விவரிப்பில் மிகப் பொருத்தமாகத் தூக்கணாங்குருவியைக் கொண்டுவந்துவிடுகிறார் பாமா. "பனமரத்து ஓலைகள்ள தூக்கணாங்குருவி கூடுக கட்டிக்கிட்டு காச்சுப்பூச்சுன்னு சத்தம் போட்டுக்கிட்டு இருக்கும். காத்துல அந்தக் கூடுகளோட அந்த குருவி ஆடுறத பாக்கையில நம்மளும் அந்த குருவியாப் பிறந்திருக்கக் கூடாதா என்று ராசாத்திக்கு ஏக்கமா இருக்கும். நமக்கும் சொந்தமா ஒரு வீடு இருந்தா நல்லா இருக்கும்னு அடிக்கடி நினைப்பா அது மட்டுமில்லாமல் எப்படி எல்லாம் வீடு கட்டணும்னு கற்பனை செஞ்சுக்கிட்டு திரிவாஞ் அந்தக் குருவியோட சுதந்திர வாழ்க்கையை நெனச்சு நெனச்சு இவ சுகப்பட்டுக்கிருவா." வாடகை வீடு கிடைக்காத நிலையில் சொந்த வீடு பற்றிய கனவில் வாழும் பெண்ணுக்கு, தான்

செல்லும் வழியில் எதிர்ப்படும் தூக்கணாங்குருவியும் அதன் சொந்த வீடும், கூட்டோடு அது ஆடிக்கொண்டிருக்கும் காட்சியும் பாதுகாப்பான வீடு x சுதந்திர வெளி என்கிற இருமைக்கான குறியீடாக பாமா காட்டுகிறார்.

பாமாவுக்கு மட்டுமல்ல பாமாவின் கதைமாந்தர்கள் பலருக்கும் கூட குருவிகளைப் பிடித்திருக்கிறது. பொதுவாகவே அவர்கள் விலங்குகளிடமும் பறவைகளிடமும் பேசும், அவற்றுக்கு உணவு தரும், அவற்றை அரவணைக்கும் உயிர்நேயம் கொண்டவர்களாக உள்ளார்கள். ராசாத்தி பள்ளிக்குச் செல்லும் வழியில் "பனமரத்து அடில நின்னு குருவிகளப் பாத்துப் பேசிட்டுப் போவா" என்று எழுதியிருப்பது ராசாத்தி அல்ல; பாமா இப்படி எத்தனை நாள் மரத்தடியில் நின்று எப்படியெல்லாம் பேசியிருப்பார் என்றே வாசகனை யோசிக்க வைக்கிறது. அவருடைய புகழ்பெற்ற 'கிசும்புக்காரன்' கதையில் ஒரு காட்சி. புதியமுத்து அப்பா சோளம் விதைத்த வயலில் கதிர்கள் முற்றிய நிலையில் குருவிகள் கூட்டம் கூட்டமாகச் சோளக் கதிரைத் தின்ன வருகின்றன. காவல் காக்கச் சென்ற புதியமுத்து அவற்றை விரட்டாமல் உண்ணவிட்டதுமின்றி குருவிகளோடு பேசவும் செய்கிறான். "இந்தாக் குருவிகளே உங்களப் பார்த்தா பட்டினி இருக்குற மாதரி தெரியுது. எங்கம்மெ வந்தான்னா ஒங்களுக்கும் வசவு கிடைக்கும் எனக்கும் அடி கெடைக்கும். எங்கம்மெ வரமுன்ன கொஞ்சம் போல தின்னுட்டு ஓடிருங்க என்ன" பாமா விழையும் இந்தக் களங்கமற்ற நேசம்தான் அவரது பல கதைகளின் குறிப்பாக சிறுவர்களுக்கான கதைகளின் மையமாகவும் திகழ்வதைக் காண முடிகிறது. ஆனால், இத்தகைய மனிதர்களை அன்பானவர்கள் என்று பார்ப்பதற்குப் பதிலாக அவர்களைக் கிறுக்கர்களாக இந்தச் சமுதாயம் அடையாளப்படுத்தும் அவலத்தையும் சேர்த்தே பதிவு செய்கிறார்.

திருமணத்தைப் பற்றி நினைக்கும்போதெல்லாம் ராசாத்திக்கு ஒரு கனவு வரும். அந்தக் கனவைப் பற்றிய விவரிப்போடு 'மனுசி' கதையை முடித்திருப்பார் பாமா. வெளிவர முடியாத உயரமான சுவர்கள் கொண்ட தடித்த மரக் கதவுகளாலான கட்டடத்திற்குள்தான் நுழைந்துவிட்டது போலவும் வாசலில் மலையின் தோற்றம் கொண்ட ஒரு மனிதன் காவலுக்கு நிற்பதாகவும் உள்ளே வந்த யாரையும் அவன் வெளியில் செல்லவிடாமல் தடுப்பதாகவும் உள்ளே சென்ற பலரும் வெளியே வருவதற்கு எந்த முயற்சியும் எடுக்காமல் அடைப்பட்டுக் கிடப்பதாகவும் ஏதாவது ஒரு

வாசல் வழியே எப்படியாவது வெளியேறியே ஆக வேண்டும் என்கிற வெறி தன்னை விரட்டுவதாகவும் அப்படி ஓடி ஓடித் தேடியபோது மற்றொரு வாசல் வழியாகப் புதிது புதிதாய் பெண்கள் மண்டபத்திற்குள் மகிழ்ச்சியுடன் நுழைந்துகொண்டிருந்த நேரத்தில் அந்த வாசலில் காவலுக்கு இருந்த மனிதன் உள்ளே வந்துகொண்டிருந்தவர்களைச் சந்தோஷமாக கவனித்துக்கொண்டிருந்த சூழலைப் பயன்படுத்தித் தான் தப்பித்து வெளியே வந்ததாகவும் கனவை விவரிப்பார். திருமண உறவில் சிக்கிக்கொண்ட பெண்களுக்கும்தான் அவற்றிலிருந்து தப்பித்து வாழ்ந்துகொண்டிருப்பதற்குமான வாழ்க்கைக்குக் குறியீடு போல அமைந்த இந்தக் கனவை அவர் இப்படி முடித்திருப்பார. "அந்தக் கூட்டத்தினுள் புகுந்து திறந்திருந்த வாசலின் வழியே சட்டெனச் சிட்டுக்குருவியெனப் பறந்தோடி வெளியேறினேன். அதன்பின்தான் என்னால் இயல்பாக மூச்சுவிட முடிந்தது" திருமணம் என்கிற பேரில் தன் சுதந்திரத்தை இழக்க ஒருபோதும் தயாராக இல்லாத பாமா திருமணம் செய்துகொள்ள வற்புறுத்தப்பட்டும் பல அவமானங்களுக்கும் கிண்டலுக்கும் உள்ளாக்கப்பட்டும் பல பாலியல் சீண்டல்களுக்கு ஆளாக்கப்பட்டபோதும் கூட "எனது உடல் எனது பொக்கிஷம் அதனை மதிப்பற்ற ஒரு சதைப்பிண்டமாக மட்டுமே மாற்றி ஒரு ஆணின் பாலியல் தேவைகளை நிறைவேற்றிக்கொள்ளும் ஒரு ஆடுகளமாக்கிட நான் தயார் இல்லை. எனது உணர்வுகளின் உன்னதங்கள் மதிக்கப்பட வேண்டும் என நான் விரும்புகிறேன் அவற்றை உதாசீனப்படுத்தும் எந்த உறவும் எனக்குத் தேவையில்லை" என்ற நிலைப்பாட்டோடு தன்னைப் பிணைத்திருந்த அத்தனை கண்ணிகளிலிருந்தும் தப்பித்த தருணங்களை நினைக்கும்போதும் அது கனவாக இருந்தபோதும் கூட நம் பிடியில் அகப்படாது சட்டெனப் பறந்து தப்பிக்கும் சிட்டுக்குருவியின் விடுதலையே தன் விடுதலையாகக் கருதி பெருமிதம் கொள்கிறார் பாமா.

'மனுசி'யில் ராசாத்தியாகப் பயணித்த பாமா, 'விருட்சங்களாகும் விதைகள்' நூலில் மலர்விழியாக வலம் வருகிறார். தன் ஆசிரியப் பணியின் அனுபவங்களையும் தான் சந்தித்த மாணவர்களின் உடல் சார்ந்த உளவியல் சார்ந்த உணர்வுகளையும் எழுத்தாக்கியுள்ள பாமாவின் வகுப்பறைக் காட்சிகள் நம் கண்முன்னே விரிகின்றன. அவர் நினைவுகளில் எப்போதும் சிறகு விரித்து தன் சுதந்திர வாழ்க்கையைப் பிரகடனப்படுத்திக்கொண்டேயிருக்கும் குருவிகள் வகுப்பறைக்குள்ளும் பறக்கின்றன.

கொலை செய்யப்பட்ட தந்தை, தீக்குளித்து உயிரை மாய்த்துக்கொண்ட தாய், ஆதரவற்ற நிலையில் தற்போது ஹாஸ்டலில் சேர்க்கப்பட்டு தன் நான்காம் வகுப்புக்கு வந்து சேர்ந்திருந்த மாணவன் வேலுச்சாமி யாருடனும் பேசாமல் சோகம் ததும்பி நிற்கிறான். அவன் மனநிலையையும் அந்தச் சூழலையும் மாற்ற ஆசிரியர் மலர்விழி ஒரு பாடலை அபிநயத்துடன் மாணவர்களுக்குச் சொல்லித் தந்து பாட வைக்கிறாள். "கியா கியா குருவி நானே கியா கியா நீ பனை மரமே பனைமரமே சிறிய குருவி நான் மழைக்காலத்தில் தங்குவதற்கு இடம் தருவாயா? சிறகொடிந்த குருவியே நான் இடம் தரமாட்டேன் சிறகொடிந்த குருவியே நான் இடம் தர மாட்டேன்" என்று தொடங்கும் இந்தப் பாடல், தென்னைமரம், மாமரம், ஆலமரம் என்று ஒவ்வொரு மரத்திலும் அந்த சிறகொடிந்த குருவி இடம் கேட்பதாகவும் இறுதியில் ஆலமரம் இடம் தந்ததாகவும் பெரும் புயல் காற்றில் பனைமரம், தென்னைமரம், மாமரம் எல்லாம் வேரோடு சாய்ந்துவிட ஆலமரம் சுகமாக வாழ்ந்துவந்தது அதிலிருந்து சிறுகுருவி சிறப்பாக வாழ்ந்தது என்ற தன்னுடைய தொடக்கப்பள்ளி ஆசிரியர் சொல்லிக்கொடுத்த பாடலை மலர்விழி ஆசிரியர் பாடுவதாக பாமா குறிப்பிட்டிருப்பார். சிறகொடிந்த நிலையிலிருக்கும் வேலுச்சாமிக்குத் தன்னம்பிக்கை தருவதற்குக் கூட பாமாவுக்கு ஒரு குருவி பாடல்தான் முன்வந்து நிற்கிறது. இந்தப் பாடலைச் சொல்லிவிட்டு என்ன வேலுச்சாமி பாட்டு பிடிச்சிருக்கா என்று கேட்டதும் "குருவிய யாரு கல்லு விட்டு அடிச்சது" என்ற எதிர் கேள்வி கேட்ட இடம்தான் மாணவனின் உளவியலைப் புரிந்துகொள்ளவும் அதே நேரத்தில் ஒடுக்கப்பட்டவர்கள், தலித்துகள், பெண்கள் என அவரவர் பார்வையில் சமூகத்தின் மீது வைக்கும் விசாரணையாகவும் கதையைப் புரிந்துகொள்ள முடிகிறது.

'தவுட்டுக் குருவி' கதைத் தொகுப்பின் பல கதைகளில் இந்தக் குருவிகள் பற்றிய விரிவான தகவல்கள் இடம்பெற்றுள்ளன. இந்நூலுக்கு முன்னுரை எழுதிய வ.கீதா, 'விட்டு விடுதலையாகி' என்றேதான் அதற்குத் தலைப்பு கொடுத்திருப்பார். பாமாவும் தன் முன்னுரையில் "கனத்துப் போன என் வாழ்க்கையின் பல பக்கங்களை இலகுவாக்கி சிறகடித்து பறந்து திரிய என்னை பக்குவப்படுத்திய மாணவச் செல்வங்களுக்கு" என்று குறிப்பிட்டு நன்றியைத் தெரிவித்திருப்பார். 'வெறும்கூடு' கதை, முழுக்க முழுக்கக் குருவியை மையமாக வைத்து எழுதப்பட்ட கதை. ஒரு ஞாயிற்றுக்கிழமையின் காலை தொடங்கி மாலை வரை தன் வீட்டு

முற்றத்தில் இருந்த மாதுளை மரத்தில் குருவிகள் கூடு கட்டும் அழகை விவரித்திருப்பார். "தினம் தினம் அந்தக் குருவிகள் ரெண்டும் சந்தோஷமா பேசிக்கிட்டு இருக்கிறதைப் பார்க்கையில எனக்குப் பொறாமையா கூட இருந்துச்சு. எவ்வளவு சுதந்திரமா எவ்வளவு நிம்மதியா எவ்வளவு சந்தோஷமா எந்தக் கவலையும் இல்லாமல் உட்கார்ந்து பேசிக்கிட்டு இருக்குதுன்னு அடிக்கடி நினைப்பேன். நாம ஒரு வீட்ட கட்டுவதற்கு படாதபாடு படவேண்டி இருக்கிறது. அப்படியே கட்டுனாலும் கட்டுன பிறகு அந்த வீட்ட பராமரிக்கிறதுக்குள்ள பெரும்பாடா போகுது. இந்த குருவிகளுக்கு தான் அப்படி எந்த பிரச்சினையும் இல்லைன்னு நினைச்சேன் ஆனா அது சரியில்லை என்று சீக்கிரத்திலேயே தெரிஞ்சுகிட்டேன்" அந்தக் குருவிகள் கூட்டைக் காக்கா கூட்டம் வந்து கலைத்துப் போட்டுவிட்டது. ஆசை ஆசையாகக் கட்டிய கூட்டையும் அந்த இடத்தையும் துறந்து குருவிகள் இப்போது எங்கோ சென்றுவிட்டன. சுதந்திரமாகவும் அமைதியாகவும் வாழ்ந்து முன்னேறத் துடிக்கும் தலித் மக்களை வீழ்த்த நினைக்கும் அதிகார சாதிவெறிப் பிடித்த கயவர்கள், அண்மைக்கால வேங்கைவயல், நாங்குநேரி சம்பவங்கள் இவற்றுக்கான குறியீடாகப் பொருத்திப் பார்க்க இக்கதைகள் இடமளிக்கின்றன. இதே பொருண்மையில் தேன்சிட்டுகளைத் துரத்திவிட்டு அவற்றின் இடத்தைப் பிடித்துக்கொள்ளும் தவுட்டுக் குருவிகள் கதை, தலித்துகளுக்குள்ளேயே இருக்கும் உள்முரண்களுக்கான குறியீடாகப் புரிந்துகொள்ள முடிகிறது. இப்படி இன்னும் பல கதைகளில் நீண்ட விவரிப்பாகவோ அல்லது மின்னல் போல வந்து மறைவதாகவோ குருவிகளைக் காண முடிகிறது. நவீன புனைவுகளில் இவரளவு குருவிகளைத் தங்கள் படைப்புகளில் எழுதியவர்கள் நானறிந்தவரை யாரும் இல்லை என்பேன்.

"எனக்கு இருக்கிற தனித்துவத்தைப் பத்தியோ நான் அனுபவிக்கிற விடுதலையின் மகத்துவத்தை பத்தியோ இவங்களுக்கு என்ன தெரியப்போகுது. என் சிறகை விரித்து பறக்க எனக்கு இருக்கும் பறந்து பட்ட ஆகாயவெளியும் அண்ட சராசரங்கள் அத்தனையையும் அணைத்துத் தடையற்ற அன்பு செலுத்த தனக்கு கிடைத்த இந்த விலைமதிப்பற்ற வாழ்க்கையும் நான் நானாக இருக்க, இயங்க எனக்கு கிடைத்த இந்த அளவற்ற சுதந்திரமும் இதற்காக எனக்கு இருக்கும் கூடுதல் பொறுப்பும் இவர்களுக்குத் தெரிவதில்லை. தெரிந்து கொள்ளும் பக்குவமும் இல்லை என்றே தோன்றுகிறது தெரிந்தவர்களுக்கு என் மீது பொறாமை. தெரியாதவர்களுக்கு என் மீது

கழிவிரக்கம் அவ்வளவுதான்" திருமணம் வேண்டாம் என்று ஒரு பெண் தனித்து இயங்குவற்கும் கன்னியாஸ்திரி வாழ்வைத் தேர்ந்தெடுத்து அதை உதறித் தள்ளுவதற்கும் மேல்நிலைப் பள்ளி பணிக்குப் பின் மீண்டும் தொடக்கப் பள்ளி வருவதற்கும் எல்லோருக்கும் சாத்தியமில்லை. அது ஒரு விடுதலை அவாவும் மனநிலை. தன் சுதந்திர வாழ்க்கை குறித்து எப்போதும் பெருமிதம் கொள்ளும், தன் வாழ்வைக் குருவியின் சுதந்திர வாழ்வோடு பொருத்திக்கொள்ளும், தன் எழுத்துப் பயணத்தில் குருவிகளை உடனழைத்துக்கொண்டே திரியும் பாமாவை பாரதியின் வரிகளிலேயே இப்படி அழைக்கலாம் "சின்னஞ்சிறு குருவி போலே நீ திரிந்து பறந்து வா பாமா."

ஒதுக்கவும் ஓரங்கட்டப்படவும் முடியாத எழுத்தாளுமை
முதுமுனைவர் மு.ஐயப்பன்

ஒதுக்கவும் ஓரங்கட்டப்படவும் முடியாத அளவிற்கு 1990களுக்குப் பிறகு தமிழ் இலக்கியத்தின் எல்லா வடிவங்களிலும் தலித் சமூகச் சிந்தனையாளர்கள், படைப்பாளிகள் உள்ளிட்ட யாவரும் தங்களது எழுத்துகளை அதிக வீச்சோடு இன்றளவும் பதிவு செய்தே வருகின்றனர் என்றால் அதன் தொடக்கமாக, தமிழகத்தைப் பொறுத்த அளவில், பாமாவே முதல் தலித் பெண் எழுத்தாளுமையாக முன்னிற்கிறார். இவர் எழுதிய 'கருக்கு' என்ற தன்வரலாற்று இலக்கிய வடிவம்தான் தலித் இலக்கிய அணுகுமுறையில் அதுவரையிலும் புரையோடிக் கிடந்த பழைய எழுத்து முறையியலை அப்புறப்படுத்தி, தற்போது வரை புதிய புதிய மாற்றங்களைக் காலத் தேவைகளுக்கு ஏற்றவாறு இலக்கிய வடிவச் சோதனைகளின் வழியாகத் தொடர்ந்து நிகழ்த்திக்கொண்டே இருக்கிறது. அந்த வகையில், தமிழில் மரபான இலக்கிய வடிவங்களுக்கு மாற்றாக, வடிவத்தில், உள்ளடக்கத்தில், மொழி நடையில் என எல்லா வகையிலும் புதிய படைப்புகளை, சமகாலச் சமூக அரசியல் - சமூக விடுதலை - சமூக (பாலின) சமத்துவம் போன்றவற்றைக் கூர்மைப்படுத்தும் நோக்கோடு, சோதனை முறையில் செய்து பார்த்து அவற்றில் வெற்றியும் பெற்ற வகையில் முதலில் பாமா, ராஜ் கௌதமன், கே.ஏ.குணசேகரன், விடிவெள்ளி போன்றவர்கள் தலித் இலக்கிய உலகத்தின் ஆளுமைகள் என்பது குறிப்பிடத்தக்கது.

மேற்குறித்த நால்வரும் தமது அனுபவங்களின் ஊடாக, ஒடுக்குதலுக்கு உள்ளாக்கப்பட்ட வாழ்வியல் பாடுகள் குறித்து உரக்கப் பதிவு செய்து, பன்னெடுங்காலமாகவே சுயச் சமூக வரலாற்றைப் பறிகொடுத்து நிற்கிற சமூகத்தில், தமக்கான சுய வரலாறைக் கட்டமைத்ததின் மூலமாக, ஒட்டுமொத்தச் சமூகத்தின் வரலாற்றையே மீட்டெடுப்பதற்கான தூண்டுகோலாகவும் திறவுகோலாகவும் படைப்புத் தளத்தில் மிகச் சரியான கோணத்தில், சரியான நேரத்தில் காத்திரமான வினைகளை ஆற்றியிருக்கிறார்கள். இப்படியொரு வினையாற்றுதலைத் தனக்குத் தெரியாமலேயே (ஒருவேளை தெரிந்தும் கூட) பாமா தனது எழுத்துப் பிரவாகத்தின் வழியாகத் தொடங்கியிருக்கிறார். வரலாற்றை மீள் கட்டமைப்பு அல்லது மீட்டுருவாக்கம் செய்ய வேண்டிய அவசரக் காலக்கட்டத்தில் இன்று நாம் பயணித்துக்கொண்டிருக்கிற நெருக்கடியான சூழலில், பாமாவின் தொடக்கக் காலத்தை நாம் கொண்டாடித்தான் ஆக வேண்டும்.

மட்டுமின்றி, தமிழிலக்கிய வரலாற்றின் ஒரு காலக்கட்டம் வரையிலும் மேல்சாதி இலக்கியவாதிகளிடமும் இடைநிலைச் சாதி இலக்கியவாதிகளிடமும் மட்டுமே சிச்கிக்கொண்டிருந்த வரலாற்றை எழுதுதல் (சுயவரலாறு ஓ சமூக வரலாறு × பிறர் வரலாறு) என்ற எழுத்துரிமையானது, இன்று அடித்தள + விளிம்பு + அதிவிளிம்பு நிலை சார்ந்த படைப்பாளர்கள் வேண்டும் விடுதலையை வென்று எடுப்பதற்கான, பேச விழைகிற அரசியலை முன்வைப்பதற்கான, சுயவரலாறுடன் சமூக வரலாற்றையும் புதிதாய் கட்டமைப்பதற்கான ஓர் அறிவாயுதமாகத் தவழ்கிறது என்றால் அதற்குத் தொடக்கக் காலத்தில் ஒடுக்கப்பட்டச் சமூக மக்களின் பண்பாட்டு, கலாச்சார, வாழ்வியல் வரலாறுகளை மீட்டுருவாக்கம் செய்வதற்கும் புனரமைப்பதற்கும் உரிய எளிய செயல்திட்டத்தை மாற்று அரசியல் வழித்தடத்தில் நின்று உருவாக்கியதோடு, தன்னிலையை முன்னிலைப்படுத்தித் தருவதும், நகர்த்துவதும் காலத்தின் கட்டாயம் என்று உரக்கக் கூறி தலித் இயக்கத்தின், தலித் இலக்கியத்தின், தலித் அரசியலின் வரலாற்றைப் புதிதாய் வடிவமைத்த வகையில் பாமாவை நிச்சயம் கொண்டாடியே ஆக வேண்டும்.

தொடக்கக் காலத் தமிழ்ச் சமூகக் குடிவரலாறு, தமிழ்ச் சமூக அரசியல் வரலாறு, இயக்க வரலாறுகளென எல்லாவற்றையும் உற்று நோக்குகிறபோது, ஒருகட்டத்தில் காந்தியின் அரிசன இயக்கத் தோல்வி, அம்பேத்கர்

நூற்றாண்டு விழாக் கொண்டாட்டங்களின் எழுச்சி, மண்டலின் இட ஒதுக்கீட்டு அரசியல், பொதுவுடைமை இயக்கங்களின் உலகளாவியத் தோல்வி அல்லது பின்னடைவு, பெரியார் இயக்கம் ஏற்படுத்திய பெருத்த ஏமாற்றம் எனப் பல முனைகளிலிருந்தும் தமிழக அரசியலில், சமூக அரசியலில் ஏற்பட்ட வரலாற்று மாற்றங்களே, திருப்பங்களே **1990**களில் தலித் சமூக மக்களின் இருப்பையும் இயக்கத்தையும் குறித்த சிந்தனைத் தெளிவுகளையும், இலக்கியப் படைப்பாக்க அரசியல் நகர்வுகளுக்கான வரலாற்றுத் தேவைகளையும் தீர்மானித்தன. இப்படியான சூழலில்தான் தன் வரலாறைத் தானே கட்டமைத்து எழுதுதல் என்ற செயல்பாட்டின் மூலமாக **90**களுக்குப் பிந்தைய தலித் ஆளுமைகளின் பட்டியலில் பெண் ஆளுமையாக பாமா முன்னத்தி ஏராக முதலிடத்தில் இருக்கிறார். ஒட்டுமொத்தச் சமூக மக்களின் உணர்வு வெளிப்பாட்டிற்கான வடிகாலாகவும், இந்திய - தமிழகச் சாதியச் சமூக அமைப்பிற்கு எதிரானவர்களின் கலகக் குரலாகவும் தனது சொந்த மொழியில் பாசாங்குகளின்றிப் பேசியும் புனைவுகளின்றி எழுதியும் வருகிற உரத்தக் குரலுக்குச் சொந்தக்காரர் பாமா.

தனக்கான எதிர்புணர்வைச் சுயமாக வெளிப்படுத்துவதற்கும் தோலுரித்துக் காட்டுவதற்கும் உரிய கூராயுதமாக எழுத்தே இருக்கிறது என்றும், தான் விரும்புகிற விடுதலைக்கான தேடலின் பிரதான வாயிலாகவும் இருக்கிறது எனவும் எப்போதும் சொல்லிவருகிற பாமா, அடித்தளத்தில் இருக்கிற மண்ணின் எளிய மக்கள் மீதான ஆதிக்க, அதிகாரப் படிநிலைச் சாதியச் சமூகக் காழ்ப்புணர்ச்சிகளை, முரண்பாடுகளை, மூர்க்கத்தனங்களையெல்லாம் தனது அகத்திற்குள் அடைத்து வைத்துக்கொள்ளாமல், புறச் சாதீய மன அடைப்புகளெல்லாம் தெறித்து விழுகிற அளவிற்கு உரத்தக் குரலில் தொடர்ந்து பேசியும் எழுதியும் வருகிற செயலில் நிற்காமல் ஓடிக்கொண்டே இருக்கிறார்.

தனக்கேயுரிய சமூக வயப்பட்ட மொழி நடையும், வழக்குச் சொல்லாடல்களும் கைவரப் பெற்ற நிலையில், வடிவவியல் சோதனை ரீதியில் தலித் மொழியையும், தலித் பெண்ணிய மொழியையும் அடி உரமாகக் கொண்டு, அதன் அடித்தளத்திலிருந்து வேர்பிடித்து மரமாகி பெரும் விருட்சமாகப் படைப்புலகில் பரந்து விரிந்து இன்றளவும் கிளைகளைப் பரப்பிக்கொண்டிருக்கிறார். இவரது பாத்திரங்களின் எதிர்ப்புணர்வுக் குரலை நேரில் கேட்பது போன்ற மன உணர்வுடன் வாசிக்கிறபோது நமக்குள்ளும் அந்த வெள்ளந்தியான எதிர்ப்புணர்வுகளின்

தாக்கங்கள் இயல்பாகவே வந்துவிடுவதைக் காண முடியும். இப்படியான தாக்கங்களை அனைத்துத் தரப்பிலும் இருக்கிற பரந்துபட்ட வாசகர்களின் மனதில் பதியனிட்டன பாமாவின் எழுத்துகள். அதனால்தான் இன்று பாமா இந்திய இலக்கிய உலகெங்கும் தனித்துத் தெரிகிறார்.

இதற்கு மிகச் சிறந்த முன்உதாரணமாக **1992**இல் பாமா எழுதிய 'கருக்கு' படைப்பை முன்னிறுத்தலாம். இப்படைப்பு பல்வேறு ஆய்வுச் சோதனைகளை எல்லாம் தாண்டித்தான் லஷ்மி ஹோம்ஸ்ட்ராம் என்பவரால் ஆங்கிலத்தில் மொழிபெயர்ப்பு செய்யப்பட்டது (நூலின் தலித் குரலிலான உரைநடைப் பேச்சு மற்றும் வழக்கு மொழிநடை ஆக்கத்திற்காகவே). **2000**இல் கிராஸ் வேர்ட்ஸ் புக் விருதையும் வென்றது.

தலித் மக்களின் அதிலும் தலித் பெண்களின் எதிர்ப்புணர்வை உள்ளவாறே காட்டுவதற்கும், கவனப்படுத்துவதற்கும் கிடைத்திருக்கிற ஒரே கூராயுதமாக, போராபத்துகள் மிகுந்த அரசியல் மற்றும் பண்பாட்டுச் சூழல்களிலிருந்து தன்னைத் தானே தற்காத்துக்கொள்வதற்கு உதவுகிற கேடயமாகத் தொடர்ந்து எழுதுவதை மட்டுமே பிரதானப்படுத்துகிற பாமா, எழுதுவதால் மட்டுமே சாதீயச் சமூகக் காழ்ப்புணர்ச்சிகளை, பாலியல் அத்துமீறல்களை, சுரண்டல்களை, சமூக உள் முரண்பாடுகளை, இன்னபிற கொடுமைகளை, இருட்டடிப்பகளை எல்லாம் உலக அரங்கின் கவனத்திற்கு எடுத்துச் செல்ல முடியும் என்ற நம்பிக்கையில்தான் விருதுகளை எல்லாம் தாண்டி, சமூகப் பொதுநோக்கோடு தன்னளவிலான வினைகளை மக்களுக்காக முன்னெடுத்து வருகிறார்.

ஏராளமானப் புகழைப் பெற்றுவிட்டபோதும் எந்தப் புகழ் வெளிச்சமும் பாதிக்காததால்தான், இன்னும் மேலதிகமாய் தன் இனத்திற்காகவும் ஒட்டுமொத்தச் சமூகத்திற்காகவும் தொடர்ந்து பாமாவால் எழுதவும் களத்தில் உழைத்துக்கொண்டிருக்கவும் முடிகிறது. எளிய ஆசிரியராக, எளிய மனுஷியாக எல்லாவிதமான வலிகளையும் உணர்ந்த தலித் பெண்ணாகத் தன் மக்களின் சமூக விடுதலைக்கு அறிவார்ந்த எழுத்து அரசியல் தளத்தில் நின்று தன்னால் ஆனதைத் தொடர்ந்து செய்துவருகிறார். தனது எழுத்துலக அங்கீகாரங்களைத் தலித் இலக்கியத்திற்கான அங்கீகாரமாக மட்டுமல்லாமல், ஒட்டுமொத்த தலித் மக்களுக்கான அங்கீகாரமாகவே எப்போதும் கருதுகிறார்.

இறுதியாக, பாமாவின் எழுத்துகளில் நிறைய கெட்ட வார்த்தைகள் இடம்பெறுவதாக விமர்சனங்கள் இருக்கின்றன. எளிய மக்கள் மீதான வரலாற்று வன்மங்களை, வலிகளை, வேதனைகளை, மனக் குமுறல்களை எழுத்தில் விவரிக்கையில் எப்படி நல்ல வார்த்தைகள் வரும் என்று ஒரு கூறுபாடற்ற கூட்டம் எதிர்பார்க்கிறது என்று விளங்கவேயில்லை. அதிலும் இந்தக் கேடுகெட்டச் சமூகக் கோரப்பிடிகளிலிருந்து தலித் பெண்கள் தங்களை உடல் ரீதியாகவும் மன ரீதியாகவும் தற்காத்துக்கொள்ள கெட்ட வார்த்தைகள்தானே உடனடி ஆயுதமாக இருக்கின்றன. வரலாறு கடந்த நிலையில் அடித்துக்கொண்டே இருப்பவன் கெட்ட வார்த்தைகள் பேசுகிறபோது, அடிவாங்கிக்கொண்டே இருப்பவர்களிடமிருந்து எப்படி நல்ல வார்த்தைகள் எதிர்பார்க்க முடியமோ தெரியவில்லை. ஆனால், இப்படியான அறிவற்ற விமர்சனங்களைப் பொருட்படுத்தாமல் தலித் பெண்களுக்கு மட்டுமல்லாமல் எல்லாப் பெண்களுக்கும் கெட்ட வார்த்தைகள்தான் தற்காப்பு ஆயுதமாக இருக்க முடியும் என்று சொன்ன மிக முக்கியமான பெண் படைப்பாளுமை பாமா.

சாதிப் போராட்டங்கள், சமூகநீதிக்கான இடஒதுக்கீட்டுக் கிளர்ச்சிகள், பொருளாதாரச் சமத்துவத்தைப் பற்றிய போராட்டங்கள், இன்னபிற அரசியல் நகர்வுகளுக்கான கிளர்ச்சிகள் போன்றவற்றோடு இணைத்துச் சிந்திக்க வேண்டிய தலித் இலக்கியங்களின் உருவாக்க வரலாற்றில் இருபதாம் நூற்றாண்டிற்குப் பிறகான மிகப் பெரும் பரபரப்பு என்பது தமிழிலக்கிய நெடும் பரப்பில் (தொடக்கம் மராட்டியம் & கர்நாடகம்) இன்றளவும் அதிகப்பட்டுக்கொண்டேதான் இருக்கிறது.

அந்த வகையில், 90களின் தொடக்கத்தில் முத்திரைப் பதித்த பாமா, எழுத்துகளில், பனங்கருக்குப் போல அவரை அறுத்து ரணமாக்கிய நிகழ்வுகளையும், அவரை அறியாமையில் ஆழ்த்தி மூச்சு திணற வைத்த சாதிய ஆதிக்கக் கோரமுகங்களின் வெறியாட்டங்களையும் உடைத்தெறிந்து, விடுதலை பெற வேண்டும் என்று இவருக்குள் எழுந்த சுதந்திரச் சிந்தனைகளைச் சார்ந்துதான் இவரது எழுத்தாக்க முயற்சிகள் தொடக்கத்தில் கலவையான வடிவத்தில் வெளிவந்தன.

அன்று தொடங்கி இன்றுவரை பாமா கலாச்சார ஒடுக்குமுறையாளர்களிடம் முடங்கிக் கிடந்த மொழியை மீட்டெடுத்து, மொழியின் அடிப்படைச் சக்தியாக இருக்கிற மண்ணின் மக்களது மொழியில் தலித் மக்களின்

அடையாள வரலாற்றை, சமூக வரலாற்றை மறு கட்டமைப்பு செய்வதற்கும் அவர்களின் சமூக விடுதலையை முடக்கியவற்றின் மீதான எதிர்ப்பைக் கட்டமைப்பதற்கும், மக்களுக்கான விடுதலையை வென்றெடுப்பதற்கான அரசியலைக் கூர்மைப்படுத்துவதற்கும், தலித் பெண்களாலும் படைப்பிலக்கியத் தளத்தில் மாற்றத்தை விளைவிக்க முடியும் என்று நிரூபித்துக்கொண்டிருக்கிறார்.

குரல் விருது, தலித் முரசு இலக்கிய விருது, கிராஸ் வேர்டு விருது, 2024ஆம் ஆண்டிற்கான ஔவையார் விருது எனப் பல்வேறு விருதுகளைப் பெற்றிருக்கிற பாமாவின் தனிச் சிறப்பு என்பது, மண்ணின் மக்களது இயல்பான பேச்சு வழக்கில் பாசாங்குகளற்ற எழுத்துப் படைப்பை உருவாக்குவதுதான். அதனால்தான் ஆங்கிலம், பிரெஞ்ச் என இவரது நூல்களும், 'இந்தியா டுடே' இலக்கிய மலரில் வெளியான 'அண்ணாச்சி' சிறுகதை மட்டும் பதினாறு இந்திய மொழிகளில் மொழிபெயர்ப்பு செய்யப்பட்டிருக்கிறது.

மேடுகளும் பள்ளங்களுமான மேய்ச்சல் நிலத்தின் கதைகள்
முனைவர் து.முத்துக்குமார்

எங்கள் மண்ணின் மூதாதை பாமாவின் கதைகளை வாசிக்கையில் வ.புதுப்பட்டியின் நிலக்காட்சிகள் மனதில் ஊடுருவி நிற்பதில் எனக்கு ஆச்சரியம் இல்லை. பாமாவின் சகோதரர் ராஜ் கௌதமன், இலக்கிய வெளிவட்டம் ஜனக ப்ரியா, ஆய்வாளர் ஜெகநாதன் என நான்கு இலக்கிய ஆளுமைகள் பிறந்த மண் அது. புதுப்பட்டியில் நான் அதிகம் அலைந்து கிடந்தது இலக்கிய வெளிவட்டம் ஜனக ப்ரியாவோடுதான். அவர்தான் எனக்கு பாமாவையும் ராஜ் கௌதமனையும் அறிமுகப்படுத்தினார். அவர்களின் எழுத்துப் பற்றி எங்களோடு நிறைய பேசியிருக்கிறார்.

பாமாவின் 'கருக்கு', 'சங்கதி', 'வன்மம்' ஆகிய மூன்று நாவல்களையும் மாணவப் பருவத்திலேயே வாசித்திருந்தாலும் சிறுகதைகள் தனி வடிவமாகப் பரிணமித்து நிற்பதைக் காண முடிகிறது. 'ஒரு தாத்தாவும் எருமையும்' தொகுப்பில் உள்ள கதைகள் கனம் கொண்டவையாகவும் அந்நிலத்தில் அறிய முடியாத துயரங்களை விதைக்கும் எல்லையற்ற வானமாகவும் நீள்வதனை உணர முடிகிறது. 'பணக்காரி' முதல் 'எகத்தாளம்' வரையிலான முப்பது கதைகளை வாசித்து முடிக்கையில் கார்ல் மார்க்ஸின் 'கூலி விலை லாபம்' என்னும் நூல் அடிக்கடி நினைவில் வருகிறது, ஏறத்தாழ எல்லாக் கதைகளையும் வாசித்து முடிக்கையில் மார்க்ஸின்

அந்நூல் நினைவில் வருகிறது. எளிய மக்களின் உழைப்பிலும் வியர்வையிலும் விளைந்த கதைகள் பாமாவினுடையது. பறிகொடுத்தலும், இயலாமையும், உள் ஒடுங்குதலும், மனக்குமுறலும், கூலிக்கு மிஞ்சிய உழைப்பினைக் கொட்டும் உடலும், சுரண்டலும், நிலைகுலைந்த கனவுகளும், எத்தகைய இழப்பினையும் செறித்துக்கொண்டு உழைப்பின் வழி ஓடும் இந்த எளிய மக்களின் வாழ்வினைப் பேசுபவையாக இக்கதைகள் விரிகின்றன.

கதைகளில் நிரம்பி வழியும் இரத்தமும் சதையுமான மொழி சாதாரண மொழி நடையில் அசாதாரணமான வாழ்வியலைப் பேசுகிறது. கதைகளில் நேரும் வாழ்வையும் வலியையும் நாம் உணர்வதற்கு மொழியில் போதாமை உள்ளது என கதைகளின்மீது பழிப்போட்டு வாசகன் நகர முடியாது. அழுந்தி அழுந்தி வாழ்ந்த மனிதர்களின் மனதில் முளைக்கும் சொற்களைத் தொண்டைக் குழியிலிருந்து வெளியேற்ற இயலாத மக்களின் வாழ்க்கையை வாசகன் உணரத் தலைப்பட வேண்டும். மற்றவர்கள் ஒருபோதும் சந்திக்காத இழப்பு, மற்றவர்கள் ஒருபோதும் வாழ விரும்பாத வாழ்வு, நாம் மனதளவில் கூட ஏற்க இயலாத மனவலி வேதனைகளைக் கதைகள் அந்நிலத்திலிருந்து விளைவிக்கின்றன. பாமாவின் மொழிநடை நம்மோடு பேசி துயரின் கனத்தினை ஏற்றிவிட்டுச் செல்கிறது. நாம் அந்தக் கணத்தில் நிற்கிறோம், மொழி கலைந்து செல்கிறது.

'தாவணி' எனும் கதை செல்லக்கிளி எனும் இளம் பருவத்துப் பெண்ணின் படுகொலையை எதிர்த்துக் கேட்க முடியாத வாழ்நிலையை முன்வைக்கிறது. பெற்ற மகளின் உயிர் பிரிந்து செல்வது என்பது வெறும் ஒருநாளின் மாற்றமாக நடந்து வழக்கமானதாக நகர்ந்து செல்லும் கதையை பாமா எளிய சொற்களில் முன்வைக்க, நாம் நெடுநேரம் அச்சொற்களிலிருந்து வலியின் குரலைக் கேட்க வேண்டியுள்ளது. உயிர் ஒடுக்கும் சுரண்டலை உணர்ந்தும் அதை எதிர்த்துக் கேள்வி கேட்க இயலாத தன்மையை, வாழ்வோட்டத்தினை ஈடு செய்வதற்காக மாலாண்டி போன்ற கதாபாத்திரங்கள் தங்களின் மனநிலையை தாவரங்கள், விலங்குகளின் ஊடான மொழியாடல்களின் மீது கவனத்தை விதைக்கிறார்களோ என்கிற சிந்தனை கதைகளில் இருந்து நமக்கு வராமல் இல்லை.

'அந்தக்காலம்' போன்ற கதைகளில் காலம் மாறிய சூழலில் தனது உரிமைகளுக்கு அழுத்தம் தந்து கேள்வி கேட்கும் மனோபாவத்தை வளர்த்துக்கொண்ட சமூகம் ஊர்களில் வேகமாக வளர்ந்துவருவதினை

கதை சொல்லல் வழி அறிகிறோம். காலமும் வெளியும் ஊருக்குள் கொண்டுவந்து சேர்க்கும் கல்வி சார்ந்த விஷயங்கள் ஒருதலைமுறை இடைவெளியில் பெரும் மனமாற்றங்களை உருவாக்கியிருப்பதனைப் பார்க்கலாம். இயலாமை மெல்ல அறுந்து மாலாண்டி, மாசாணம் போன்ற எதிர்மொழி பேசும் கதாபாத்திரங்கள் கதைகளில் வருகிறார்கள். அடுத்த தலைமுறைகளில் ஏற்படும் மாற்றம் மனதில், உடல் மொழியில், பேச்சு மொழியிலும் மாற்றங்கள் செய்துள்ளன என்பதனை பாமாவின் உரையாடல் மொழியில் அவதானிக்க முடிகிறது. அதிகாரம் செலுத்தும் சமூகம் ஒடுக்கப்பட்ட மக்களின் மெலிதான உடல் அசைவிலும் கூட அதிகார எதிர்ப்பினைக் கண்டுவிட்டால் அவ்வுடலினை ஒடுக்குவதற்கான அத்தனை வழிகளையும், எளிய மக்களுக்கு எதிரான சிதைவுகளையும் செய்வதைப் பார்க்க முடியும். எளிய மக்களுக்கு எதிரான அதிகாரத்தின் ஆயுதங்களில் ஒன்று காவல்துறை.

புதுப்பட்டி மண்ணில் நான் சிறுவயது முதல் கேள்விப்படும் செய்தி 'வ.புதுப்பட்டியில் இரு சமூகத்திற்குள் மோதல்; போலீஸ் வந்து வன்முறையை ஒடுக்கினார்கள்' என்பதுதான். பாமா தனது 'வன்மம்' நாவலில் இவ்விஷயத்தினைப் பேசியிருந்தாலும் 'எகத்தாளம்' சிறுகதையில் காவல்துறையின் வன்முறை பொருளாதாரத்திலும், சாதியப் படிநிலைகளிலும் கீழ்ப்பகுப்புகளில் வைக்கப்பட்டுள்ள மக்கள் மீது தன் கோரமான முகத்தினைக் காட்டும் என்பதை அறிய முடிகிறது. வாழ்வினை இழந்தவர்களும், கல்வியை இழந்தவர்களும், துணையை இழந்தவர்களும், பெற்றோரை இழந்தவர்களும், என எத்தனை துயரங்களை ஒரு கதையில் அடுக்குகிறார். கதைக்குள்ளே வரும் ஒரு வரி "மனுசன அடிக்கிறது கெணக்காவா அடிக்கான்? அடங்காத சண்டி மாட்டங்கூட நாம அந்த அடி அடிக்க மாட்டோம்"

விதிகளை மீறும் உடல்களாகத்தான் அதிகாரத்தின் ஆயுதங்கள் நம்மை நடத்தும் என்பதை 'எகத்தாளம்' கதையின் மூலம் அறிய முடியும். வாழ்வாதாரங்களுக்கான போராட்டம் தினந்தோறும் அவர்களை வழிநடத்துகிறது. எனக்கான உணவினை, வாழ்வாதாரத்தினை என்னால் எடுக்க இயலாமல் என் கைகள் கட்டப்படும்போது கட்டுகளை மீறி எனக்கானதை எடுப்பேன் என்பதை இச்சமூகம் களவு, வன்முறை என்று சொன்னால், அக்களவினை, வன்முறையினை நான் மீண்டும் மீண்டும் செய்வேன் என்பது மக்களின் நியாய ஒழுங்காக மாறுகிறது. ஆதிக்கச்

சாதியால் புறக்கணிக்கப்படும் மக்களை, கருணையினால் ஆன தேவ மகனின் கிளைத்தூதுவர்கள் கூட மீட்கவும் இல்லை; இரட்சிக்கவும் இல்லை. மாறாக அவர்கள் துவேஷம் செய்கிறார்கள்; வஞ்சிக்கிறார்கள். அதிகாரத்திற்கு எதிராக இருக்க வேண்டிய கருணை அதிகாரத்தினை ஆடையாகக் கொண்டுள்ளதனை 'வாய்த்த சீவன்' கதையில் ஆதிக்கம் தனது அதிகாரத்தினைக் காப்பாற்ற அது அவர்களை அழிக்கவும் தயங்காது என்பது நிரூபணமாகிறது. உழைப்பு சுரண்டப்படுவதை அறியாத 'வேங்கையன்' போன்ற பாத்திரங்கள் விலங்குகளையும் தாவரங்களையும் பயன்பாட்டு நோக்கோடு காணாமல் தன் வாழ்வில் ஒரு பகுதியாகக் காணுவது, அதனை லாப நோக்கில் உருவாக்கும் முதலாளிகளுக்கு வேங்கையனும் ஆடுகளும் பயன்பாட்டுப் பொருள்தான். பாமாவின் கதைகள் நெடுகிலும் சாதிய அதிகார வன்முறையையும், உழைப்புச் சுரண்டலையும், அன்றாட வாழ்க்கை பாடுகளையும் கேலிகளாலும், எதிர் வசவுகளாலும், வெசனங்களாலும் பாத்திரங்கள் கடந்து செல்கின்றனர். மேலும் புதுப்பட்டி நிலத்தின் பாடுகளை மட்டுமல்லாமல், வேறு பகுதிகளில் நிகழும் பெண் சிசுக்கொலைக்கு எதிரான மனநிலைகளையும் அக்கதைகள் பேசுகின்றன.

நெல் விளையும் நிலமெல்லாம் இன்று தோப்புகளாக மாற்றப்பட்டு விவசாய உற்பத்தியும் அது சார்ந்த வாழ்வாதாரங்களும் பாதிக்கப்பட்டு விவசாயக் கூலிகள் இல்லாநிலை ஏற்பட்டுள்ளதனை, இரண்டாயிரத்துக்கு முன்பே பாமா தனது கதைகளின் வழியே பேசிவிட்டார். இன்று நூறு நாள் வேலைத்திட்டம் மூலமாக விவசாய வேலைகள் உற்பத்தி சாரம் இல்லாமல் ஆகும் நிலைமைகள் நம் கண் முன்னாலேயே அரங்கேறிக்கொண்டிருக்கின்றது. ஆணுக்கு நிகராக வயக்காட்டு வேலை செய்யும் பெண்ணுக்குச் சமமான கூலியின்மை பிரச்சினையையும் 'அதென்ன நியாயம்' சிறுகதையில் சுட்டிக்காட்டுகிறார். ஏதும் அற்றவர்களின் இறுதிநிலை என்பது போராட்ட வடிவம்தான் என்பதையும் இக்கதை கூறுகிறது.

பாமாவின் கதைகளில் வட்டார வழக்கு என்பது வெறும் கதைகளையும், கதைமாந்தர்களின் உணர்வுகளையும் சுமந்தலையும் வார்த்தைகள் அல்ல. நம் நிலத்தின் சாட்சிகளான மக்களை அவர்களின் மொழியிலேயே வாசிக்கையில் அதில் எந்த வட்டார வாசகமும் தனித்து இருக்க முடிவதில்லை. நம்மை அறியாமல் அது பெரும் ஆசுவாசத்திற்குள் அல்லது மனவிடுதலைக்குள் கொண்டு செல்கிறது.

ஆனால், வடிவம் கலையாகும் அம்சங்கள் என ஆய்வு நிகழ்த்தினால் பாமாவின் கதைகளுக்குள் அந்த அம்சங்கள் குறைவுதான். சம்பவங்களாக எஞ்சிநிற்கும் கதைகள் இதனுள்ளும் உண்டு. ஆனால், கதைகளின் ஜீவன் ஒருபோதும் தடைப்படவில்லை. அன்றாட வாழ்வு பீடிக்காது அதனைக் கடந்த வாழ்வாக நம்முடைய வாழ்வு இல்லை. உழைக்கும் மக்கள் அன்றாடம் கடந்து செல்லும் வாழ்வு அவர்களின் இழப்பினாலானது, அவமானங்களால் ஆனது, கேள்விகளால் ஆனது, அழுகையாலும், நிராதரவான தனிமையினாலும், கனவுகளினாலும், கோபத்தினாலும் ஆனது. அதனை மனதில் புடம் போடாமல் அவர்கள் வாழ்வின் மணம் சுமந்துள்ள சொற்களை உணராமல் நாம் கடக்க முடிவதில்லை என்பதே உண்மை. அவ்வகையில் பாமாவின் கதைகள் நம் வாழ்வோடு கலந்த கதைகள்.

கருக்கு: கருத்துச் சுதந்திரத்திற்கான இலக்கியப் பிரதி

முனைவர் பெ.கலைவாணன்

அம்பேத்கர் நூற்றாண்டு தமிழகத்தில் பற்றி படர்ந்த தருணத்தில் இலக்கியமும் அதற்கு ஆட்பட்டது. ஒடுக்கப்பட்டவர்கள் அரசியல் ரீதியாகத் தங்களைத் தலித் என்று அழைத்துக்கொண்டனர். இலக்கியத்திலும் அதுவரை யாரும் கூற மறுத்த தலித் இலக்கியம் என்ற வகைப்பாட்டை பாமா முதன்முதலில் கூற ஆரம்பித்தார். 1992இல் அவரால் எழுதப்பட்ட 'கருக்கு' எனும் தன்வரலாற்று நாவலைத் தலித் இலக்கியம் என அறிவித்தார். அதன் பின்னர் 'கருக்கு' நாவலும் பாமாவும் தவிர்க்க முடியாத ஆளுமையாக 32 ஆண்டுகள் கடந்து விவாதிக்கப்படுகின்றனர்.

பாமாவின் வருகைக்கு முன்னரான தமிழ் இலக்கியங்கள் பல்வேறு கடினமான பாடுபொருள்களை எடுத்துப் பேசியது; பெண்களின் உணர்வு நிலையை ஆண் பார்வையில் பேசியது; குடும்ப வாழ்வின் சிதிலங்களை விவாதித்தது; தொழிலாளர்கள் பிரச்சினையை வர்க்க நிலையில் இருந்து எழுதிப் பார்த்தது; தான் கண்டெடுத்த பண்பாடுகள் மட்டுமே தமிழ்ப் பண்பாடு என்று அகமகிழ்ந்தது. இன்னும் சில இலக்கியலாளர்கள் மனிதனின் ஆழ்மன ரகசியங்களைக் கூட அறிய முற்பட்டனர். ஆனால், தமிழ் இலக்கியம் சாதி குறித்துப் பேசுவதற்கு அஞ்சியது அல்லது தயங்கியது. இதுதான் மைய நீரோட்ட இலக்கியமாகும். மைய நீரோட்ட இலக்கியப் பதிவுகளை மீறும் வகையில் கரிசல் இலக்கியம், வட்டார இலக்கியம், எதார்த்தவாத இலக்கியம் ஆகியவை உருவாயின. வட்டார ஜாதிகளின் பெருமைகளை இவ்விலக்கியங்கள் முன்மொழிந்தன. தலித்

கதாபாத்திரத்தை மேற்சொன்ன இலக்கிய வகைமைகள் சிறுமைப்படுத்தின. சாதிய மோதலற்ற அல்லது சாதி முரண்பாடற்ற கிராம வாழ்வை மட்டுமே கரிசல் இலக்கியங்கள் முன்வைத்தன. மைய நீரோட்ட இலக்கியப் படைப்புகள் உயர் ஜாதி பெருமைகளைப் பண்பாடாக மாற்றியது. இதற்கு மாற்றாகக் கருதப்பட்ட கரிசல் இலக்கியமோ வட்டார ஜாதிகளின் அல்லது தீண்டாமை வன்கொடுமைகளில் நேரடியாக ஈடுபடும் சாதியின் தன்மைகளை ரொமான்டிசம் செய்தது.

இச்சூழலில்தான் பாமாவின் 'கருக்கு' தன்னைத் தலித் இலக்கியம் என்று அறிவித்து வெளியானது. சாதியைப் பேசுபொருள் ஆக்கியது. கிராமம் அழகாகவும் அமைதியாகவும் விழாக்காலம் பூண்டு மகிழ்ச்சியில் திளைத்திருப்பதாகவும் சொல்லப்பட்ட இலக்கியப் பதிவுகளை 'கருக்கு' நேரடியாக எதிர்கொண்டது; கிராமத்தை சாதியின் கூடாரம் என்றது; தலித்துகள் தீண்டாமையால் ஒதுக்கப்படுகின்றனர் என்றது; தனது உணவு, உணர்வு, வாழ்க்கை நிலைக்காக எப்போதும் வட்டார ஜாதி இந்துக்களுடன் தலித்துகள் மோதிக்கொண்டே இருக்கின்றனர் எனக் கூறியது; சுதந்திரத்திற்கும் அடக்குமுறைக்கும் எதிரான முரண்பாடே கிராம இயங்குதல் என்றும் கூறியது. மொத்தத்தில் கிராமம் சாதி ஆணவப் போக்கால் நிரம்பி வழிகிறது என்று உரக்கச் சொன்னது.

பாமா தனது கிராமத்தை இங்கு எழுத்தில் உலவவிடுகிறார். தான் பார்த்த, கேள்விப்பட்ட, சந்தித்த சம்பவங்களையும் தன் காதுக்கு எட்டிய கதைகளையும் ஒருங்கிணைத்துள்ளார். தனது நிலத்தின் ரகசியங்களை எழுத்தால் நிரப்பி, அதனை இலக்கியமாக்கி நம்மிடம் தந்துவிட்டார்.

நாவலின் தொடக்கத்தில் தனது ஊர் குறித்து அழகானதொரு வர்ணணையை வடித்திருப்பார். ஊர், ஊரைச் சுற்றிலும் கண்மாய்கள், ஓடைகள், குளங்கள், குட்டைகள், ஊரின் ஒரு பகுதியை நீண்டு கடக்கும் மேற்குத் தொடர்ச்சி மலைகள், மலையிலிருந்து உற்பத்தியாகி வரும் ஆறுகள், அங்கொன்றும் இங்கொன்றுமாய்த் தெரியும் பாறைத் திட்டுகள், அதற்கு ஊர் மக்கள் வைத்துள்ள பெயர்களான வண்ணாம் பாறை, பெருமா பாறை, நரிப்பாறை. அடர்ந்து பரவியிருக்கும் நெல்மணிகள், தட்டான் காய்கள், மொச்சைக்கொடிகள், எள்ளுச் செடிகள், கொள்ளுப் பயறு வகைகளை விவரித்தவாறு படைப்பாளி தனது கிராமமான வ. புதுப்பட்டிக்கு நம்மை அழைத்துச் செல்வார்.

காடு கழனிகளைக் கடந்து மனிதர்கள் பிரவேசிக்கும் நிலத்திற்கு வருகிறார். இதுவரை இயற்கை வளங்களைக் காட்சிப்படுத்திய ஆசிரியர், அதற்கு நேரெதிரான மிருகக் குணத்தைக் காட்சிப்படுத்த தயாராகிறார். வ.புதுப்பட்டியில் உள்ள பல்வேறு ஜாதிகளைக் கொண்ட மனிதர்களை வரிசைப்படுத்துகிறார். ஜாதி என்ற ஒற்றைச் சொல்லின் வாயிலாக அவர்களுக்குள் மோதிக்கொள்வதைக் காட்சிப்படுத்துகிறார். ஜாதி என்றால் சண்டையிடும், மோதும், கலவரம் செய்யும், குடிசைகளை எரிக்கும், படுகொலைகளை அரங்கேற்றும், மொத்தத்தில் ஜாதி என்ற சொல்லை அச்சாகக் கொண்டு நடைபெறும் கலவரங்களோ கிராமத்தின் நிம்மதியைச் சீர்குலைக்கிறது.

ஊரும் சேரியும் தனித்தனியாக இருப்பது தமிழ்நாட்டில் உள்ள அனைத்துக் கிராமங்களில் உள்ள மரபாகும். அனைத்துக் கிராமங்களின் மையப் பகுதியிலும் ஊர்க் கோயில்கள் இருக்கும். அவை பெரும்பாலும் ஆதிக்க ஜாதியினரின் கட்டுப்பாட்டில் இயங்கும். அதேபோல ஊருக்கு வெளியில் சில காவல் தெய்வங்கள் இருக்கும். இவை பெரும்பாலும் ஒடுக்கப்பட்ட மக்கள் வழிபடக்கூடிய பிரதான குல தெய்வங்களாக இருக்கும். நடைமுறையில் சேரியின் கோயில் கிராமங்களில் இருந்து பிரித்து வழிபடக்கூடிய நடைமுறை இன்றுவரைத் தொடர்கிறது. ஒடுக்கப்பட்ட மக்கள் அதிகாரமிக்க கோயில்களுக்கும் குளங்களுக்கும் இடங்களுக்கும் செல்லும்போதெல்லாம் இரண்டு பிரிவினரும் கடும் சண்டையிட்டுக்கொள்கின்றனர். ஆனால், வெளிப்படையாகவே அது இரண்டு பிரிவினர்கள் அல்ல. ஏனென்றால் ஆதிக்கப் பிரிவினரில் பலரும் ஒன்றாக இணைந்திருப்பர். நாயக்கர்கள், சாலியர்கள், தேவர்கள் ஆகியோர் இன்னும் சில சாதியினரோடு சேர்ந்து இருப்பார்கள். ஆனால், எதிர்க் குழுவில் பறையர் சாதி மட்டும் தனித்து இருக்கும்.

கலவரம் என்பது சாதி இந்துக்கள் என்ற கூட்டு வகைமைக்கும் பறையர்கள் என்ற தனித்த தீண்டத்தகாத சாதிக்குமான சண்டையாகத் தென்படும். இன்னும் தெளிவாகச் சொல்வதென்றால், ஒரு கிராமத்தின் தீண்டத்தகு இந்துக்கள் அனைவரும் ஒன்றிணைந்து ஒற்றை ஜாதியான பறையர்கள் மீது சண்டை செய்வர். இதனைப் பறையரை அழித்தொழித்தல் என்று கூட சொல்லலாம்.

சாதி இந்துக்கள் அதிகமாக வாழக்கூடிய ஊரில் அல்லது கிராமத்தில் சாதி மோதல்கள் நடப்பது இயல்பான ஒன்றுதான். இந்திய கிராம அமைப்பே சாதிய மோதல்களால் படுகொலைகளால் தீண்டாமை வன்கொடுமைகளால் பிணைக்கப்பட்டதுதான். ஆனால், சாதிப் பண்புகளுக்கு வெளியே இருப்பதாகச் சொல்லப்படும் ரோமன் கத்தோலிக்கக் கிறிஸ்தவர்கள் அதிகமாக, அடர்த்தியாக வசிக்கக்கூடிய வ.புதுப்பட்டியில் கிறிஸ்தவ கல்லறைகள், கிறிஸ்தவ ஆலயங்கள், கிறிஸ்தவப் பள்ளிகளில் நடக்கும் சாதிய மோதல்களையும், சாதிய பாகுபாடுகளையும் குறித்து 'கருக்கு' பேசும்போது ஓர் அதிர்வலை ஏற்படுகிறது. ஏனென்றால் கிறிஸ்துவம் சாதிக்கு அப்பாற்பட்டது. கிறிஸ்தவத்தைப் பின்பற்றுபவர்கள் புனிதர்களாகவும், பாவமன்னிப்பு பெற்றவர்களாகவும், சாதிக்கு அப்பாற்பட்டவர்களாகவும் இருப்பார்கள் என்று மக்களால் நம்பப்பட்டது.

கிறிஸ்தவ பாதிரியார்கள், கன்னியாஸ்திரிகள் இறைத் தூதுவர்களாகவும் மக்களைப் பாவத்திலிருந்து மீட்பவர்களாகவும் நம்பப்பட்டனர். இத்தகைய சூழலில் 90களில் மேலே குறிப்பிட்ட அனைவரும் சாதி வெறியர்களாகவும், தாழ்த்தப்பட்ட மக்களின் விரோதிகளாகவும், தேவாலயங்களும் பள்ளிகளும் சாதி வெறிக் கூடங்களாகவும் திகழ்கின்றனர் என்றும் கூறும் பாமாவின் எழுத்துகள் நம் அனைவரையும் பதற வைக்கின்றன.

'கருக்கு' வெளியான ஐந்து ஆண்டுகள் கழித்து அருந்ததிராய் எழுதிய 'த காட் ஆப் ஸ்மால் திங்க்ஸ்' வெளியானது. அருந்ததிராய் கேரளத்தவர். தனது சுயசரிதை வடிவிலான நாவலை நேரடியாக ஆங்கிலத்தில் எழுதினார். 'கருக்கு' எத்துனை சுளுவாக ஒரு வாசகப் பரப்பைக் கைப்பற்றியதோ அதைக் காட்டிலும் அதிகமானதொரு வாசகப் பரப்பை 'த காட் ஆப் ஸ்மால் திங்ஸ்' பெற்றது. இந்நாவல் ஆங்கில இலக்கியத்தின் உயரிய விருதான புக்கர் பரிசை 1997ஆம் ஆண்டு பெற்றது. சுமார் 40 மொழிகளில் மொழிபெயர்க்கபட்டுள்ளது. பல்வேறு இந்திய மொழிகளில் உடனடியாக மொழிபெயர்க்கப்பட்ட இந்நாவல் தமிழில் மட்டும் 15 ஆண்டுகள் கழித்து ஜி.குப்புசாமியால் 'சின்ன விஷயங்களின் கடவுள்' என்ற பெயரில் மொழிபெயர்க்கப்பட்டது.

பாமா வாசகர்களின் கைப்பிடித்து தனது கிராமத்தை உலா வந்து முடிவுற்ற தருணத்தில் அருந்ததி ராயின் கரங்களுக்குள் வாசகப் பரப்பு வந்து சேருகிறது. கண்ணுக்கெட்டிய தூரம் வரை பச்சை பசுமையாகத் தென்படும்

தோட்டங்களில் தென்னை மரங்கள் குலைகளைக் கீழ்தள்ளி அசைந்தாடும். தென்னையின் அருகே பலாமரங்கள். அதன் கிளைகளின் மீது குரங்குகள் பாய்ந்து அருகே உள்ள கொய்யாப்பழங்களைக் குதறிக்கொண்டிருக்கும். தோட்டத்தை உரசி நீரோடை ஊர்ந்து செல்லும். நீரும் மண்ணும் உரசிக்கொண்டு வரும் வாசம் நெஞ்சுக்குழி வரை வந்து செல்லும்.

கடவுளுக்குச் சொந்தமான நாட்டின் அத்தனை பேரழகையும் படைத்துவிட்டு மனிதர்களிடம் படைப்பாளி வருகிறார். மனிதர்கள் தங்களுக்குள் சாதியாய் பிளந்து நிற்கிறார்கள். 'தண்ணீ சொந்தமும் பாக்காது பந்தமும் பாக்காது.' எத்தகைய வேறுபாட்டையும் பார்க்காத இயற்கை ஆற்றில் மனிதன் செயற்கை சாதி கொண்டு மனிதர்களைப் பிரிக்கிறான். ஆற்றின் எந்தப் பகுதியில் எந்தச் சாதி இறங்க வேண்டும், எந்தச் சாதி இறங்கங்கூடாது என்ற இயற்கைக்கு மாறான பிளவை அருந்ததி ராய் காட்சிப்படுத்தியிருப்பார். மனிதர்கள் கடைபிடிக்கும் சாதிய தீண்டாமை வடிவங்கள், அடக்குமுறைகள், ஆணாதிக்கக் கோரங்கள் தனிமனிதனை / மனுசியை எவ்வாறு பாதிக்கின்றன என்பதையும் படைப்பாளி காட்சிப்படுத்துவார்.

இந்நாவல் ஒரு சிரியன் கிறிஸ்துவ குடும்பத்தைச் சுற்றி நடக்கும் கதை. வசதி படைத்த குடும்பத்தைச் சேர்ந்த பெண் தாழ்த்தப்பட்ட நபரைக் காதலித்ததால் எழக்கூடிய சிக்கல்களை விவரிக்கும் கதைகளும் கொண்டதாக அமைந்திருக்கிறது. குடும்பச் சட்டம் அல்லது திருமணச் சட்டத்தைப் பின்பற்றக்கூடிய குடும்பமாக அம்முவின் குடும்பம் இருக்கும். தாழ்த்தப்பட்டவரைக் காதலித்தால் கொலைதான் என்ற பிற்போக்குத்தனமான சிந்தனைகளைக் கொண்ட குடும்பத்தினால் வெளுத்தா என்ற தாழ்த்தப்பட்ட மனிதன் கொலை செய்யப்படுகிறார். கடவுளின் சொந்த நகரத்தில் காதல் சட்டத்திற்குப் புறம்பாக அரங்கேறும் கொடுமைகளை அருந்ததிராய் ஆழமாக எழுதியிருப்பார்.

'கருக்கு'வில் சாதிக் குழுக்கள் சண்டையிட்டுக்கொண்ட தருணத்தில் காவல்துறை பறையர்களை மட்டும் கைதுசெய்து நையப்புடைத்துச் சிறைபிடிக்கும். அருந்ததி ராயின் நாவலில், சிரியன் கிறிஸ்துவ மனுசியைக் காதலித்த குற்றத்திற்காக வெளுத்தா என்ற தலித் சித்ரவதை செய்யப்படுகிறான். இறுதியாக காவல்துறையால் லாக்கப் டெத் செய்யப்படுகிறான். இளவரசன்களின் கெதி நிலம் கடந்து, மொழி தாண்டி ஒத்தே நடக்கிறது.

இந்தியாவில் ஜாதி வேற்றுமை இருப்பது போல மேற்கத்திய நாடுகளில் இனவெறி ஆதிக்கத்தை அனேக எழுத்தாளர்கள் தங்கள் எழுத்துகள் மூலமாக எதிர்த்துவந்திருக்கின்றனர். 1953ஆம் ஆண்டு இனவெறிக்கு எதிராக மார்ட்டின் லூதர் கிங் அமெரிக்காவில் உள்ள வாஷிங்டன் நகரில் 'ஐ ஹேவ் எ ட்ரீம்' என்ற பேருரையை நிகழ்த்தினார். வரலாற்றில் இவ்வுரை எப்போதும் நிலைத்திருக்கும். இரண்டரை லட்சம் மக்கள் கூடியிருந்த கூட்டத்தில் ஆற்றிய உரை அது. அமெரிக்காவைச் சேர்ந்த கறுப்பினக் குழந்தைகளும் வெள்ளை இனக் குழந்தைகளும் அமெரிக்க வீதியில் ஒற்றுமையாகக் கைகோத்து வலம்வரும் காலக் கனவுகளை அவர் முன்வைத்திருப்பார். சாதிப் பாகுபாடுகள் எவ்வாறு மனிதர்களைப் பிளவுபடுத்துகிறதோ அதேபோல நிறவெறியால் மேற்கத்திய நாடுகளில் பல உயிர்கள் சூறையாடப்பட்டன. கறுப்பின மக்களுக்குச் சம உரிமை, சுதந்திரம் வழங்க வேண்டும் என்று பல எழுத்தாளர்கள் ஓர் அணியில் திரண்டு பல போராட்டங்களை நடத்தினர். அதன் விளைவாக கறுப்பின மக்கள் தங்களது திறமைகளை வெளிப்படுத்தி தங்களுக்குக் கிடைத்த வாய்ப்புகளைப் பயன்படுத்தி வாழ்க்கையில் முன்னேறினர். உதாரணமாக, உலகிலேயே அதிகாரம் மிக்க இடமான வாஷிங்டன் டிசியில் உள்ள வெள்ளை மாளிகையில் பாரக் ஒபாமா 10 ஆண்டு காலமாக அமெரிக்காவின் அதிபராக இருந்தார். கடந்த நாட்களில் ஒலிம்பிக் போட்டியில் பங்கேற்கும் கனடா, பிரிட்டன், அமெரிக்கா போன்ற நாடுகளின் வீரர்களில் பெரும்பாலும் கறுப்பினத்தவர் காணப்படுகிறார்கள். கூடைப்பந்து, கால்பந்து போட்டியில் பங்கேற்கும் நட்சத்திர வீரர்கள் பலரும் கறுப்பினத்தைச் சார்ந்தவராக இருக்கிறார்கள். இப்போட்டியில் வென்று, தனது நாட்டுக்காகப் பல பதக்கங்களைப் பெற்று, தனது நாட்டின் கொடியை உயர்த்திப் பிடிக்கும்போது, மைதானத்தில் உள்ள கறுப்பர்களும் வெள்ளையர்களும் ஏனைய நாடுகளைச் சேர்ந்த பார்வையாளர்களும் ஒன்றாக எழுந்து நின்று பாராட்டி கட்டித் தழுவும்போது மார்ட்டின் லூதர் கிங் கண்ட கனவு நிஜமாகிக்கொண்டிருக்கிறதோ என்று தோன்றுகிறது.

மேற்கத்திய நாடுகளில் தலைவிரித்தாடிய நிறவெறி இன்னும் சில ஆண்டுகளில் ஒழிந்துவிடக் கூடும் என்று எண்ணம் வந்துசெல்கிறது. ஆனால், இத்தகைய சூழல் இந்தியாவில் நடைபெறாததற்குக் காரணம் சாதி மட்டும்தான். மேற்கத்திய நாடுகளில் ஒரு புத்தகம் நிறவெறிக்கு எதிராக வரும்போது அதற்குப் பல ஆதரவுகள் கிடைக்கும்போது அந்தப்

புத்தகத்திற்கோ அல்லது எழுத்தாளர்களுக்கோ பலம் சேர்க்கிறது. அத்தகைய புத்தகத்தை அனைவரிடமும் சென்று சேர்க்க வேண்டும் என்று முனைப்போடு இயங்குகிறார்கள். அந்தப் புத்தகம் எதற்காக எழுதப்பட்டதோ அதன் நோக்கம் முழுமை அடைவதற்காகப் பலரும் ஒன்றுகூடுகிறார்கள் இத்தகைய சூழல் இந்தியாவில் இல்லை. உதாரணத்திற்கு 'கருக்கு' வெளிவரும்போது அதற்கு எதிராகப் பலரும் போராட்டம் நடத்தினார்கள். ஒருபடி மேலே சென்று பாமாவை அவரது சொந்த ஊருக்குள் வரக்கூடாது என்று தடை செய்தார்கள். புதுப்பட்டியில் உள்ள தாழ்த்தப்பட்ட மக்களை மிகவும் இழிவாகச் சித்திரித்துவிட்டார் என்று கூறி பாமாவுக்கு எதிராகப் போர்க்கொடி தூக்கினார்கள். ஓர் எழுத்தாளருக்கு எதிராக அனைத்துச் சமூகங்களும் ஒன்றுதிரண்டு தங்களின் எதிர்ப்பை வெளிப்படுத்துகிறது.

அருந்ததிராயின் 'த காட் ஆப் ஸ்மால் திங்ஸ்' புத்தகம் வெளிவரும்போது கேரளாவில் உள்ள பலரும் அப்புத்தகத்தைத் தடை செய்ய வேண்டும் என்று நீதிமன்றத்தில் வழக்குத் தொடுத்தார்கள். மேற்கத்திய நாடுகளில் மேம்பட்டுவரும் கருத்துச் சுதந்திரம் இந்தியா போன்ற ஜனநாயக நாட்டில் இல்லை என்பதற்குச் சாதியமே மிகப்பெரிய காரணம். மேற்கத்திய நாடுகளில் நிற அடிப்படையில் மனிதர்கள் பிரிக்கப்படுகிறார்கள். ஆனால், காலப்போக்கில் எழுத்துகள் மூலமாகவோ, போராட்டங்கள் மூலமாகவோ, கருத்தியல் ரீதியாகவோ நிறம் என்பது வெறும் வண்ணமாக மாறியது. கலப்புத் திருமணங்களும், அதிகாரப் பகிர்வும், பிரதிநிதித்துவமும் இனவெறியைத் தூண்டிப் பிழைக்கும் அரசியல்வாதிகளை ஒழித்துக் கட்டவும் நிறவெறிக்கு முற்றுப்புள்ளி வைக்கவும் உதவின. ஆனால், இந்தியாவில் இதுபோன்ற நிகழ்வுகளுக்கு வாய்ப்பே இல்லை. ஏனென்றால், இங்கு மனிதர்கள் பிறப்பால் அடையாளப்படுத்தப்படுகிறார்கள். பிறப்பால் மனிதர்களை உயர்ந்தவர், தாழ்ந்தவர் என்று பிரிக்கிறார்கள். வர்ணாஸ்ரம தர்மம் மிகவும் ஆழமாகக் கடைப்பிடிக்கப்படும் ஒரு நாட்டில் ஜாதியை ஒழிப்பது என்பது மிகவும் சவாலான விஷயமாக இருக்கிறது.

முதல் உலக நாடுகளைப் போன்று இந்தியாவிலும் தீண்டாமைக்கு எதிரான சட்டங்கள் உண்டு. ஆனால், அதனைச் செயல்படுத்தும் சூழல்தான் இங்கு அருகிவருகிறது. ஜனநாயகம் சம்பந்தமான உரையாடல்களும், கருத்தியல் கொடுக்கல் வாங்கலும் வலுப்பெறும் தருணத்தில் ஜாதியம் மட்டுப்படும்.

அதேவேளையில் கருத்துச் சுதந்திரத்திற்கான திறப்பு முதல் உலக நாடுகளைப் போல் இந்தியாவில் இல்லை. பாகுபாட்டை எதிர்த்து எழுதும் பிரதிகளைப் பொதுமக்கள் எதிர்க்கும் போக்கு அதிகரித்துவருகிறது. வெகுசனத்தின் ஒரு பகுதி அடிப்படைவாதத்தை ஆதரிப்பதும், அதனடிப்படையில் பிரதிகளை எதிர்ப்பதும் கருத்துச் சுதந்திரத்திற்கு விடுக்கப் படும் பெரும் சவால். கருத்துச் சுதந்திரத்திற்கான திறப்பு இந்தியாவிற்குக் கிட்டும்வரை 'கருக்கு', 'காட் ஆப் ஸ்மால் திங்ஸ்' பிரதிகள் ஆயிரமாயிரமாய் உயிர்த்தெழுந்து வந்துகொண்டே இருக்கும்.

தமிழ்ச் சமூகத்தின் வாழ்வியல் ஆவணங்கள் - பாமாவின் கதைகள்

பொ.முருகன்

வா, சகோதரனே சொல் உன் வாழ்க்கையை

வா, எதிரி உன் உடலில் விட்டுச் சென்ற எதிர்ப்பின் தடயங்களை எனக்குக் காட்டு வா, என்னிடம் கூறு இதோ

என் கைகள் நசுக்கப்பட்டன

ஏனென்றால், அவற்றுக்குச் சொந்தமான மண்ணை அவை காத்து நின்றன. இதோ என் உடல் சித்திரவதை செய்யப்பட்டது

ஏனென்றால், அது ஆக்கிரமிப்பாளர்களுக்கு

அடிபணிய மறுத்தது

இதோ என் வாய் காயப்படுத்தப்பட்டது ஏனெனில் அது என் மக்களின் சுதந்திரத்தைப் பாடத் துணிந்தது...

என்று நீண்டு செல்கிறது மொஸாம்பிக் நாட்டைச் சேர்ந்த கவிஞர் ஜோர்ஸ் ரெபலோவின் கவிதை.

1990 என்பது உலக அளவில் மிக முக்கியமான காலகட்டம். **Globalization** என்று சொல்லப்படுகின்ற உலகமயமாதல் ஏற்படுத்தப் பட்டது. இக்காலகட்டத்தில் அடித்தள மக்கள் பற்றிய கவனம் கல்விப்

புலங்களிடையே அதிகரித்தது. தன்னார்வத் தொண்டு நிறுவனங்களுடைய செயல்பாடுகள் அதிகரித்தன. கிறித்துவ நிறுவனங்களில் தலித் மக்கள் சார்ந்த செயல்பாடுகளுக்கு முக்கியத்துவம் கொடுக்கப்பட்டன. அதுபோலவே அங்கு நூல் வெளியீட்டு நிறுவனங்கள் புதிதாகத் தனியே ஏற்படுத்தப்பட்டன. இத்தகைய பின்புலத்தில்தான் தலித் எழுத்தாளர் பாமாவின் எழுத்துகளைப் பார்க்க வேண்டியுள்ளது. *1993* தொடங்கி *2002* வரையில் எழுதிய கதைகளை 'கிசும்புக்காரன்', 'ஒரு தாத்தாவும் எருமையும்' ஆகிய தொகுப்புகளாகக் கொண்டுவந்துள்ளார். இவ்விரு தொகுப்புகளும் அன்றைய தமிழ்ச் சமூகத்தின் வாழ்வியலைச் சுமந்து நிற்கின்றன. அவற்றில் ஏற்பட்டுவந்த மாறுதல்கள் என்ன என்பதைக் காண்பதாக இக்கட்டுரை அமைகிறது.

சொந்த ஊரைப் பற்றியும் மக்களைப் பற்றியும் எழுதியதால் தன் ஊருக்குள் நுழையத் தடை விதிக்கப்பட்ட எழுத்தாளர்தான் பாமா. ஆனால், மிகக் குறுகிய காலத்திலேயே அம்மக்கள் பாமாவின் எழுத்துகளை ஏற்றுக்கொண்டு ஊரின் மந்தையிலிருந்து கொட்டுமேளம் முழங்க, பட்டாசுகள் வெடிக்க, அவரை அழைத்துச் சென்று பாராட்டினர் என்பது வேறு எந்த எழுத்தாளருக்கும் கிடைக்காதது. பாமா என்றும் 'கருக்கு பாமா' என்றும் அழைக்கப்பட்டவர் ஃபாஸ்டினா மேரி பாத்திமா ராணி. *1990*களில் உலகமெங்கும் அம்பேத்கர் நூற்றாண்டு விழா, கொண்டாட்டங்கள் நடைபெற்றுவந்த சூழலில் தமிழகத்திலும் அத்தகைய செயல்பாடுகள் நடைபெற்றன. அவை இங்குள்ள கலை இலக்கிய அரசியல் செயல்பாடுகளிலும் தாக்கம் செலுத்தின. சமூக அரசியல் பின்னணியில் கிறித்துவத்தில் துறவு வாழ்வை (கன்னியாஸ்திரி) மேற்கொண்டிருந்த பாமா, தன் வாழ்வானது தன் மக்களிடமிருந்தும், சமூகத்திடமிருந்தும் எவ்வளவு தூரம் விலகி வந்துவிட்டது என்பதை நினைத்து, தனக்கும் தன் மக்களுக்கும் உள்ள உறவினை அசைபோடுவதன் மூலம் எழுத்துத் துறையில் கால் பதித்தவர். இதன் தொடர் செயல்பாடாகக் 'கருக்கு' *(1992)*, 'சங்கதி' *(1994)*, 'கிசும்புக்காரன்' (சிறுகதைத் தொகுப்பு, *1996)*, 'வன்மம்' *(2002)*, 'ஒரு தாத்தாவும் எருமையும்' (சிறுகதைத் தொகுப்பு, *2004)* போன்ற படைப்புகளை வெளியிட்டுள்ளார்.

தமிழ் இலக்கிய வரலாற்றில் அதுவரை இலக்கியங்களுக்கு என்று வைத்திருந்த வரையறைகளைத் தகர்த்தெறிந்து இம்மண்ணின் பூர்வ குடிமக்களை, அவர்களது அன்றாட வாழ்வியலை, நம்பிக்கையை, பழக்கவழக்கங்களை, அவர்களுடைய மொழியில் அப்பட்டமாக, எவ்விதப்

பூச்சுகளும் இன்றிப் பதிவு செய்பவராக 1990களின் தொடக்கத்தில் வெளிப்படுகிறார். அதற்கு முன்பு இம்மண்ணின் பூர்வகுடி மக்களான தலித் மக்களின் வாழ்வியலை மேட்டிமை பார்வையில் எழுதிய இலக்கிய கர்த்தாக்களிடமிருந்து வேறுபட்டு அபிமானி, சிவகாமி, விழி பா.இதயவேந்தன், உஞ்சைராசன், பாப்லோ அறிவுக்குயில், பூமணி போன்ற எழுத்தாளர்கள் எழுதிவந்தபோதிலும் பாமாவின் படைப்புகள் இலக்கியத் தளத்திலும் கல்வி நிறுவனங்களிலும் பெரும் அதிர்ச்சியையும் தாக்கத்தையும் ஏற்படுத்தி பெரும் உரையாடலைக் கிளப்பின. பாமா எழுதுவது இலக்கியத்திற்கான மொழிநடையா? அவரது படைப்புகள் இலக்கியமா? என்பன போன்ற விவாதங்களுக்கு முற்றுப்புள்ளி வைத்து, கல்வி நிறுவனங்களில் பாடப் புத்தகமாகவும் ஆய்விற்கான மூலங்களாகவும் எடுத்துக்கொள்ளப்பட்டு, ஆங்கிலம் உள்ளிட்ட பல்வேறு மொழிகளில் மொழிபெயர்க்கப்பட்டன. இவருடைய படைப்புகள் தொடர்பாகவும் படைப்பு அனுபவங்கள் தொடர்பாகவும் பல்வேறு கல்வி நிறுவனங்களும் வெளிநாடுகளில் உள்ள கல்வி சார்ந்த நிறுவனங்களும் பாமாவை அழைத்தன. இத்தகைய பின்புலத்தில்தான் பல்வேறு காலகட்டங்களில், பல்வேறு இதழ்களில் பாமா எழுதிய சிறுகதைகள் குறித்துப் பார்க்க வேண்டியுள்ளது. பொதுவாக, பாமாவின் நாவல்களுக்கும் சிறுகதைகளுக்கும் பொருத்த வேறுபாடுகள் காணப்படவில்லை என்றாலும், பாமாவுடைய சிறுகதைகள் பல்வேறு சம்பவங்களை, வாழ்வியல் அனுபவங்களை, சமூக ஒழுங்குகளை, அதில் ஏற்பட்டுவந்த உடைப்புகளை, ஆதிக்கச் சாதியினரின் உழைப்புச் சுண்டல்களை, ஒடுக்குதல்களைப் படம்பிடித்துக் காட்டுபவையாக அமைகின்றன என்பது ஒருபுறம் என்றால், பூர்வ குடிமக்களான தலித்துகளிடையே ஏற்பட்டுவந்த கல்வி - அரசியல் விழிப்புணர்வு ஆதிக்கத்திற்கு எதிரான கலக உணர்வுகளை, இளைஞர்களிடையே ஏற்பட்டு வந்த மாற்றங்களை ஆவணப்படுத்துவதாக அமைந்துள்ளன. எனவே அவை குறித்து விரிவாகப் பார்க்க வேண்டிய தேவை உள்ளது.

பொதுவாக, தலித் இலக்கியம் எவ்வாறு இருக்க வேண்டும் என்பது பற்றி இலக்கிய விமர்சகரும், தமிழறிஞருமான ராஜ் கௌதமன் பின்வருமாறு குறிப்பிடுகிறார், "தலித் இலக்கியத்திற்கான அசலான மூல முன்மாதிரி இலக்கியம் ஏதுமில்லை. இருப்பனவெல்லாம் அதனால் தலைகீழாக்கப்பட தக்கவையே (Subversion). தனக்கு மேலிருந்து ஒடுக்கிக்கொண்டிருக்கின்ற ஒரு சாதிக்குப் பதிலடி தருவதன் மூலம் மட்டுமே அதனோடு சமத்துவம் பாராட்டும் தகுதியை ஒரு தலித் சாதியால் எட்ட முடியும். ஏறக்குறைய

இதைப் போலவே பொது மனிதநேயம், பொதுப் புத்தி சார்ந்த நியாயம், ஒழுங்கு, அறம், பலவித நுட்பங்கள், சடங்குகள், சமத்காரங்கள் முதலானவற்றைக் கொண்டு தலித்துகளை ஓரங்கட்டிய தமிழக பார்ப்பன - வேளாள மரபு சார்ந்த எதார்த்த வகை இலக்கியத்தைப் புரட்டுவதன் மூலமே தலித் இலக்கியம் தனக்குரிய இடத்தை, தகுதியை அடைய முடியும்" என்கிறார். ராஜ் கௌதமன் குறிப்பிடுகின்ற பல விஷயங்களைப் பாமாவின் சிறுகதைகள் பலவற்றில் பார்க்க முடியும். தலித் சமூகத்தவர் மீதான ஒடுக்குமுறையை அப்படியே ஏற்றுக்கொண்டும், சில இடங்களில் அதற்கு எதிராகச் செயல்படுவதையும் அவருடைய கதைகளில் பதிவு செய்துள்ளார். குறிப்பாக 'மௌளகாப்பொடி', 'பணக்காரி', 'தாவணி', 'வாயத்த சீவன்' போன்ற கதைகளைச் சொல்லலாம். ஆணாதிக்கத்திற்கு எதிராகவும், சாதியாதிக்கத்திற்கு எதிராகவும் கலகம் செய்கிற, அதுவரை சொல்லப்பட்டுவந்த புனித மதிப்பீடுகளைத் தலைகீழாக்கம் பண்ணுகிறதை 'அண்ணாச்சி','பொன்னுத்தாயி', 'கிசும்புக்காரன்', 'ஏப்ளா... ஏழுத' போன்ற கதைகளில் பார்க்க முடிகிறது.

'பணக்காரி' சிறுகதையில் முதலாளியின் காளை மாட்டை நிறைகம்மாயிலிருந்து ஓட்டிவருவதற்காகச் சென்ற முத்துக்கருப்பன் கண்மாய் நடுவில் உள்ள சுழலில் சிக்கி இறந்துபோக ஊரே திரண்டு சடலத்தைத் தேடி மீட்கின்றனர். முதலாளியின் காதுகளுக்கு இச்செய்தி சொல்லப்படுகிறது. ஆனால், அவர் சம்பவ இடத்திற்கு வரவில்லை. "சக்கிலியப் பெய சாவுக்கு எப்படிப்பா அவரு வருவாரு. ஆளு போய் சொன்னதுக்குக் கூட மாடு தன்னால வந்து சேராதா என்ன, இந்தக் கிறுக்குப் பெய வம்புக்குப் போயி செத்துத் தொலைஞ்சிருக்கான்" என்று திட்டிய அதே முதலாளி முத்துக்கருப்பனிடம் "அட சோம்பேறிப் பயலே ரெண்டாயிரம், மூவாயிரம் பெறுமான மாட்ட தண்ணிக்குள்ள விட்டுட்டு வந்தியா. புத்தி இருக்காடா? மாட்டுக்கு ஏதாச்சும் ஆச்சுன்னா ஒந்தோலை உரிச்சு போட்டேன்னு வச்சுக்கோ. வெவரங்கெட்டவனா இருக்கியே. போயி தண்ணில எறங்கி மாட்ட கரயப் பார்த்துப் பத்திட்டுவாடா நாயே" என்று கோபமாக கத்தவும்தான் முத்துக்கருப்பன் கண்மாய்க்குள் சென்று உயிரை விடுகிறான். ஆனால், முதலாளி அப்படியே நேர் எதிராகப் பேசுகிறார். முத்துக்கருப்பனின் உயிர் வெறும் நூறு ரூபாயால் நேர் செய்யப்படுகிறது. "எங்கய்யெஞ் செத்ததுக்கு எங்க மொதலாளி நூறு ரூவா கொடுத்தாரு" என்று சொல்வதன் மூலம் ஒரு தலித்தினுடைய உயிரை வெறும் நூறு ரூபாய் கொடுத்து சரி செய்தவிடலாம் என்ற சாதி அதிகாரத்தின் வீரியம் தெரிகிறது.

இதன் தொடர்ச்சிதான் 'தாவணி' கதையும். இருளப்பன் தன்னுடைய வறிய குடும்பச் சூழலில் மகள் செல்லக்கிளியை எப்பாடுபட்டாவது படிக்க வைத்து டீச்சராக்கிவிட வேண்டும் என்று கனவு காண்கிறார். இந்நிலையில் முதலாளி, "எம் மகா நடுவுலது குப்பம் பட்டணத்தில் இருக்கு. அதுக்கு வீட்ல வேலை செய்றதுக்கு ஒரு சின்ன குட்டியா பார்த்து அனுப்ப சொல்லி கடிதம் போட்டு இருக்கு. நீ சரின்னு சொன்னா உன் மகளை கூப்பிட்டுப் போறேன். அங்கன வீட்ல இருக்கிறத சாப்பிட்டுக்கிட்டு அதுக்குத் தக்கன வேலை வெட்டிகளைச் செஞ்சுகிட்டு இருக்கட்டும். அங்க பெரிய பள்ளிக்கூடம் இருக்கு, அங்கேயே படிக்கட்டும். பள்ளிக்கூடம் போறதுக்கு முன்ன செத்த நேரம், போயிட்டு வந்த சாயந்தரத்தில் செத்த நேரம் வீட்ல உள்ள வேலைகளைப் பார்த்துகிட்டு என் மகளுக்கு ஒத்தாசையா இருக்கட்டும். மாச இம்புட்டுன்னு சம்பளம் கூட போட்டு தரேன்னு எழுதி இருக்கா. படுப்பு படிச்சாப்ளையும் இருக்கு வேலையும் செஞ்சாப்புலயும் இருக்கும்" என்று ஆசை வார்த்தை கூறி அழைத்துச் சென்று கடுமையான வேலைகள் வாங்கியும், அடித்துத் துன்புறுத்தியும், கொடுமைகள் பல செய்தும் பள்ளிக்கூடத்தில் சேர்க்காமல் பாலியல் ரீதியாகவும் கொடுமைகள் செய்துவந்துள்ளனர். மாவாட்டுவதற்குத் தாமதமாகிவிட்டது என்று சவுக்குக் கட்டையால் பின்மண்டையில் அடித்ததும் அக்குழந்தை துடிதுடித்து இறந்துவிடுகிறது. பெற்றோருக்குக் கூட குழந்தையைக் காட்டாமல் எரித்துவிட்ட பின்பே தகவல் சொல்லப்படுகிறது.

இருளப்பனிடம் ஆயிரம் ரூபாயைக் கொடுத்து இறந்த உயிர் திரும்பப் போவதில்லை என்று முதலாளி உருக்கமாகப் பேசுகிறார். இருளப்பனும் அவனுடைய மைத்துனர் காளியப்பனும் வார்த்தைகளற்று வாயடைத்துப் போகின்றனர். முதலாளி கொடுத்த காசை ஏறெடுத்தும் பார்க்காமல் ஊருக்குக் கிளம்புகின்றனர். வரும் வழியில் தன் குழந்தை தானாக இறக்கவில்லை, முதலாளியின் மகள் அவளை அடித்துக் கொன்றுவிட்டார் என்ற உண்மை தெரியவருகிறது. ஊருக்கு வந்தபின் மீண்டும் முதலாளியைச் சந்திக்கும்போது "இந்தா ரெண்டாயிரம் ரூவா இருக்கு, எடுத்துக்கோ" என்று சொல்லவும் ஆத்திரம் கொள்கிறான். ஆனால் முதலாளி "பெரிய லீவு விடும்போது தாவணி போட்டே ஊருக்குக் கூட்டியாரனும்னு அதுக்குள்ள இப்படி ஆகிப் போச்சு. நீ நம்பலன்னா, இந்தா பாரு அவளுக்காக எம்மகா எடுத்து வச்ச தாவணிய" என்று கூறி சரி செய்கிறார். மறுநாள் முதலாளியின் கொள்ளையில் தாவணியில் ஒரு பொணம் தொங்குக்க என்று கூறுவதோடு கதை முடிகிறது. ஏழை தலித்துகளின் உயிர் ஆயிரம் ரூபாய், ஒரு தாவணியில்

முடிந்துவிடுகிறது என்பதைச் சுட்டிக்காட்டியிருப்பார். இது ஒருவகையான ஒடுக்குமுறை என்றால் ‘மொளகாப்பொடி’, ‘வாயத்த சீவன்’ ஆகிய கதைகள் வேறுவிதமான ஒடுக்குமுறையைப் பதிவு செய்கின்றன. ஊரில் உள்ள காடு, கழனியெல்லாம் ஆதிக்கச் சாதியினரிடம் இருக்க, நிலமற்ற ஏழை தலித்துகள் அந்நிலங்களில் அல்லும் பகலும் பாடுபட்டாலும் அவர்களின் காடுகளில் சும்மா கிடக்கும் புற்களைக் கூட அறுக்க முடியாது. அவ்வாறு அறுக்கும்போது ஆதிக்கச் சாதியினர் அப்புற்களில் மிளகாய் பொடியைத் தூவி கண்களைக் குருடாக்க முயற்சிக்கின்றனர். ‘வாயத்த சீவன்’ கதையில் செயமேரி என்ற தலித் கிறித்தவப் பெண் தான் வளர்க்கும் மாடுகளுக்குக் கிறித்தவக் கோயில் நிலத்தில் புல்லறுக்கப் போகவும் பங்குச் சாமியார் “நீதானா? ஒனக்கு சூடு சொரண ஒன்னுங் கெடையாதா? உங்க தெரு ஆளுகள யாருமே உடமாட்டாங்க. ஏன்னா ஒங்க வாய்ல பொய்யி; கையில களவு. இப்ப நீயி வெளிய போகலைன்னா நாய உட்டு கடிக்க உட்டுருவேன். சொன்னா கேக்க மாட்ட” என்று சாதி ரீதியாக இழிவுபடுத்துவதுடன் ஆதிக்கச் சாதியினருடன் சேர்ந்துகொண்டு கோயில் நிலத்தில் உள்ள புற்களில் விஷத்தைத் தெளித்து ஜெயமேரியின் பத்துப் பன்னெண்டு மாடுகளையும் கொல்கிறார். இவ்வாறு கிராம சமூகத்தில் ஆதிக்கச் சாதியினர் கிறித்துவக் கோயில்களில் பங்குச் சாமியார் உள்ளிட்ட பதவிகளில் இருந்துகொண்டு தலித் மக்கள் மீது ஆதிக்கம் செலுத்துவதைத் தன்னுடைய கதைகளில் பதிவு செய்துள்ளார்.

ஆதிக்கத்திற்கு எதிரான கலகக் குரலும் புனிதக் கவிழ்ப்பும்

தலித் இலக்கியம் பெரும்பாலும் கழிவிரக்கத்தைக் கோரக்கூடிய, பாதிப்புகளை மட்டுமே சொல்லக்கூடிய படைப்புகள் என்று சொல்லப்பட்டுவந்த நிலையிலிருந்து பாமாவின் எழுத்துகள் மாறுபடுகின்றன. ஆதிக்கத்தைக் கேலி, கிண்டல் செய்கிறது. இதனையே ராஜ் கௌதமன் “சரீர வன்முறை ஏதுமின்றியே, பண்பாட்டுக் குறியீட்டுச் செயல் / சொல் மூலம் ஒடுக்குபவரைப் புரட்டிச் சாய்க்க இயலும் என்ற நம்பிக்கையை, மனநிலையை வலுவாகத் தரும். மேலும் இந்த இயல்புதான் அவர்களுக்குத் திரும்பியடிக்கும், எதிர்த்துக் கலகம் செய்யும் வலிமையை உண்டாக்கும்” என்கிறார். அதுவரை சமூகத்தில் புனிதம் என்று சொல்லப்பட்டவற்றைத் தலைகீழாக்கம் செய்ய வேண்டும். ஏனென்றால் அவை பார்ப்பனிய - வேளாளப் பண்பாடு ஆகும். அவ்வாறு புனிதக் கவிழ்ப்பு செய்து அங்கு தலித் பண்பாட்டை நிறுவ வேண்டும் என்கிறார். ‘பொன்னுத்தாயி’

சிறுகதையில் கணவனால் தொடர்ந்து துன்புறுத்தலுக்கு உள்ளாகும் பொன்னுத்தாயி, ஒருகட்டத்தில் வெகுண்டெழுந்து கணவனைக் காவல்துறையினரிடம் ஒப்படைக்கிறார். மேலும் தான் பெற்ற பிள்ளைகளைக் கணவனிடமே விட்டுவிட்டுத் தாய் வீட்டுக்கு வந்துவிடுகிறார். அதற்கு பொன்னுத்தாயி சொல்லும் காரணம் மிகச் சுவாரசியமானது, "பிள்ளைக என்ன எனக்கு மட்டுமா பிள்ளைக? அவெ அக்கிரமத்தத் தணிக்கத்தான வரிசையாப் பிள்ளைகளப் பெற வச்சான். இரண்டு பிள்ளைகளுக்குப் பெறகு கர்ப்பத்தடை செய்யலாம்னு போனதுக்கு உடமாட்டோம்னு வம்பு பண்ணிக் கூட்டியாந்தான். இப்ப அவனே வச்சு வளத்துப் பாக்கட்டும்" என்று தாய்மை, பிள்ளைப் பாசம் என்ற புனிதங்களைக் கேள்விக்குள்ளாக்குகிறார். மேலும் கணவன் பிள்ளைகளைத் தாய் பொன்னுத்தாயிடம் விடும்போது "பிள்ளைகளக் கொண்டாந்து எதுக்கு இங்க உடணும்ங்ற? ஓம்பிள்ளைகள நீயே வச்சு காப்பாத்து, எனக்கு நீயும் வேண்டாம்; ஒன்னால வந்த பிள்ளைகளும் வேண்டாம். பெத்தவதான் பிள்ளைகள வளர்க்கணும்னு சட்டமா என்ன? இங்க கூட்டியாராத, இனி இந்தப் பக்கமே நீ தலயக் காட்டாத, சொல்லிட்டேன் ஆமா" என்று தீர்க்கமாகச் சொல்வதோடு கணவன் கட்டிய தாலிக்கயிற்றை அறுத்து அதை விற்று சிறிதாகக் கடை வைத்துத் தனித்து வாழ்கிறார். இவ்வாறு கல்லானாலும் கணவன், புல்லானாலும் புருஷன், தாய்மை, தாலி போன்ற புனிதங்களைப் போட்டுடைக்கிறார். மேலும் 'பொன்னுத்தாயி' சிறுகதை அறிவொளி இயக்கத்தினரால் கிராமங்கள்தோறும் பெண்களிடையே சொல்லப்பட்டதையும் பார்க்கும்போது அதன் வீரியம் புரிகிறது.

'கிசும்புக்காரன்' சிறுகதையில் வரக்கூடிய புதிய முத்து என்ற பாத்திரமானது மிகவும் குசும்புத்தனமாகவும், நட்டனத்தனம் செய்யக்கூடியவராகவும், மிகவும் அறிவார்ந்தத்தனத்துடன் இருப்பவராகவும் காட்சிப்படுத்தப்படுகிறார். மேலும் இவருடைய செயல்பாடுகளானது ஆதிக்கச் சாதியினர் வாயடைத்துப் போகக் கூடிய தன்மையில் அமைந்திருக்கிறது. வேலை பார்த்த கூலி வாங்குவதற்காக ஆதிக்கச்சாதி முதலாளி வீட்டிற்குச் செல்லும்போது கூலியைக் கொடுக்காமல் வெவ்வேறு வேலைகளைத் தொடர்ந்து சொல்லிக்கொண்டே இருக்கிறார். ஒருகட்டத்தில் எல்லா வேலைகளும் சொல்லி முடித்த பின்பும் இன்னும் என்ன வேலை சொல்லலாம் என்று யோசிக்கும்போது, புதிய முத்து "இனியா? இனி ஓம் பொண்டாட்டிய கூப்டுகிட்டு வா. நம்ம ரெண்டு பேரும் மாறி மாறிப் படுக்கலாம்" என்று எதிர்க்கின்ற தன்மையைப் பார்க்க முடிகிறது.

பிள்ளை தூக்குதல் என்னும் செயல்

கடந்த பத்துப் பதினைந்து ஆண்டுகளில் இல்லாது போன ஒரு செயல்பாடு பிள்ளை தூக்குதல் என்பதாகும். நிலம் இல்லாத ஏழை தலித்துகள் காலை முதல் மாலை வரை உழைத்தால்தான் கால் வயிறு கஞ்சியாவது பசியாற முடியும் என்ற நிலையில், வீட்டில் உள்ள கைக்குழந்தைகளை மூத்த குழந்தைகளின் பராமரிப்பில் விட்டுச் செல்வர். மூத்த குழந்தைகளே அந்தப் பிள்ளைகளை நாள் முழுவதும் தூக்கிக்கொண்டும், பராமரித்துக்கொண்டும் இருப்பர். இதனால் அந்தக் குழந்தையின் பள்ளி படிப்பானது பாதியிலேயே நிறுத்தப்படும். அதனால் குழந்தையின் எதிர்காலமே பாழாகிவிடும். இதில் பெரும்பாலான குழந்தைகள் தலித் பெண் குழந்தைகளே. மற்ற சமூகத்தவரோ அல்லது தலித் ஆண் குழந்தைகளோ அதிகம் பாதிக்கப்படுவதில்லை. இத்தகைய பிள்ளை தூக்குதல் என்ற செயல்பாட்டால் நேர்ந்த பள்ளிப்படிப்பைப் பாதியில் நிறுத்துவது உள்ளிட்ட பல பாதிப்புகள் கடந்த பத்தாண்டுகளில் முடிவுக்குக் கொண்டுவரப்பட்டுவிட்டது என்றே கூறலாம். இத்தகைய சமூக தாக்கம் நிறைந்த வழக்கத்தை பாமா தன்னுடைய கதைகளில் பதிவு செய்துள்ளார். 'பணக்காரி' சிறுகதையிலும் 'ஒத்த' சிறுகதையிலும் அதுகுறித்துப் பதிவு செய்துள்ளார். 'பணக்காரி' கதையில் ராமாயி என்ற குழந்தை அவளது தம்பியைப் பார்த்துக்கொள்வதற்குத் தனது படிப்பைப் பாதியில் விட்டுவிடுகிறாள். "பச்சப்புள்ள ஐயா என்னன்னு உட்டுட்டு வர்றதுன்னு கேட்டதுக்கு, ஒம்மகா மூத்தவள பிள்ள தூக்க வரச் சொல்லு. அவா என்னத்தப் படிச்சு கிழிக்கப் போறான்னு ஈவு எரக்கமில்லாம சொல்றாரு" என்று கூறுவதன் மூலமும் "பெறகு ராமாயி பள்ளிக்கூடம் போறது நிப்பாட்டிட்டா. அவங்க அம்மா கூட முதலாளி வீட்டுக்கு வேலைக்குப் போறா. பிள்ளையும் பார்த்துகிட்டு முதலாளி வீட்டுல ஏண்ட வேலை எடுத்த வேலையை செஞ்சுட்டு இருக்கா. ஒருநாளு சாயங்காலம் வேலை முடிச்சு வீட்டுக்கு வந்த பிறகு தம்பி கருப்புசாமிய வச்சுக்கிட்டு தெருவுல வெளிச்சத்துல விளையாண்டுக்கிட்டு இருக்கா ராமாயி." என்பதன் மூலமும் இதைப் புரிந்துகொள்ள முடியும். இதுபோலவே 'ஒத்த' கதையில் இல்லாமல்லி என்ற குழந்தையும் பிள்ளை தூக்குவதற்காகவே அவளது பள்ளிப்படிப்பு பாதியிலேயே நிறுத்தப்படுவதைப் பின்வருமாறு பதிவு செய்துள்ளார் "இல்லாமல்லி நல்ல பூசணிப்பழங் கெணக்கா குண்டு குண்டா பாக்க மூக்கும் முழியுமா, செழிப்பாத் தெரிஞ்சா. அவளுக்கு அஞ்சு அல்லது ஆறு வயசு இருக்கும். அவுக தெருவுல இருந்த மத்த

பிள்ளைகள மாதிரியே பள்ளிக்கொடம் போகாமெ தெருவச் சுத்திகிட்டு திருஞ்சா. அவுகம்மையும், அய்யனும் அன்னாடங் கூலி வேலை செஞ்சாங்க. விடிஞ்சா வேலைக்குப் போயிட்டு பொழுதடைஞ்சா வீட்டுக்கு வருவாக. இல்லாமல்லிதான் அவளோட ஒன்றர வயசுத் தம்பியப் பாத்துக்குவா. வீட்டு வேலயும் செய்வா" என்பதாகப் பதிவு செய்துள்ளார். இது அன்றைக்குப் பெரும்பாலான தலித் குழந்தைகளுடைய அதிலும் தலித் பெண் குழந்தைகளுடைய நிலையாகும்.

கல்வி மீது கொண்ட தீரா வேட்கை

பொதுவாக, தலித் மக்கள் கல்வி மீது பெரும் தாகம்கொண்டு செயல்பட்டுள்ளனர். தலித் தலைவர்களான பண்டிதர் அயோத்திதாசர், தாதா ரெட்டைமலை சீனிவாசன், பெருந்தலைவர் எம்.சி.ராஜா, பாபாசாகேப் அம்பேத்கர் என எல்லோருமே மிகப்பெரிய கல்வியாளர்கள். மரபார்ந்த கல்வியிலும் சரி, நவீனக் கல்வியிலும் சரி மிகுந்த விருப்போடும் புலமையோடும் செயல்பட்டுள்ளதை வரலாறு நமக்குக் காட்டுகிறது. அத்தகைய தலைவர்களைத் தம்முடைய வழிகாட்டியாகக் கொண்ட தலித் மக்கள் வறுமையிலும் கல்வி மீது தீராத வேட்கையோடு இருந்துள்ளனர். அதனைப் பாமாவுடைய கதைகளில் பரவலாகக் காண முடிகிறது. தலித்துகள் காலை முதல் மாலை வரை சாதி இந்துக்களின் நிலங்களிலும் வீடுகளிலும் வேலை செய்தாலும் தங்கள் குழந்தைகளை எப்பாடுபட்டாவது படிக்க வைத்துவிட வேண்டும் என்னும் வேட்கையைப் பார்க்க முடிகிறது. 'பணக்காரி', 'தாவணி', 'பொங்கல்', 'இளக்காரம்', 'அம்மா' போன்ற கதைகளில் இத்தன்மையைப் பார்க்க முடிகிறது. 'பணக்காரி' கதையில் முத்துக்கருப்பன் இப்படிச் சொல்கிறார், "ராமாயி படிக்கிடும்தா. அவள எப்பாடு பட்டாச்சும் படிக்க வைக்கணும்னு நா இருக்கேன்" என்று தன்னுடைய மகளைப் படிக்க வைப்பதில் உறுதியாக இருக்கிறார். அதுபோல 'தாவணி' சிறுகதையில் இருளப்பன் தன் மகள் செல்லக்கிளியைப் படிக்க வைத்து ஆசிரியராக்குவதாகவே கனவு காண்கிறான். "செல்லக்கிளி படிச்சு டீச்சரா வர்றது மாதிரி நினைச்சுப் பாத்துப் பூருச்சுப் போனான்" என்று எழுதியுள்ளார். அதுபோல 'இளக்காரம்' கதையில் வரும் பரிபூரணம், "நா என்ன பாடுபட்டு குடுச்சும் குடியாமையுமாக் கெடந்து இந்தப் பெயபுள்ள நாலெழுத்து படிக்க வச்சுரணும்னு பிரயாசப்படுறேன்" என்று கூறுகிறார்.

இவ்வாறு கல்வி ஒன்றுதான் தலித் மக்களுக்கு விடிவைத் தரும். கல்வியால் விழிப்புணர்வு பெற்று தங்களுக்கு எதிராக நிகழ்த்தக்கூடிய ஆதிக்கத்திற்கும் சுரண்டலுக்கும் முற்றுப்புள்ளி வைப்பதாகத் தனது கதைகளை எழுதியுள்ளார். ‘பொங்கல்’ சிறுகதையில் கல்வி படித்தால் அவன் விழிப்புணர்வு பெற்று ஆதிக்கச் சாதியினருக்கு பொங்கலுக்குச் செய்யும் மரியாதையைச் செய்ய மறுக்கிறான். “இத்தினிக்கானி பொங்கச் சோத்துக்கும் ஒரு பத்துரூவாத் துண்டுக்கும் கெதியத்துட்டு போனது கெணக்கா எழுவது, எம்பது ரூவா சாவலு, இந்தந்தண்டி பூசணிக்கா, பத்து ரூவா கரும்புத்தட்ட, ஒருதாரு வாழப்பழம், நாலுபடி பச்சரிசி இம்புட்டும் கொடுக்கணுமாக்கும். ஏ இத நம்ம வச்சுக்கிட்டு காச்சிக் குடிச்சா ஒரு நாலஞ்சு நாள பொழுத ஓட்டலாம்ல” என்று எதிர்த்துக் கேள்வி கேட்கிறான். அதுபோல ‘அந்த காலம்’ சிறுகதையில் கல்வியினால் ஏற்பட்ட விழிப்புணர்வு, எதிர்த்துக் கேள்வி கேட்கும் தைரியம், எதிர்த்தாக்குதல் செய்யும் வலிமை எல்லாம் கல்வியால் கிடைக்கிறது என்ற தன்மையில் எழுதியிருப்பார். மாசாணம் என்னும் வயது முதிர்ந்தவர் மூலம் சொல்லப்படும் கதையானது தலித் வாழ்வியலில் பெரும் பகுதியைப் படம்பிடித்துக் காட்டுகிறது. ஆதிக்கச் சாதியினரின் செத்த மாடுகளைத் தலித்துகள் தூக்குவதையும், அவர்களில் யாரேனும் இறந்துவிட்டால் எழவு சொல்லப் போவதையும், இறப்பிற்குப் பறைமேளம் அடிப்பதையும், அவர்கள் தருகின்ற உணவினைக் காத்துக் கிடந்து வாங்கிவருகின்ற சூழலைப் பதிவு செய்துள்ள அதேவேளையில், அதற்கு எதிராகக் கல்வி என்னும் விளக்கைப் பிடித்துக்கொண்டு முன்னேறியதோடு எதிர் தாக்குதலில் ஈடுபட்ட வரலாறையும் பதிவு செய்துள்ளார். “அந்தக் காலத்துல நம்ம பெயல்கள நாய்க்கும் கேவலமாக நடத்துனானுக. இப்ப நம்ம பெயல்களும் நாலெழுத்துப் படுச்சு வெள்ளையுஞ் சொள்ளையுமா திரிரானுக. கட்டாந்தரைல கெடக்குரது என்றைக்கும் கட்டாந்தரையிலேயே கெடப்பானா? ஒருநாளைக்காவது பெறண்டு பாயில படுக்க மாட்டான்? படுப்பான். நம்ம பாயில படுத்தா அவனுகளுக்குப் பத்திக்கிட்டு எரியுது” என்று எழுதியிருப்பதோடு தலித் பெண்கள் மீது அத்துமீறுபவர்களைக் கட்டி வைத்து உதைப்பதுடன் அபராதம் விதிப்பதையும் எழுதியுள்ளார்.

கல்வியிலும் சாதி

கல்வி விழிப்புணர்வு தந்தாலும் கல்வி நிறுவனங்களிலும் ஆசிரியர்களிடத்திலும் சாதி உணர்வு மாறிவிடவில்லை என்பதை ‘தீர்ப்பு’ கதையில் சொல்லியிருப்பார். தலித் பகுதியில் உள்ள தெருக்குழாயில்

தண்ணீர் குடிக்கக் கூடாது என்று ஆதிக்கச் சாதிப் பெற்றோர் தம் குழந்தைகளுக்குச் சொல்லித் தந்துள்ளதையும் அதன்படியே குழந்தைகளும் நடந்துகொள்வதையும் பள்ளித் தலைமை ஆசிரியரிடம் சொல்லும்போது தலைமை ஆசிரியர் ஆதிக்கச் சாதிப் பெற்றோர் சொன்னதை வேறு விதமாகச் சொல்கிறார். "தெருக்குழாயில தண்ணி குடிச்சா என்ன தப்பு? சேரி ஆளுகளோட வீட்லதான் குடிக்கக் கூடாது" என்று கூறுவதன் மூலம் ஆசிரியர்களிடத்திலும் சாதிய உணர்வு உள்ளதை அப்பட்டமாகப் பதிவு செய்துள்ளார். மேலும் பள்ளியின் வகுப்பறைகள், வளாகங்கள் முதலானவற்றைத் தூய்மைப்படுத்தச் சொல்வதும், கழிவறைகளைத் தலித் குழந்தைகளை வைத்துச் சுத்தம் செய்ய வைப்பதும் இன்றைக்கும் பள்ளிகளில் பார்க்க முடிகிறது.

கல்வி என்பது அனைவரையும் சமமாகப் பார்ப்பதற்கும், ஏற்றத்தாழ்வுகள் இன்றி நடத்துவதற்கும் வழியாக இருக்கிறது. மாணவர்களிடையே எவ்வித ஏற்றத்தாழ்வும் வந்துவிடக்கூடாது என்பதற்காகத்தான் பள்ளிகளில் சீருடை என்பதைக் கொண்டுவந்துள்ளனர். சட்டங்களும் திட்டங்களும் நன்றாகத்தான் உள்ளன. வேலியே பயிரை மேய்வது போல சமத்துவத்தைப் போதிக்க வேண்டிய ஆசிரியர்களே சாதியப் பாகுபாடுகள் காட்டுகிறார்கள். பொதுவாக ஒருவனுக்குக் கல்வி விழிப்புணர்வு தந்தாலும் கல்வி நிறுவனங்களிலும், ஆசிரியர்களிடத்திலும் சாதிய உணர்வு மாறிவிடவில்லை. கிராமங்களில் உள்ளது போலவே நகரத்துப் பள்ளிகளிலும் சாதியப் பாகுபாடுகள் பார்க்கப்படுகின்றன. இச்சம்பவங்கள் கல்வியை உணர்ந்து படிக்காததையும், கல்வி மனதில் மாற்றத்தை நிகழ்த்தவில்லை என்பதையுமே சுட்டுகிறது.

பெயர் அரசியலும் தேர்தல் அரசியலும்

பெயர் அரசியல் என்பது தமிழ்ச் சமூகத்தில் பெரும் தாக்கம் செலுத்திய நிகழ்வாகும். 70, 80களில் திராவிட இயக்கங்களாலும், 90, 2000களில் தலித் - தமிழ்த் தேசிய இயக்கங்களாலும் எடுக்கப்பட்ட மிக முக்கியமான முன்னெடுப்பு ஆகும். திராவிட இயக்கங்கள் இந்தி - சமஸ்கிருத ஆதிக்கத்திற்கு எதிராகத் தனித்தமிழ் பெயர்களைச் சூடினர். ஆனால், தலித் இயக்கங்களோ தலித்துகளுடைய சுயமரியாதையையும் மாண்பையும் மீட்டெடுப்பதற்காகப் பெயர் அரசியலைக் கையிலெடுத்தனர்.

பொதுவாக தலித்துகள் உயர்வான, சிறப்பான பெயர்களை வைக்க முடியாது. அவ்வாறு வைத்திருந்தாலும் உண்மை பெயரைச் சொல்லிக்

கூப்பிடுவதற்குப் பதிலாகப் பட்டப் பெயரை வைத்தே அவர்களை அழைத்தனர் ஆதிக்கச் சாதியினர். அந்தப் பெயர்களானது தலித்துகளுடைய சுயமரியாதைக்கும் மாண்பிற்கும் குறையும் விதத்திலேயே இருந்தன. உதாரணமாக கருப்பு, அமாவாசை, நொண்டி, சப்பானி, செம்பட்ட, கூளயன், குட்டையன் என்பதாகவே இருந்தன. இதனைத் தன்னுடைய 'ஏப்ளா... ஏழுத...' கதையில் பாமா படம்பிடித்துக் காட்டியுள்ளார். அன்றைக்குத் தலித் மக்களைப் பெயர்களைச் சொல்லி அழைப்பதற்குப் பதிலாக 'ஏலேய், ஏழுத' என்று ஆண்களையும் 'ஏப்ளா' என்று பெண்களையும் அழைத்ததனைப் பின்வரும் உரையாடல்கள் மூலம் அறிய முடிகிறது. "இதென்ன மாமா.. புதுப்புது வார்த்தைகளா இருக்கு ஏலேய்னா.. தெரியுது. ஏழுத, ஏப்ளான்னா என்னது?", "ஏழுதன்னா.. ஏ கழுதை என்று அர்த்தம்." என்று ராஜமாணிக்கம் எனும் பாத்திரம் சொல்வது **1990, 2000** காலகட்டங்களில் தலித் இயக்கங்களின் வருகையாலும் அதன் செயல்பாடுகளாலும் தங்களிடையே எழுந்த எதிர்ப்பு மனநிலை தங்களுடைய பெயர்களில் பிரதிபலிக்க வேண்டும் என்று தலித்துகள் செயல்பட்டுள்ளனர். எத்தகைய சாதிக்காரனாக இருந்தாலும் தன்னுடைய பெயரைச் சொல்லிக் கூப்பிட வேண்டும் என்று மரியாதை வரும் தன்மையிலேயே பெயர்களை வைத்தனர். உதாரணமாக அய்யாசாமி, அய்யாத்துரை, கும்புடுறேன் சாமி போன்ற பெயர்களைத் தங்கள் குழந்தைகளுக்குச் சூட்டினர். இதன் தொடர்ச்சியில் விடுதலைச் சிறுத்தைகள், புதிய தமிழகம் போன்ற அரசியல் கட்சிகள் உள்ளன. இவை தமிழ்ப் பெயர்கள் சூட்டும் நிகழ்வுகளைப் பெரிய அளவில் முன்னெடுத்தன. இதில் இந்து மதப் பெயர்களையும், தலித்துகளின் சுயமரியாதைக்குக் குறைவான பெயர்களையும் மறுத்து தனித்தமிழ் பெயர்களை ஆயிரக்கணக்கானவர்களுக்குச் சூட்டினர். உதாரணமாக தமிழ் முதல்வன், தமிழரசன், தமிழ்முரசு, ஆற்றலரசு, தொல்காப்பியன் என்று வைத்தது வரலாறு. இதன் தொடர்ச்சியில் விசிக, புதிய தமிழகம் போன்ற தலித்திய இயக்கங்கள் தேர்தல் அரசியலில் ஈடுபடும் முடிவை எடுக்கின்றன. உள்ளாட்சித் துறையில் தலித்துகள், பெண்களுக்கு இட ஒதுக்கீடு வழங்கப்பட்டுத் தேர்தல் அறிவிக்கப்பட்டது. தலித்துகளுக்கான தனித்தொகுதிகளில் கூட அவர்களால் தேர்தலில் நிற்க முடியவில்லை. பாப்பாபட்டி, கீரிப்பட்டி, நாட்டார்மங்கலம், கொட்டக்கச்சியேந்தல் போன்ற ஊர்களில் தேர்தலையே நடத்த முடியவில்லை. மதுரை மேலூர் அருகில் உள்ள மேலவளவு கிராமத்தில் தலித் ஒருவர் ஊராட்சி மன்றத் தேர்தலில் போட்டியிட்டு வென்றார் என்பதற்காக ஊராட்சி மன்றத்

தலைவர் உள்ளிட்ட 7 பேரைப் பட்டப்பகலில் ஓடும் பேருந்தை வழிமறித்துப் படுகொலை செய்தனர். இக்காலகட்டங்களில் அரசும் காவல்துறையும் தலித் மக்கள் மீதும், அவர்களது குடியிருப்புகள் மீதும் காட்டுமிராண்டித்தனமான தாக்குதல்களை நடத்தின. இத்தகைய சம்பவத்தினை முன்வைத்து பாமா 'எளக்காரம்' கதையினை எழுதியுள்ளார். அக்கதையில் "எல்லாம் ஒங்க மாமெ தங்கராசு செஞ்ச வேலதான். எலக்சன்ல நின்னாம்ல. அதுக்குத்தான். அவனுக்கு எத்தன தடவ படுச்சுப் படுச்சுச் சொன்னேன் கேட்டானா? மேலக்குடி ஆளுகளுக்குப் போட்டியா வேண்டாண்டான்னு எத்தபேரு சொன்னோம். கேட்டானா? இன்னைக்கு அவம்பேருல கொலக்கேசு போட்டு உள்ள வச்சுட்டானுக" என்று தலித்துகள் பேசுவதையும் "அங்கங்க தனித் தொகுதிகள்ளயே இவஞ் சாதிக்காரனுக நிக்கமுடியாம கெடக்கையில இவனுகளுக்கு எம்புட்டு கொழுப்புன்னா பொதுத்தொகுதியில அதுவும் நமக்குப் போட்டியா நிப்பானுக" என்று இருதரப்பு மக்களிடையே இருந்த மனநிலையைப் பதிவு செய்துள்ளார். மேலும், காவல்துறையின் காட்டுமிராண்டிப் போக்கை அப்படியே பதிவு செய்துள்ளார். அன்றைய சூழலில் தலித் மக்கள் மீதும், தலித் இயக்கத்தில் முனைப்பாகச் செயல்பட்டவர்கள் மீதும் தேசிய பாதுகாப்புச் சட்டம், குண்டர் தடுப்புச் சட்டம் போன்ற பல்வேறு சட்டங்களை இம்மக்கள் மீது விதித்தது காவல்துறை.

பெண் சிசுக்கொலை

தென் தமிழகத்தில் ஒருகாலத்தில் பெண் சிசுக்கொலைகள் அதிகமாக நடந்தன. மேலும் ஆண் குழந்தை பெற்ற பெண்ணை ஒருவிதமாகவும் பெண் குழந்தை பெற்ற பெண்ணை ஒருவிதமாகவும் சமூகத்தில் நடத்தினர். 'கருத்தம்மா' எனும் தமிழ்த் திரைப்படம் பெண் சிசுக் கொலையை மையமிட்டது என்பது குறிப்பிடத்தக்கது. அந்த அளவிற்குப் பெண் சிசுக் கொலைகள் நடந்துவந்தன. பாமா இதனைக் 'கதறல்' எனும் கதையில் பதிவு செய்துள்ளதோடு அன்றைய சமூக நிலையைக் குறிப்பிட்டுள்ளார்.

பொதுவாக, எதார்த்தமான கதைகள் என்பது சமூகத்தில் உள்ள விஷயங்களை அப்படியே பிரதிபலிக்கக் கூடியவை ஆகும். அவ்வாறு சொல்லப்படும் பதிவுகளானது அந்தந்தக் காலகட்டத்தினை அல்லது ஏதோவொரு பகுதி மக்களுடைய வாழ்வியலைப் பதிவு செய்கின்ற ஆவணங்களாக மாறிவிடுகின்றன. அந்தவகையில் பாமாவின் பெரும்பாலான

கதைகள் ஆவணத் தன்மையோடு இருப்பதனைப் பார்க்க முடிகிறது. அவருடைய கதைகள் சமூகத்தின் அன்றைய நிகழ்வுகளையும் அதன் பிறகு சமூகத்தில் ஏற்பட்ட மாறுதல்களையும் பதிவு செய்வதாக அமைந்துள்ளன. மேலும் தலித்துகள், பெண்கள், ஆதிக்கச் சாதியினரின் ஒடுக்குதல்கள் என்று சொல்லுகின்ற அதேவேளையில் சமூக மாற்றத்தையும், கல்வி, விழிப்புணர்வு, குறிப்பிட்ட பிரிவினரின் எதிர்த் தாக்குதல்கள், அரசியல் போக்குகள், சமூக நிகழ்வுகள் என்று அனைத்துத் தரப்பினையும் தம்முடைய கதைகளில் பதிவு செய்துள்ளதால் பாமாவின் கதைகள் தமிழ்ச் சமூகத்தின் ஆவணங்களாகவே திகழ்கின்றன.

பார்வை நூல்கள் :

1. பாமா, கிசும்புக்காரன் (1996), முகில் வெளியீடு, சமுதாயச் சிந்தனை செயல் ஆய்வு மையம் (ஐடியாஸ்) மதுரை.

2. பாமா, ஒரு தாத்தாவும் எருமையும் (2023), நியூ செஞ்சுரி புக் ஹவுஸ்.

3. பாமா, தழும்புகள் காயங்களாகி (2004), விடியல் பதிப்பகம்

4. ராஜ் கௌதமன், பொய் + அபத்தம் = உண்மை (2010), விடியல் பதிப்பகம்.

5. வெட்சி - தமிழக தலித் ஆக்கங்கள் (தொகுப்பு ச.பாரதி, சி.முத்துகந்தன், அ.கார்வண்ணன், பி.பொன்னுச்சாமி, 2009), பரிசல் வெளியீடு.

கருக்கு:
காலத்தால் நெய்யப்பட்ட பிரதி

சந்துரு மாயவன்

வரலாறும் தலித்துகளும்

தமிழின் / தமிழரின் வரலாற்று மெய்மைகள் இலக்கியப் பிரதிகளைக் கொண்டே வரையறுக்கப்பட்டுள்ளன. சமூகத்தின் நெடும்பரப்பில் வரலாற்று ஓர்மையற்றுக் கிடந்த தமிழ் மக்கள் காலனிய காலத்திலும் பின்காலனிய காலத்திலும் தங்களுக்கான வரலாற்றைப் பிரதிகளின் வழியாகக் கட்டியெழுப்பத் தலைப்பட்டனர். பின்காலனிய காலத்தில் கடந்தகால வரலாற்றை நிரல் செய்வதில் 20ஆம் நூற்றாண்டு அரசியல் குறுக்கிட்டது. சங்க இலக்கியம் என்று சொல்லப்படுகின்ற 'பாட்டும் தொகையும்' நூல்களின் வழியாக இரண்டாயிரம் ஆண்டுகளுக்கு முந்தைய தமிழரின் வரலாற்றுக் கோபுரம் மிகப் பிரமாண்டமாகக் கட்டியெழுப்பப்பட்டு புனிதத்துவப்படுத்தப்பட்டது. வரலாற்றை வரையறுக்கத் தற்போது கிடைத்திருக்கும் இந்தப் பிரதிகள்தாம் அசலான பிரதிகளா என்றால் இல்லை என்றும், அதிகாரத்தில் இருந்தவர்கள் திட்டமிட்டு மேற்கொண்ட முயற்சி மூலம் பிரக்ஞைப்பூர்வமாகப் பேணிக்கொள்ளப்பட்டவையே சங்க இலக்கியம் என்றும், சாதியின் காரணமாகவும் பல பாடல்கள் தொகுப்பிலிருந்து விடுபட்டிருக்கலாம் என்றும்

கா.சிவத்தம்பி கவனப்படுத்துகிறார். பல்வேறு ஆசாரத் தணிக்கைகளுக்கு உட்பட்டு தப்பிப் பிழைத்த பாடல்களைக் கொண்டு வரலாற்று வரைவு நிரல் செய்யப்பட்டதையே நாம் தமிழ்ப் பெருமையாகக் கொண்டாடிக்கொண்டிருக்கிறோம். கிடைத்தவற்றில் வடவைதீகச் சமாச்சாரங்கள் இடம்பெற்றிருப்பதாக ராஜ் கௌதமன் இனங்காண்கிறார். இரண்டாயிரம் ஆண்டுகாலத் தமிழ் இலக்கிய வரலாற்றில் தலித்துகளின் இடம் என்ன? காலங்காலமாக அவர்கள் அறிவுச் செயற்பாட்டிலிருந்து விலக்கிவைக்கப்பட்டிருந்தார்கள் என்று சொல்லப்படும் 'பொது உண்மை' சரிதானா என்கிற கேள்விகள் எழுகின்றன. முடியாட்சியின் அதிகாரங்களைத் தக்கவைப்பதற்காகச் செய்யப்பட்ட தொகுப்புச் செயல்பாடும், சமய அதிகாரங்களைத் தக்கவைக்க, பிரதிகளுக்கு உரை எழுதிய 'அறிவுச் செயல்பாடும்' தமிழின் வரலாற்றை ஒற்றைத் தன்மையாக்கின. எழுதப்பட்ட காலத்திற்கு மிகப் பிந்தைய காலத்தில்தான் தொகுப்பும் உரையும் தொழிற்படலாயின. உரை யாத்த காலத்தில்தான் வரலாற்றை விளக்க முயற்சிகள் நடைபெற்றன. எடுத்துக்காட்டாக, தொல்காப்பியத்தில் (வழக்கெனப் படுவது உயர்ந்தோர் மேற்றே - தொல். 1592) 'உலக வழக்கு' என்றால் 'உயர்ந்தோர் வழக்கு' என்ற பொருளில் குறிப்பிடப்படுகிறது. இதற்கு உரை எழுதிய இளம்பூரணார் "வழக்கென்று சொல்லப்படுவது உயர்ந்தோர் வழக்கினை எனவும் இழிந்தோர் வழக்கெனப்படா தெனவும் கூறியவாறு" என்று பொருள் சமைக்கிறார். "உயர்ந்தோர் எனப்படுவர் அந்தணரும் அவர்போலும் அறிவுடையோருமாயினர்" என்கிறார் பேராசிரியர். கி.பி. ஏழாம் நூற்றாண்டிற்குப் பிறகு எழுதப்பட்ட இந்த உரை வைதீகத்திற்கு ஆதரவாக இருப்பது மட்டுமின்றி காலங்காலமாக 'சிலர்' எழுதுவதை இலக்கியம் இல்லை என்றும் நிராகரிக்கிறது. முற்காலத்தில் எழுதப்பட்ட இலக்கியங்கள் யாவும் கி.பி. 5ஆம் நூற்றாண்டுக்குப் பின்னர் தொகுக்கப்பட்டு உரை எழுதி பனுவலாக்கம் பெறும் வேளையில் பல்வேறு இடைச்செருகல்களும் தணிக்கைகளும் செய்யப்பட்டு 'புதிய வரலாறுகள்' எழுதப்பட்டன என்பதையும் உரை வார்க்கும்போது வைதீகச் சார்பாக எழுதப்பட்டுள்ளன என்பதையும் நினைவில் கொள்ள வேண்டும்.

வைதீகத்திற்கும் அவைதீகத்திற்கும் இடையேயான சமரில் பல சிரமண இலக்கியங்கள் காணாமலாக்கப்பட்டன. வான சாஸ்திரங்கள், மருத்துவச் சுவடிகள் என்னாயின என்பதும் எவரும் அறிந்திலர். ஆக, அவைதீகத்தின் அறிவுக்கூறுகளை (scientific knowledge) வைதீக மரபு தனதாக்கிக்கொள்கிறது.

அவ்வாறு முடியாத நிலையில் அழித்தொழிப்பு நடவடிக்கையில் ஈடுபடுகிறது. இதனால், அவைதீகர்களின் வரலாற்றை இலக்கியப் பனுவலிலிருந்து அதிகமாக உய்த்துணர முடியவில்லை என்பது மட்டுமின்றி சாதி தொடர்பான உரையாடலும் மிகத் துலக்கமாகத் தென்படவில்லை. சித்தர் பாடல்கள், பாய்ச்சலூர் பதிகம் உள்ளிட்ட ஆக்கங்களில் சாதி குறித்து உரையாடப்பட்டிருந்தாலும் அக்காலச் சமூகத்தைப் புரிந்துகொள்ள அவை போதுமானதாக இல்லை. தன்னையே முன்னிருத்தி சாதி பற்றிய உரையாடல் 20ஆம் நூற்றாண்டில் தொடங்கியது எனக் கூற முடிகிறது. பார்ப்பனியத்திற்கும் பௌத்தத்திற்கும் இடையேயான சமரில் பௌத்தர்களே பின்நாளில் தீண்டத்தகாதவர்கள் ஆனார்கள் என்று உள்ளூர் மரபுகளைச் சான்றாகக் கொண்டு சாதியின் தோற்றுவாயை விளக்கினார் பண்டிதர் அயோத்திதாசர். பார்ப்பனியத்திற்கும் பௌத்தத்திற்கும் இடையேயான போரே இந்திய வரலாறு என்று குறிப்பிட்ட டாக்டர் அம்பேத்கர், தன்னுடைய வாழ்வையே சாட்சியாக்கி இந்தியாவின் / இந்தியர்களின் இலட்சனத்தை மேற்குலகிற்கு எடுத்துரைத்தார். சாதி குறித்து எழுதும்போது தன்னையே சாட்சியாக்குதல் என்னும் செயற்பாட்டை நவீன காலத்தில் தொடங்கி வைத்தவர். டாக்டர் அம்பேத்கரின் நோக்கம் தீண்டாமையின் வலிகளைச் சொல்லி கழிவிரக்கம் கோருவதன்று; சாதி இந்தியர்கள் மிகவும் குரூரமானவர்கள், ஆபத்தானவர்கள் என்பதை வெளிச்சமிட்டுக் காட்டவே அவ்வாறு எழுதினார்.

மாமன்னர் அசோகர் குறித்து ஆராய்ந்து எழுதிய வரலாற்றாய்வாளர் நயன்ஜோத் லாகிரி குறிப்பிடும்போது "அசோகரின் கல்வெட்டுகளை வாசிக்காதீர்; அவர் சொல்லவருவதைக் காது கொடுத்துக் கேளுங்கள்" என்கிறார். நாம் வாசித்து ஓர் அர்த்தத்தைப் பெறுவதைவிட அவர் சொல்வதைக் கேட்க முயற்சிக்கும்போது மிகச் சரியாகப் புரிந்துகொள்ள இயலும். அந்தக் குரல் ஒரு பொருளை நேரடியாக மட்டுமே சொல்லும் என்று அர்த்தப்படுத்திக்கொள்ளாமல் குறியீட்டு ரீதியாகவும் சொல்லும் என்பதை நினைவு கொள்ள வேண்டும். இன்றும் கல்வெட்டுகளின் வழியாக நூற்றாண்டுகள் கடந்தும் அசோகரின் குரல் நம் காதுகளில் எதிரொலித்துக்கொண்டே இருக்கிறது. இது பாமாவுக்கும் பொருந்தும்; பாமாவின் எழுத்துகளை வாசிப்பதைவிட எழுத்துகளின் வழியே அவர் உருவாக்கும் ஒலிமண்டலத்தில் சஞ்சரிக்கும்போது அவரையும் சமூகத்தையும் புரிந்துகொள்ள முயற்சிக்க முடியும்.

பாமா எழுதியதும் எழுதியிருக்க வேண்டியவையும்

ஒரு தலித் தன்னுடைய வாழ்வை ஏன் எழுதிப் பார்க்க வேண்டும் என்கிற கேள்வி எழாமல் இல்லை. இசையுலகில் ‘இசைபுத்தர் இளையராஜா’ நிகழ்த்திக் காட்டிய மீறல்கள் குறித்து அவரிடம் கேட்கப்பட்ட போது “Unconscious என்று கூற முடியாது. கனவுபோல முயற்சியின்றி நடப்பதில்லை எனது இசை. Conscious ஆக நடக்கிறது” என்றார். இது தலித் எழுத்துக்கும் பொருந்தும். தமிழில் தலித் தன்வரலாற்றுக்கென முன்னுதாரணங்கள் இல்லை என்பதால் ஏற்கெனவே எழுதப்பட்ட சட்டகத்திலிருந்து விலகியோ அல்லது சட்டகத்தை உடைத்தோ எழுதுவதுதான் தலித் எழுத்து. பிறரைப் போல் வாழ்வில் நடைபெற்ற எல்லா நிகழ்வுகளையும் அப்படியே பிரதி செய்தல் தலித் எழுத்து ஆகாது. கடந்தகால வாழ்வைத் தயவு தாட்சண்யமின்றி விசாரணைக்கு உட்படுத்த வேண்டும். வாழ்வின் மீது செய்யப்படுகின்ற இடையீடு சமூகத்தின் மீது செய்யப்படுவதாகும். அப்படியான விசாரணைக்குள் பாமா தலைப்படவே இல்லை. ஊரில், கிறித்துவத்தில் சாதி இருக்கிறது என்று விமர்சனம் வைக்கும் பாமா, அதற்கான சமூக வரலாற்றுப் பொருளாதாரப் பின்புலங்களை விளக்கியிருக்க வேண்டும். கல்வி மட்டும்தான் தலித் சமூகத்தை மேலேற்றும் என்கிற பிரக்ஞையோடு படித்துப் பட்டம் பெறும் பாமா, கன்னியாஸ்திரி ஆவது, அதிலிருந்து வெளியேறுவது என்று ரோலர் கோஸ்ட்டரில் போவதுபோல் சாகசம் செய்திருக்கிறார். இந்தச் சாகசம்தான் அவருடைய எழுத்தை சுவாரசியமாக்குகிறது. காயத்தைச் சொறிந்துவிடும்போது கிடைக்கும் சுகத்தைப் போன்று பாமாவின் எழுத்தைப் படித்து சமூகம் சொறிந்துகொள்கிறது. ஒரு தலித்தின் கண்ணீர் சமூகத்தில் எந்த மாற்றத்தையும் நிகழ்த்திவிடாது என்பது வரலாறு நமக்குக் கையளிக்கும் பாடம். பாமாவின் கண்ணீரும் ஓலமும் கொண்டாட்டமும் இதுவரை கேட்டறியப்படாத புதிய நாடகத்தைக் கண்டுகளித்த திருப்தியைப் பார்வையாளர்களிடம் உருவாக்குகிறது. தலித் என்று தன்னை அடையாளப்படுத்திக்கொண்ட ஒருவர் எழுதும்போது அது அரசியலாகிறது. தலித் விடுதலை அரசியல் எழுத்து வாசிக்கும் ஒருவரை நிலைகுலைய வைக்க வேண்டும். சமூகம் கட்டி வைத்திருக்கும் அத்தனை மதிப்பீடுகளையும் கலைத்துப் போட்டு விளையாட வேண்டும். ஆனால் பாமா, தன்னுடைய வரலாற்றுக் கடமையை, எதிரியைப் பொறிகலங்க வைக்கும் எழுத்தை உற்பத்தி செய்யத் தவறியுள்ளார்.

தமிழ் வரலாற்று எழுத்தியலும் பாமாவின் எழுத்தும்

பாமாவின் 'கருக்கு' நாவலில் சிக்கல்கள் இருந்தாலும் வரலாற்றின் அடுக்கில் அவருடைய நூலை எங்கு வைப்பது என்கிற கேள்வி எழுகிறது. இந்நூலைத் தமிழ் வரலாற்று எழுதியல் பின்புலத்தில் வைத்துப் பார்த்தால் சில விசயங்களை உய்த்துணர முடியும். நவீன வரலாற்று எழுதியல் முறை என்பது ஆவணங்களை அடிப்படையாகக் கொண்டது. தமிழ்ப் பிரதிகளைக் கொண்டு ஆராயும்போது

"தமிழன் என்றோர் இனமுண்டு தனியே அவற்கொரு குணமுண்டு;
அமிழ்தம் அவனுடை மொழியாகும் அன்பே அவனுடை வழியாகும்"

என்கிற 'மேன்மையான' வரலாறுதான் நமக்குச் சொல்லப்படுகிறது. இப்படிச் சொல்வதன் வழியே தமிழின் அசலான வரலாற்றைக் காண முடியவில்லை. தன்னுடைய வாழ்வையே சாட்சியாக்கி எழுதுவதன் வழியே வருங்கால மக்களுக்கு இன்றைய நிகழ்காலத்தையும் அதனின் மிக மோசமான பக்கங்களையும் மிகச் சரியாகச் சொல்லிவிட முடியும். தன்னுடைய வாழ்வை எழுதுவதற்கு அம்பேத்கருக்கு ஒரு நோக்கம் இருந்தது போல் பாமாவுக்கும் ஒரு நோக்கம் இருக்கிறது. நாம் வாழும் சமூகம் எவ்வளவு மோசமாக இருக்கிறதென்று ஆவணப்படுத்துகிறார். காலங்காலமாகக் கட்டமைக்கப்பட்ட தமிழரின் பெருமித வரலாற்றுக்கு எதிராகச் சமர் புரிகிறார். இலக்கியத்தைக் கொண்டு வரலாற்று எழுதியல் சமைக்கப்பட்டுக்கொண்டிருக்கும் சூழலில் இலக்கிய எழுத்தும் சமூகமும் வெவ்வேறாக இருக்கின்றன என்கிற உள்மெய்யை உரைக்கிறார் பாமா. இந்த உள்மெய்தான் அம்பேத்கரின் வாழ்வையும் பாமாவையும் ஒன்றிணைக்கிறது. இப்படி இணைத்துப் பார்க்கும்போது பாமாவின் எழுத்து கலகத் தன்மை கொண்டது என்று சொல்ல முடியும்.

ஒரு தலித் தன்னுடைய வாழ்வை எழுத வேண்டும் என்பது இலக்கியச் செயல்பாடன்று அது அவர் மேற்கொள்ளும் அரசியல் நடவடிக்கையின் ஓர் அங்கம். "தலித்திய விடுதலையில் சாதி ஒழிப்பு, சமூகநீதி, பொருளாதார முன்னேற்றம், அரசியல் அதிகாரம் என்ற விரிந்த எழுச்சியில் இலக்கியமும் ஓர் அம்சம்தான். ஏனைய மக்களைவிட தலித் மக்களிடம் பூர்வகாலந்தொட்டே வாய்வழி இலக்கியமும், கலையும், இசையும் மிகுந்து காணப்படுகின்றன. இவர்களுக்கு இலக்கியம் என்பது ஏதோ ஒரு சொகுசான விஷயம் இல்லை.

அவர்களுடைய இழப்புகளை, ஆற்றாமைகளை, வலிகளைச் சற்று மறந்து களிப்படையச் செய்வதற்கு அவர்களாக இட்டுக்கட்டிய விஷயமாகும்" என்கிறார் ராஜ் கௌதமன். பாமா வரைந்து காட்டுவது சுயசரிதையன்று, ஒரு சமூகத்தின் வரைபடத்தை. "எங்க ஊரு ரொம்ப அழகான ஊரு" என்று எழுதியபோது பாமாவுக்குள் உள்ளடங்கியிருக்கும் சமூகத்தின் பன்மைக் குரல் எதிரொலிக்கிறது. இந்தியச் சாதியச் சமூகத்தில் ஒரு தலித்துக்கு நிகழும் சாதிய அனுபவம் என்பது தனிமனிதன் தொடர்பானதன்று, அது கூட்டுணர்வு தொடர்பானது.

தன் வாழ்க்கையை முன்வைத்து பாமா நமக்குச் சொல்லவருவதைப் பின்வருமாறு தொகுத்துக்கொள்ளலாம்.

1. சாதியின் வடு
2. தலித் வாழ்வியல்
3. கல்வியின் வழியாகச் சாதியை எதிர்கொள்ளுதல்
4. கிறித்தவமும் சாதியும்

சாதியின் வடு

போஸ்டாபீஸ், பஞ்சாயத்து போர்டு, பால் பண்ணை, பெரிய கடைக, கோயிலு, பள்ளிக்கொடங்க, எல்லாமே அவுக தெருவுகள்ளதா இருக்குது (ப.20) என்று பாமா விவரிப்பது வ.புதுப்பட்டி எனும் ஊரையன்று; தமிழ்நாட்டின் மொத்த நிலப்பரப்பை. பாமாவின் வாழ்வும் வ.புதுப்பட்டி எனும் நிலப்பரப்பும் ஒரு குறியீடு, அவ்வளவே. அவரின் குரல் ஒட்டுமொத்த தலித்துகள் / தலித் பெண்களின் குரலாகவே ஒலிக்கிறது. பின்காலனிய காலத்தில் இந்திய நாட்டில் நடைபெற்ற மாற்றங்கள் சாதி இந்துக்களுக்குத்தான் சாதகமாக பெரும்பாலும் அமைந்திருக்கின்றன என்பதை அவர் வரைந்து காட்டும் நிலப்பரப்பின் வழியே கண்டுணர முடிகிறது. ஆள்வோரால் சாதி கட்டிக்காக்கப்படுகிறது என்பதும் இதன் மூலம் புலப்படுகிறது. பாமாவுக்கு நேர்ந்த சாதிய தீண்டாமை அனுபவங்கள் இந்தியாவில் இருக்கும் தலித்துகளுக்கு நடப்பவைதான். "பறப்பெயலுங்க பொட்டலத்த தொடக்கூடாது. தொட்டா தீட்டு; எந்தத் தெரு என்று ஒருவர் கேட்டபோது சேரித் தெரு பறையன் என்று பாமாவின் அண்ணன் கத்துவது; பறச் சாதியில் நாம பெறந்திட்டதால

நமக்குன்னு மதிப்போ, மரியாதையோ, கௌரவமோ இல்லாம போச்சு, பேருந்தில் தலித் பெண்களுக்குப் பக்கத்தில் நாயக்கமாரு பெண்கள் உட்கார மறுப்பது; கல்லூரியில் சாதியப் பாகுபாடு" இப்படியான நிகழ்வுகளும் சொல்லாடல்களும் தலித்துகளின் சமகால மனநிலையை அடையாளப்படுத்துவதாக இருக்கின்றன. இத்தகைய தீண்டாமை அனுபவங்களை அம்பேத்கரின் 'விசாவுக்காகக் காத்திருத்தல்' என்கிற பிரதியோடு ஒப்பிட்டு நோக்க முடியும். அம்பேத்கரின் தந்தையைப் போலவே பாமாவின் தந்தையும் ராணுவத்தில் இருந்தவர். அம்பேத்கரின் தந்தையைப் போலவே பாமாவின் தந்தை சூசைராஜ் அவர்களும் குழந்தைகளின் கல்வியை மட்டுமின்றி ஒழுக்கத்தையும் முதன்மையாகக் கருதியிருக்கிறார். கல்வியை விட 'டிசிப்லின்' முக்கியம் என்பதால் பாமாவின் அண்ணன் பல நேரங்களில் உதைபட்டிருக்கிறார். அம்பேத்கரின் வாழ்நாள் முழுக்க மகர் என்கிற சாதி பின்தொடர்ந்தது போலவே பாமாவுக்கும் பறையர் என்கிற சாதி துரத்தியிருக்கிறது. அம்பேத்கரின் தீண்டாமை அனுபவங்கள் இலக்கியப் பிரதியாக அணுகப்படுவதில்லை. ஆனால், பாமாவின் எழுத்துகள் இலக்கியப் பிரதியாகின்றன. தமிழ் இலக்கியத்தில் அதுவரை சொல்லப்படாத சாதியத்தின் உள்முகத்தை வெளிச்சமிட்டுக் காட்டியவர் பாமா.

தலித் வாழ்வியல்

தலித்தின் வாழ்வென்பது வெறும் வலிகளால் மட்டுமே சூழ்ந்ததல்ல; கொண்டாட்டம், வறுமை, வலி, துரோகம், பகடி, மகிழ்ச்சி இப்படிப் பல்வேறு உணர்வுகளால் நிறைந்துள்ளன. சூதுகளிப்பையும் கொண்டாட்டத்தையும் பாமாவின் வாழ்வினூடே கண்டுணர முடிகிறது. ராக்கம்மா பாட்டியிடம் கதை கேட்பது; சக வயதொத்த பிள்ளைகளோடு ஊருணி, கம்மாக்களில் விளையாடுவது; சாதிக்கெதிராகச் சமராடுவது ஆகியவை தலித்தின் வாழ்வாக இருக்கிறது. பள்ளி தொடங்கி, கல்லூரி, கிறித்துவ மடம், பணியிடம் எல்லாவற்றிலும் சாதியை மிகத் தைரியமாகவும் சத்தமாகவும் எதிர்கொள்கிறார். சாதியைச் சத்தமாக எதிர்கொள்ளுங்கள் என்பதே பாமா நமக்களிக்கும் செய்தி. தலித்துகளின் பிணங்களைப் புதைக்க எதிர்ப்புத் தெரிவித்த சாலியர்களை, கிறித்துவப் பறையர்கள் எதிர்த்து அடித்துள்ளனர். சாலியர்களுக்கு ஆதரவாகக் காவல்துறை நடந்துகொண்டதுபோது தலித் பெண்கள் அதற்கெதிராகப் போராடியதையும் இப்பிரதியில் காணமுடிகிறது.

ஆண்களை வழிநடத்தும் வலிமையான பெண்கள் இருக்கிறார்கள்; பெண்கள் பலவீனமானவர்கள் என்கிற ஆணாதிக்கப் பிரதிக்கு எதிராக வலிமையான எதிர்ப்புக் குரலாக பாமாவினுடையது இருக்கிறதை அறிய முடிகிறது.

கல்வியின் வழியாகச் சாதியை எதிர் கொள்ளுதல்

அதிகாரம் சார்ந்த நேரடி ஒடுக்குமுறையாக மட்டுமின்றி, கருத்துகளின் வழியாகவும் மக்களையொடுக்கிச் சுரண்ட முடியும் என்கிறார் கிராம்ஷி. கீழானவர், தீண்டப்படாதவர் என்று ஒருவரை நம்ப வைப்பதன் வழியாகவே அவரைச் சுரண்ட முடியும் என்பதற்கான வரலாற்றுச் சாட்சியாகவே தலித் மக்கள் இருக்கிறார்கள். சாதியிலிருந்து தப்பிப்பதற்காகவும் அல்லது எதிர்கொள்வதற்காகவும் தலித்துகள் படிக்க வேண்டியதாகிறது. "பறச் சாதியில் நாம பெறந்திட்டதால நமக்குன்னு மதிப்போ, மரியாதையோ, கௌரவமோ இல்லாம போச்சு. ஆனா நாம நல்லா படிச்சு முன்னுக்கு வந்தோம்னா, இந்த அசிங்கமெல்லாம் இல்லன்னு ஆக்கிப் போடலாம். அதுனாலே கருத்தா, கவனமா படிச்சிரு" (ப. 28) என்று பாமாவின் அண்ணன் குறிப்பிடுகிறார். பாமாவும் கருத்தூன்றிப் படித்து பட்டதாரியாகிறார். கல்விதான் தலித்துகளை முன்னேற்றும் கருவி என்று அம்பேத்கரும் குறிப்பிடுகிறார். இதற்காக சித்தார்த்தா கல்லூரி, மிலிந்த் கல்லூரி ஆகிய கல்விக்கூடங்களை உருவாக்குகிறார். தலித்துகளின் விடுதலைக்காகக் கல்வியை ஏன் முன்மொழிய வேண்டும் என்கிற கேள்வி எழுகிறது. "இவ்ளோ நல்லா படிக்கிறியே நீ எஸ்.சியா இருப்பனு எதிர்பார்க்கல" என்பதை எதிர்கொள்ளாத தலித்துகள் மிகச் சிலரே எனலாம். கல்வியிலிருந்தும் அறிவிலிருந்தும் தலித்துகள் காலங்காலமாக விலக்கி வைக்கப்பட்டிருந்தார்கள் என்கிற பெருங்கதையாடல் (Grand Narrative) சமூகத்தில் உருவாக்கப்பட்டிருக்கிறது. தலித்தாகப் பிறந்துவிட்ட காரணத்தினாலேயே ஒருவருக்கு அறிவில்லாமல் போகிறது என்று சமூகம் கட்டமைத்திருக்கும் ஒழுங்கை மீறுவதென்பது சாதியை மீறுவதற்கு ஒப்பானதாகும். சமூகத்தின் ஆசார ஒழுங்கை மீறுவது தலித்துகளின் கடமையாகும். கல்வி பெறுவதன் வழியாக இரண்டு விசயங்கள் நேர்கின்றன. 1. சாதியை நேராக எதிர்கொள்ளுதல், 2. சாதியிலிருந்து தப்பித்துக்கொள்ளுதல்.

1.சாதியை எதிர்கொள்ளுதல்

நிறத்தின் காரணமாக வெள்ளையர்கள் ஒடுக்கியபோது தங்களுடைய நிறத்தையே ஆயுதமாக்கிப் போராடியவர்கள் கறுப்பினத்தவர்கள். பெண்கள்,

பால்புதுமையினர் உள்ளிட்டோர் தாங்கள் எந்த அடையாளத்தால் ஒடுக்கப்படுகிறார்களோ அந்த அடையாளத்தின் கீழ் ஒன்றிணைந்து ஒடுக்குமுறைக்கெதிரான போராட்டத்தை மேற்கொள்கிறனர். அதுபோலவே தலித் என்கிற அடையாளத்தின் காரணமாக ஒடுக்கப்படுவதால் அவ்வடையாளத்தை முன்னிறுத்திச் சமர் புரிவது ஒருவகை. ஒடுக்கப்பட்ட மக்களின் பிரதிநிதியாக அம்பேதகர் தன்னைப் பிரகடனப்படுத்திக்கொண்டது நினைவுகூரத்தக்கது. பாமா தன்னைத் தலித் என்று முன்னிறுத்தியே எழுதவந்தார். அக்காலகட்டத்தில் தகித்த அரசியல் / இலக்கியச் சூழலும் ஒரு காரணமாக அமையும். சாதியை எதிர்கொள்ள அரசியல் ஓர்மையும் கல்வியும் துணைபுரிகின்றன. சாதிச் சிக்கல்கள் வரும்போதெல்லாம் பாமா அதை நேரடியாக எதிர்கொள்கிறார். வேலைக்குப் போன பிறகு "நீங்க நாடாரா" என்று எழுப்பப்பட்ட கேள்விக்கு "பறச் சாதி" என்று பளிச்சென்று பதிலளிக்கிறார் பாமா. சாதியை எதிர்கொள்வதற்கான துணிவை வழங்குகிறது கல்வி. இத்தகைய துணிவு கொண்டவர்களால்தான் நிலைபேராக்கம் கொண்டுள்ள சமூகச் சட்டகங்கள் உடைபடுகின்றன. ஒரு தலித் அதிலும் குறிப்பாக தலித் பெண் எதிர்கொள்ளும் இடர்களை பாமா மிகத் துணிச்சலாக வெளிப்படுத்தியதன் வழியே சமூகத்தின் குரூரத்தை நம்மிடம் உரத்துச் சொல்கிறார்.

2.சாதியிலிருந்து தப்பித்தல்

சொந்த மண்ணிலிருந்து வெளியேறிய தலித், தன்னுடைய கடந்தகால வரலாற்றை மனதில் கொண்டு சமூக நிர்பந்தங்களின் காரணமாகத் தன்னுடைய சாதியை மறைத்து சாதியிலிருந்து தற்காலிகமாகத் தப்பித்துக்கொள்கிறார். பார்சி விடுதியில் சாதியை மறைத்து அம்பேத்கர் தங்கியது போல. கல்வி வழியாக சாதியச் சட்டகத்திலிருந்து தப்பித்துவிடும் எத்தனம் ஒரு தலித்துக்கு இருப்பதை தவறென்றும் சொல்லிவிட முடியாது.

கிறித்துவமும் சாதியும்

"தலித் எழுச்சி என்பது இங்கே சாதி கிறித்துவத்தையும், சாதி இந்துத்துவத்தையும் எதிர்த்து உருவாகிவருகிறது. மொத்தத்தில் சாதி ஒழிப்பை முன்வைக்கிறது" என்கிறார் ராஜ் கௌதமன். இந்து சாதிய ஒடுக்குமுறைகளிலிருந்து தங்களை விடுவித்துக்கொள்ள தலித்துகள் கிறித்துவத்திற்கு மாறியபோது, இந்து மதத்திலிருந்த பிற சாதியினரும் கிறித்துவ மதத்திற்கு மாறி தங்களின் ஆசாரக் கொள்கைகளைப்

பின்பற்றியதன் விளைவாக சாதியப் பாகுபாடுகள் கிறித்துவச் சபைகளில் எதிரொலித்தன. கிறித்துவ மடங்களால் நடத்தப்படும் பள்ளிகளில் நிகழும் சாதியப் பாகுபாடுகள் மீது வெளிச்சமிடுகிறார். பணக்காரப் பிள்ளைகள் கவனிக்கப்படும் விதத்தையும் ஏழைகள் கவனிக்கப்படும் விதத்தையும் கண்டு நெஞ்சு பொருமுகிறார். கிறித்துவ இறையியல் முன்னிறுத்தும் சமத்துவத்தின் மீதேறியே கிறித்துவ மடங்கள் மீது விமரிசனத்தை முன்வைக்கிறார் பாமா. அவரின் குரலைக் கவனிக்கும்போது சாதி மனநிலையைக் கொண்ட இந்துக்கள் நுழைகிற இடங்கள் மனிதர்களுக்கு எதிராக அமையும் என்பதைக் கேட்க முடியும். பாமாவின் குரலில் அடிநாதமாக இருப்பது 'கிறித்துவ மதத்தையும் கெடுத்துவிட்டீர்கள்' என்பதுதான்.

பாமாவின் 'கருக்கு' ஒரு தனிமனுசியின் குரலன்று; தலித் பெண்களின் ஒருங்கிணைந்த குரல். வாழ்வின் வலிகளை, ரணங்களை மட்டும் பேசவில்லை. உயிர்களுக்குத் தேவையான சமத்துவதைக் கோரி நிற்கிறது. பனங்கருக்கால் அறுக்கப்பட்டு நைந்துபோன வாழ்வின் வலிகள் அல்ல விடியலை எதிர்நோக்கும் நட்சத்திரங்கள். இந்தக் 'கருக்கு' கழிவிரத்தைக் கோரி நிற்பதன்று, சாதியவாதிகளை அறுத்து ரணமாக்க வல்லது.

துணை நூற்பட்டியல்

1. பாமா, கருக்கு
2. இளம்பூரணர் (உ.ஆ), தொல்காப்பியம்
3. ச.வே.சுப்பிரமணியன், தொல்காப்பியம் உரைவளக் கோவை
4. சிவத்தம்பி.கா, தமிழில் இலக்கிய வரலாறு
5. பிரேம் - ரமேஷ், இளையராஜா: இசையின் தத்துவமும் அழகியலும்
6. ராஜ் கௌதமன், தலித் பார்வையில் தமிழ்ப் பண்பாடு
7. ராஜ் கௌதமன், பொய் + அபத்தம் = உண்மை
8. நயன் ஜோத் லாகிரி நேர்காணல், காலச்சுவடு, ஜனவரி 2024

தலித் தன்வரலாற்றின் தொடக்கம் - பாமா
முத்துப்பாண்டி

> எப்போதும் யாரேனும் அடிமைப்படுத்தப்பட்டாலும் அல்லது எந்த விதத்திலாவது அவரது சுதந்திரம் பறிக்கப்பட்டாலும் என்னைப் பொறுத்தவரையில் அவர் தனது சுதந்திரத்தை மீட்பதற்குத் தேவையான எந்த வழிமுறைகளையும் கையாள்வது நியாயமானது.
>
> - மால்கம் எக்ஸ்.

தலித் இலக்கியத்தின் முக்கிய அம்சமாக நாட்டார் வழக்காற்றியல் தன்மை இருந்துவந்துள்ளது. தலித் இலக்கியத்தின் நீண்ட நெடிய மரபில் வழக்காறுகளாகவும், அனுபவ அறிவுவழியாகவும் இன்றைய தலித் இலக்கியம் கட்டமைக்கப்பட்டுள்ளது. குறிப்பாக, நாட்டார் வழக்காறில் உள்ள மீறல், பகடி, தலைகீழாக்கல், கேளிக்கை எனப் பல அம்சங்கள் இயல்பாய் இணைந்திருக்கின்றன. எனவே, இப்பண்புகளை இலக்கியத்திற்குள் கொணரும்போது, வேறொரு தன்மையை அடைகிறது. அவை, இதுவரை கட்டியெழுப்பிய புனித பிம்பங்களை அடையாளமற்று ஆக்குவதில் முக்கியப் பங்காற்றுகிறது. இத்தகைய பண்புகள் கொண்டவையே தலித் இலக்கியம் என்று வரையறுக்கப்பட்டது. இந்நிலையில்தான் பாமாவின் வருகையும் இலக்கிய உலகில் அமைந்திருந்தது.

அம்பேத்கர் நூற்றாண்டிற்குப் பிறகு தலித் இலக்கியம் எழுச்சிபெற்றபோது, உலக அளவில் ஒடுக்கப்பட்டோர் குறித்தான இலக்கியங்களைத் தமிழில் மொழிபெயர்க்கும் போக்கு உருவாகியது. குறிப்பாக, கறுப்பிலக்கியங்கள், ஆப்ரோ - அமெரிக்க இலக்கியங்கள், இலத்தீன் அமெரிக்க இலக்கியங்கள் போன்றவற்றைத் தமிழில் மொழிபெயர்த்து, அவற்றைத் தலித் இலக்கிய உருவாக்கத்திற்கு

முன்னோடி இலக்கியங்களாகக் கொள்ளத் தொடங்கினர். கறுப்பிலக்கியம் வாய்மொழித் தன்மை, கூட்டுத்தன்மை, மறுதலிக்கும் தன்மை போன்றவற்றை உள்ளடக்கியதாகும்.

அதேபோல், நவீன அம்சங்களை வெகுஜன தளத்திற்குக் கொண்டுவந்ததில் கிறித்தவ மிஷனரிகளுக்கு முக்கிய இடமுண்டு. அதாவது, கல்விக் கூடங்கள், திருச்சபைகளின் வழியாக மக்களை முறைபடுத்தும் செயலில் தன்னை ஈடுபடுத்தியது. அதுவரை மேட்டிமைத்தனத்தைத் தாங்கியிருந்த கல்வி, கிறித்துவ நிறுவனங்களால் வெகுஜனப்படுத்தப்பட்டது. இப்பின்புலத்திலிருந்து பாமா உருவாகுகிறார். சமூக அரசியல் பண்பாட்டுத் தளங்கள் சார்ந்து தமிழ் இலக்கியத்தில் உண்டாகியிருக்கும் தாக்கங்களில் தலித் எழுத்துகளுக்குப் பிரதானமான இடமுண்டு. அந்த வகையில் தலித் அடையாளத்தோடு தமிழில் வந்த ஆரம்பப் படைப்புகளில் ஒன்றாக பாமா எழுதிய 'கருக்கு' நாவலைக் (1992) குறிப்பிடலாம். அந்நாவலுக்கு முன்பே முன்னோடி படைப்புகள் வெளிவந்துவிட்டிருந்தன என்றாலும் தலித் என்னும் தீர்மானகரமான சொல்லாடலோடு வெளியானது 'கருக்கு' நாவல்தான். அதனைத் தொடர்ந்து வெளிவந்த 'சங்கதி' நாவலில் (1994) இரண்டுவிதமான ஒடுக்குமுறைகளை தலித் பெண்ணின் பார்வையில் எழுதியுள்ளார். தலித் சுயசரிதை இப்போது, தலித் வரலாறைக் கட்டமைப்பதற்கு மட்டுமின்றி தலித் இலக்கியத்தின் முக்கியப் பகுதியாகவும் மாறிவிட்டது. எனவே இந்தியாவில் தலித் தன்வரலாற்று நூல்கள் உடனுக்குடன் ஆங்கிலத்தில் மொழிபெயர்க்கப்பட்டு வெளிவருகின்றன. குறிப்பாக, மாராட்டிய தலித் எழுத்தாளர்களான நரேந்திர ஜாதவ், ஷரண்குமார் லிம்பாலே, வசந்த் மூன், ஓம்பிராகாஷ் வால்மீகி, லட்சுமண் மானே எனப் பலரின் சுயசரிதைகள் ஆங்கிலத்திலும், ஐரோப்பிய மொழிகளிலும் மொழிபெயர்க்கப்பட்டுள்ளன. அந்த வகையில்தான் உலகமெங்கும் ஒடுக்கப்பட்ட மக்கள் பிரிவினர் பலரும் தமது வெளிப்பாட்டு வடிவமாகத் தன்வரலாற்றைப் பயன்படுத்திவருகின்றனர்.

கறுப்பர்களின் தன்வரலாறு

கறுப்பின எழுத்தாளர்கள் தொடக்கத்தில் வாய்மொழித் தன்மையிலேயே எழுதினார்கள். ஏனென்றால், தங்கள் மூதாதையர்கள் சொல்லித்தந்த கதைகள், சடங்குகள், வழக்காறுகள், பண்பாட்டு எச்சங்கள் ஆகியவற்றின் வழியாக இழந்த வரலாற்றினை மறுகட்டமைப்பு செய்வதே நோக்கமாகக் கொண்டனர். பிறகு, கூட்டு நினைவிலிருந்து வெளிப்படக்கூடிய

வரலாற்றினைப் பதிவுசெய்தனர். இதனைத் தொடர்ந்து இதுவரை எவையெல்லாம் வெள்ளையர்களால் புனிதம் என்றும் போற்றத்தக்கக்கூடிய அல்லது கடைபிடிக்கக் கூடியவையென்று சொல்லப்பட்டனவோ அவற்றை முற்றிலும் மறுதலிக்கும் போக்கு கறுப்பின எழுத்தாளர்களிடே உருவாகியது.

கறுப்பிலக்கியம் 18ஆம் நூற்றாண்டிலிருந்து எழுதப்பட்டன. குறிப்பாக, தொடக்கத்தில் எழுதியவர்கள் விமர்சகர்களால் (வெள்ளையின எழுத்தாளர்களால்) அங்கீகாரத்தோடு வெளிவந்தன. இவற்றில் சில குறைபாடுடைய எழுத்துகளென்றும், தகுதியற்ற கவிதைகள் என்றும் பின்குறிப்போடு வெளிவந்தன. இருந்தாலும், கறுப்பர்கள் தொடர்ந்து எழுதத் தொடங்கினர்.

கறுப்பர்கள் முதலில் தங்கள் வாழ்க்கையைப் பதிவு செய்யும் எழுத்து முறையாக தன்வரலாறுகளை எழுதத் தொடங்கினர். குறிப்பாக, உலக இலக்கியங்கள் பெரும்பாலும் மற்றவர்களைப் பற்றியான பதிவாக இருக்கிறது. அவற்றில் ஒடுக்குதலுக்கு உள்ளாக்கப்பட்ட சமூகம் மட்டுமே தங்களின் அனுபவங்களை எழுதுதலின் வழியாகவே வரலாற்றினைக் கட்டமைக்கத் தொடங்குகின்றனர். தன்னனுபவமே வராலாறாக மாறுவது இவர்களிடையே உள்ள ஒடுக்குமுறையாகும். அவற்றை ஆவணப்படுத்துவதும், மீண்டெழுவதுமான உரையாடலே பனுவலாக உருமாறுகிறது.

கறுப்பிலக்கியம் தொடர்பான சிந்தனை மாற்றம் 1970களில் ஹார்லம் மறுமலர்ச்சிக்குப் பிறகு தொடங்கியது எனலாம். ஒருபக்கம் கறுப்பிலக்கியத்தை வரையறை செய்ய வேண்டுமென்றும், மறுபக்கம் கறுப்பின மக்கள் அனுபவிக்கிற கொடூரமான ஒடுக்குமுறைகளை வெளிக்கொணருவதாக இருக்க வேண்டுமென்றும் வாதிடப்பட்டன.

ஃப்ரடெரிக் டக்ளஸ் (Frederick Douglass) 1845இல் எழுதிய சுயசரிதை 'ஓர் அடிமையின் வரலாறு' அமெரிக்கக் கறுப்பர் எழுத்தின் தொடக்கப் புள்ளி எனலாம். தமிழில் எம்.கோபாலகிருஷ்ணன் மொழிபெயர்ப்பில் வெளிவந்துள்ளது.

அலெக்ஸ் ஹேலி

அலெக்சாண்டர் முர்ரே பால்மர் ஹேலி ஆகஸ்ட் 11, 1921 அன்று நியூயார்க் நகரத்தில் பிறந்தவர். இவர் அடிப்படையில் அமெரிக்க

எழுத்தாளர். இவருடைய முதல் நூலான *The Autobiography of Malcom, 1965*இல் வெளிவந்தது. இந்நூல் மால்கம் எக்ஸ் சொல்ல ஹேலியால் எழுதப்பட்டதாகும். ஹேலி, மால்கம் எக்ஸிடம் எடுத்த ஆழமான நேர்காணலின் வழியாக எழுதப்பட்ட சுயசரிதை நூலாகும். அதேபோல், அதிக கவனம்பெற்ற நூலான 'வேர்கள்' (*Roots The Sag of and American Family*), ஹேலியின் பெயரைக் கறுப்பிலக்கிய வரலாற்றில் நிலைபெறச் செய்தது.

மராத்தி மொழியில் சுயசரிதை

தலித் பேந்தர்ஸ் இயக்கம் தோற்றத்திற்குப் பிறகு மராட்டிய தலித் எழுத்தாளர்கள் தங்களின் வாழ்வனுபவத்தை எழுதும் போக்கு உருவாகியது. குறிப்பாக, 1978 - 86 காலகட்டத்தில் தன்வரலாறு இலக்கியங்கள் அதிகமாக எழுதப்பட்டன. இக்காலகட்டத்தை அர்ஜூன் டாங்களே தன்வரலாற்று இலக்கியக் காலகட்டமென்று வரையறுக்கிறார்.

தன்வரலாறு என்பது ஓர் ஒடுக்கப்பட்ட எழுத்தாளரின் வாழ்வோடு மட்டும் குறுகிப்போய் விடுவதில்லை. அது ஒரு சமூக அமைப்பின் விரிந்துரையும் சித்திரிப்பின் நீட்சியாகும். இன - மத வெறி, அநீதி, சுரண்டல் போன்ற தீமைகளுக்கெல்லாம் ஆளான மக்களின் வாழ்க்கைச் சித்திரமுமாகும். உண்மை நிலவரங்களின் மீது எந்தப் போலிப் பூச்சும் வரலாற்று இலக்கியங்கள் மராத்திய இலக்கியத்தையே வளப்படுத்தியதோடன்றி, மராத்தி மொழியில் சுயசரிதைக்கென ஒரு மரபே உள்ளது. சோனகாம்பள் எழுதிய 'ஆரவணிச்சிபட்சி', தயா பவார் எழுதிய 'பலூத', லட்சுமண மானெ எழுதிய 'உபாரா', லிம்பாளி எழுதிய 'அட்சரமாஷி', கெய்க்வாட் எழுதிய 'உசால்யா' முதலியவற்றை இங்கே நினைத்துக்கொள்ளலாம்.

மகாராஷ்ராவில் தோன்றிய சுயசரிதை வடிவிலான இலக்கியமும் கூட, கன்னட தலித் இலக்கியத்தின் மீது முக்கியத்துவம் வாய்ந்த தாக்கத்தை ஏற்படுத்தியது. மராத்தியில் வெளியான பெரும்பாலான சுயசரிதைகள் கன்னடத்தில் மொழிபெயர்க்கப்பட்டுள்ளன. கன்னடத்திலும் இதேபோன்று சுயசரிதைகளை எழுதும் போக்கு உருவாயிற்று. டாக்டர் அரவிந்த மாளகத்தி 'கவர்ன்மெண்ட் பிரமாணன்' என்னும் தனது சுயசரிதையின் மூலமாகத் தொடங்கிவைத்த இந்தப் போக்கு, லட்சுமண் சம்போலி போன்றவர்களையும்

சுயசரிதைகளை எழுதத் தூண்டியது. சித்தலிங்கையா ‘ஊரும் சேரியும்’, ‘வாழ்வின் தடங்கள்’ என்னும் இரு பாகங்களைக் கொண்ட சுயசரிதையின் மூலமாகத் தனக்கான தனியிடத்தை நிர்ணயித்துக்கொண்டார். கன்னடத்தில் எழுதப்பட்ட தலித் சுயசரிதைகளும் தொடக்கத்தில் மராத்தி தலித் சுயசரிதைகளைப் போன்றே இருந்தன.

அமெரிக்காவில் கறுஞ்சிறுத்தைகள் இயக்கம் தோன்றியதிலிருந்து உந்தப் பெற்று 1972ஆம் ஆண்டு இந்தியாவில் தலித் சிறுத்தைகள் உதயமானார்கள். இந்த அதிர்ச்சி அலைகள் அடுத்தடுத்து இந்தியா முழுவதும் தோன்றி, தலித் சிறுத்தைகளை உருவாக்கியது, அவர்கள் தங்களது எழுச்சியின் அடையாளமாக தலித் என்ற சொல்லைத் தமக்குள் சூட்டிக்கொண்டனர்.

இப்படியாகத்தான் பிராமணியத்திற்கு எதிரான யுத்தத்தில் அந்த மக்களின் தனித்த அடையாளமாக, புரட்சிகரமான மாற்றத்தின் அடையாளமானது. 1973ஆம் ஆண்டு அண்டை மாநிலமான கர்நாடகாவில், அப்போதைய தலித் அமைச்சர் பி.பசவலிங்கப்பா மேல்தட்டு கன்னட இலக்கியவாதிகளின் படைப்புகளை மாடுகளுக்கான வைக்கோல் என்று குறிப்பிட்டதால் எழுந்த பிரச்சினையைத் தொடர்ந்து தலித் இளைஞர்கள் தமது தனித்த அடையாளமாக ‘தலித் சங்கர்ஷ் சமதி’ ஒன்றை உருவாக்கிக்கொண்டனர். அது நாடு தழுவிய வலுவான தலித் இலக்கியத்தின் ஸ்தாபனமாக உருவெடுத்து, பிற மாநிலங்களிலும் ‘தலித் சிறுத்தைகள்’ அமைப்புகள் உருவாக்கப்பட்டன.

தலித் தன்வரலாறு என்ற தனி வகைமை

1990களில் தமிழகத்தில் அம்பேத்கர் நூற்றாண்டிற்குப் பிறகு தலித் இலக்கியத்தில் முக்கிய மாற்றம் ஏற்பட்டது. தலித் இலக்கிய ஓர்மை பரந்துப்பட்ட பார்வையைத் தலித் எழுத்தாளர்களிடம் காணப்பட்டது. இக்காலகட்டத்தில் வெளிவந்த நாவல்தான் ‘கருக்கு’. அதுவரை அப்படியான மொழிநடை வரவில்லை. அதன் மொழிநடை தமிழில் பரந்துபட்ட விவாதத்தை உருவாக்கியது. குறிப்பாக, தலித்துகளிடையே நிலவுகிற பழக்கவழக்கங்கள் இழிவானவை, அசிங்கமானவை என்று உளவியல் ரீதியாக நிலைபெற்றவற்றை மாற்றி அவை மதிப்பிற்குரியவை, அழகானவை என்பதாக ‘கருக்கு’ நாவல் வாதிடுகிறது. இவற்றைத் தன்னனுபவத்தின் வழியாகவும், உறவுகளிடம் கேட்டும் சுயசரிதையாக எழுதியுள்ளார் பாமா. பாமாவின்

‘கருக்கு’, ‘சங்கதி’, ‘வன்மம்’ மூன்றுமே ஒரே மாதிரியான எடுத்துரைப்பு முறையைக் கொண்டவை. தான் வாழ நேர்ந்த நிறுவனங்கள், குடியிருப்பு, ஊர், பள்ளி, விடுதி, கல்லூரி, கன்னியாஸ்திரி மடம் என எவற்றிலும் முழு ஈடுபாட்டுடன் செயல்பட முடியாத நிலைக்குக் காரணம், தான் பிறக்க நேர்ந்த சாதியே என்று ‘கருக்கு’ நாவலில் குறிப்பிடுகிறார். அடுத்த நாவலான ‘சங்கதி’யில் பாட்டி, உறவினர் என வேறுவேறு பெண்கள் சொன்ன, கேட்ட அனுபவங்கள் உள்ளிட்டவற்றைக் கதைகளாகப் பதிவாக்கியுள்ளார்.

‘கருக்கு’ நாவலில் தலித்துகளின் குடியிருப்பு ஊரின் புறத்தே அமைக்கப்பட்டுள்ளதாகக் குறிப்பிடுகிறார். சாதி இந்துக்களின் பகுதிகளில் அரசு நிறுவன்ங்கள், கடைகள், பேருந்து நிறுத்தங்கள் என மக்களுக்குப் பயன்தரக்கூடிய அனைத்துவிதமான சேவை நிறுவனங்களும் நிறுவப்பட்டுள்ளன. மேலே சொல்லப்பட்டவையோடு தலித்துகள் எவ்வித உறவுமின்றி வாழ சாதி இந்துக்கள் வழியேற்படுத்தி வைத்திருப்பதாக இந்நாவலை வாசிக்கும்போது புரிந்துகொள்ள முடிகிறது. “தெருப்பக்கம் வரவே மாட்டாக. போஸ்டாபீஸ், பஞ்சாயத்து போர்டு, பால் பண்ணை, பெரிய கடைக, கோயிலு, பள்ளிக்கொடங்க, எல்லாமே அவுக தெருவுகள்ளதா இருக்குது. அவுக எதுக்கு தெருவுக்கு வரப்போறாக? மேச்சாதிக்காரகளுக்குன்னே ஒரு பெரிய பள்ளிக்கொடம் நாய்க்கமார் தெருவுல இருக்குது.” என்று நாவலில் கட்டமைக்கப்பட்ட நிலவியல் காட்சிப்படுத்தப்பட்டுள்ளது. இங்கே கறுப்பர்களின் குடியிருப்பையும் பொருத்திப் பார்க்க முடியும்.

“அவுக ஐடியாப்படி, கீழ்சாதின்னா ரொம்ப மோசமானவுக. ஒழுக்கமோ, சுத்தமோ, பண்பாடோ எதுவுமே இல்லாதவக. அவுகள மாத்தவே முடியாது. இவுகளுக்கு ஒதவி செய்றது நல்ல பாம்புகளுக்குச் செய்றமாதிரி.” என்றும்,

“இப்படிப் பரம்பரை பரம்பரையா அடிமைகளாக வச்சு அசிங்கம்னு சொல்லிச்சொல்லி, தலித்துகளே நம்ப அசிங்கமானவுக, மானமரியாதை இல்லாதவுக, தீண்டத்தகாதவுன்னு நம்பி, தாங்களாகவே ஒதுங்கிக்கிற நெலமைக்கு ஆளாயிட்டாக. இதுதா ரொம்பப் பெரிய அநியாயம். இதத்தான் பெறக்கிற பச்சப் பிள்ளைகளுக்குஞ் சொல்லிக்குடுத்து வளக்குறாக. இதனால என்ன ஆகுதுன்னா தலித்துகளுக்கு வெமோசனமோ, விடுதலையயோ கெடைக்க வழி இல்லாமலே போகுது.” என்றும் பாமா விவரிக்கிறார்.

அம்பேத்கர் குறிப்பிட்டதுபோல, தலித்துகள் மீது உள்கட்டுமானம், வெளிக்கட்டுமானம் என்கிற அடிப்படையில் ஆதிக்கம் செலுத்தப்படுகிறது. அதாவது, சட்டங்கள் வழியாகச் செலுத்தப்படும் அதிகாரம் புறக்கட்டுமானம். உள்கட்டுமானம் என்பது மக்களிடையே திரண்டிருக்கும் கருத்து, பழக்கவழக்கங்கள், மரபு உள்ளிட்டவற்றை அடிப்படையாகக் கொண்டிருப்பது. எனவே, தலித்துகள் பற்றி திரும்பத் திரும்ப ஒரேமாதிரியான கருத்துகளைப் பரப்பி நிலைபெறச் செய்து அவற்றைத் தலித்துகளே நம்பி ஏற்றுக்கொள்ளும் படியாகச் செயல்படுத்தியுள்ளனர். இந்நிலையில்தான், பாமா கல்வியின் முக்கியத்துவத்தை வலியுறுத்துகிறார். அவர் படைத்துள்ள கதாபாத்திரங்களுக்குக் கல்வியின் வழியாக விடுதலையடைய முடியும் என்கிற நம்பிக்கையை அளிக்கிறார்.

இவ்விடத்தில், பாமா படைத்துள்ள பெண்களை, ஜ்வென்டொலின் பென்னட் என்ற கறுப்பின கவிஞர் தன்னுடைய கறுப்பினப் பெண்ணுக்கு வலியுறுத்துவதோடு பொருத்திப் பார்க்கலாம்.

ஒரு பழுப்புப் பெண்ணுக்காக

ஓ சிறிய பழுப்புப் பெண்ணே
துன்பத்திற்குப் பிறந்தவளே
அரசிகளின் தளிர் அழகு, கம்பீரம் எதையும்
இழந்துவிடாமல்
ஒரு காலத்தில் அடிமையாக இருந்தாய் என்பதை மறந்து
உன் தடித்த இதழ்களை விரித்து
விதியின் முகத்தில் ஒரு புன்னகையை உதிர்த்துவிடு.

திருச்சபைகள்

திருச்சபைகளில் செபம், தியானம், சிந்தனை எல்லாம் ஒடுக்கப்பட்டோர் குறித்தும், நீதி நியாயங்களுக்கு உண்மையாக இருப்போம் என்று உபதேசிக்காமல், வெறும் அலங்கார வார்த்தைகளைக் கொண்டு செபத்தை நடத்துவது அன்றாடத்திற்கும் வழிபாட்டிற்கும் தொடர்பில்லாமல் இருக்கிறது என்று கருக்கு நாவலில் குறிப்பிட்டுள்ளார். அன்றாடத்தில் நிலவக்கூடிய சாதியப் படிநிலைக்கு எதிராகக் குரலெழுப்பாமல், இறைவனை வழிபடுங்கள் என்று சொல்வது எந்தவிதத்தில் பொருந்தக்கூடியது என்பதைச்

சுட்டிக்காட்டுகிறார். அதேவேளையில், இதுவரை இயேசுவை எங்களுக்குப் புனிதராகவும், பண்பாளராகவும், நேர்மையாளராகவும், பாவமன்னிப்பைத் தரக்கூடியவராகவும் என்று போதிப்பதை நிறுத்துங்கள். எங்களுக்கு யேசுவின் புனிதப் பிம்பங்கள் தேவையில்லை. அவரை விடுதலையின் கருவியாக, ஒடுக்கப்பட்டவர்களின் ஆயுதமாக வரித்துகொள்ள விரும்புகிறோம் என்பதாக நாவலில் விவரிக்கப்பட்டுள்ளது.

அதேபோல், அமெரிக்காவிலும் அடிமைகளாகக் கொண்டுவந்த கறுப்பினத்தவர்களை நல்ல கிறிஸ்தவர்களாக மாற்றுவதே மதப் பிரசங்கிகளின் கடமையாகக் கருதினார்கள். மேலும், பண்ணை முதலாளிகளிடம் சென்று அனுமதியுடன் அடிமைகளிடையே பிரசங்கம் செய்தார்கள். அதாவது, இயேசு கிறிஸ்து ஒடுக்கப்பட்டவர்களை விடுவிக்க வந்தவர் என்பதாக அறிமுகப்படுத்தாமல் யேசுவை அமைதியான, அதிகாரத்துக்கு அடங்குபவராக, அடிமைகளைக் கீழ்ப்படியச் சொல்பவராக, புனிதராகவே அறிமுகம் செய்தனர். அதேபோல், கறுப்பினத்தவர்களுக்கு என்று தேவாலயத்தின் வெளியே தனியே இடம் ஒதுக்கப்பட்டிருந்தது. இந்நிலையில்தான், ரிச்சர்ட் ஆலன் என்பவர் தனது நண்பருடன் சேர்ந்து இடம் வாங்கி, தனியாக ஒரு தேவாலயத்தை 1787ஆம் ஆண்டு எழுப்பினார். அது ஆப்பிரிக்கன் மெத்தடிஸ்ட் எபிஸ்கோப்பல் (African Methodist Episcopal-AME) எனப் பெயரிடப்பட்டது. கறுப்பினத் திருச்சபைப் பிரார்த்தனைகள் என்பது ஆன்மிகக் காரணங்களுக்காக அல்லாமல், அரசியல் காரணங்களுக்காகச் சீர்திருத்தச் திருச்சபையாக உருவாகியது இதுவே முதல்முறையாகும். ஆப்பிரிக்கன் மெத்தடிஸ்ட் எபிஸ்கோப்பல் திருச்சபை, கறுப்பினத்தவர்களுக்கு வேதாகமத்தைப் போதிக்கவும், அவர்களை அடிமை முறையில் இருந்து வெளியேற்றவும் தன்னை அர்ப்பணித்துக்கொண்டது.

தலித்துகளும் கறுப்பர்களும்

சாதிய அமைப்பு அடிமை முறையோடு மட்டுமின்றி, அமெரிக்காவில் ஆப்பிரிக்க அமெரிக்கர்களிடையே கடைப்பிடிக்கப்படும் இன ரீதியிலான பகுப்புடனும் ஒப்புநோக்கப்படுகிறது. வெள்ளை அமெரிக்கர்களால் ஒடுக்கப்பட்ட ஆப்பிரிக்க அமெரிக்கர்கள், தங்களது சிவில் உரிமைகளுக்காக நீண்டகாலமாக யுத்தம் நடத்தினர். சில அம்சங்களில் இனரீதியிலான ஒடுக்குமுறை, சாதிய ஒடுக்குமுறையைவிடக் கடுமையானதாகத் தென்படுகிறது. ஏனெனில், இனரீதியில் ஒடுக்கப்பட்டோர் தப்பித்தால், அவர்களது

கறுப்பு நிறத்தைக் கொண்டு அடையாளம் காணப்பட்டுவிடுவார்கள். ஆனால், தலித்துகள் எளிதில் தப்பித்துவிட முடியும். இனம் எப்படி எளிதில் அடையாளம் காணப்படக் கூடியதாக உள்ளதோ, அப்படியே இனரீதியிலான ஒடுக்குமுறையும் எளிதில் அடையாளம் காணக்கூடியது. சாதிரீதியிலான ஒடுக்குமுறையைப் பொறுத்தவரை அது ஆழமானது, தீங்கு விளைவிக்கக்கூடியது.

பரீட்சார்த்த முறைகளில் பார்த்தால், சாதிய ஒடுக்குமுறை இனரீதியிலான ஒடுக்குமுறை போன்றுதான்! அதனால் இயல்பாகவே, தலித் செயல்பாட்டாளர்களுக்குச் சாதியை இனமாகப் பார்க்கிற பார்வை வந்துவிட்டது. இன ரீதியிலான பார்வை என்பது கலாச்சாரம் சார்ந்தது.

கறுப்புப் பெண்ணியம்

கறுப்பின பெண்கள் ஆணாதிக்கத்திற்கெதிராகக் கறுப்பு பெண்ணியம் என்ற கோட்பாட்டை உருவாக்கினர். வெள்ளையின ஆண்களிடமிருந்தும், கறுப்பின ஆண்களிடமிருந்தும் அனுபவிக்கக் கூடிய ஆதிக்கத்தைத் தகர்க்க கறுப்பின பெண்கள் முன்வந்ததன் வெளிப்பாடே கறுப்பு பெண்ணியமாகும்.

1. ஆண்களுக்காக உருவாக்கப்பட்ட சட்டப்பூர்வமான உரிமைகள் அனைத்தும் சரிநிகராகப் பெண்களுக்கும் வழங்கப்பட வேண்டுமென எழுந்த பெண்ணியம் முதலாளியப் பெண்ணியமாகும்.

2. குடும்பம், உற்பத்தி ஆகியவற்றின் பின்னணியில் பெண் அடிமைத்தனத்தின் தோற்றத்தைச் சிந்தித்த பெண்ணியம் மார்க்சிய பெண்ணியமாகும்.

3. ஆணாதிக்கத்தின் வழியாக அல்லது தந்தைவழிச் சமூகம் உருவாக்கிய மதிப்பீடுகளுக்கு எதிராகப் பெண்மையின் தனித்துவத்தைத் தீவிரமாக அறிவிப்பது தீவிரப் பெண்ணியமாகும்.

மேலே கூறப்பட்ட பெண்ணியமெல்லாம் ஏதோ ஒருவகையில் பெண்ணுடலை மையமாக வைத்துப் பேசக்கூடியவையாகும். ஆனால், இக்கூறுகளைத் தாண்டி இன்னும் வெவ்வேறு புரிதல்களுடன் நுண்ணிய பார்வையில் உருவாகிய பெண்ணியமே கறுப்பு பெண்ணியமாகும். மற்ற பெண்ணிய வகைமைகள் தவறிய இடங்களை இப்பெண்ணியம் இட்டுநிரப்பக் கூடிய அளவிற்குக் கறுப்பு பெண்ணியம் உருவாகியுள்ளது.

தலித் பெண்ணியம்

தமிழில் பெண்ணெழுத்து என்ற வகைமை எழுத்து உருவாகியிருந்த சூழலில் தலித் பெண்ணியம் என்ற தனி வகைமை தேவையா என்ற கேள்வி எழக்கூடும். பெண்கள் மீது நிகழ்த்தக்கூடிய வன்முறைகள் என்பது அவர்கள் பெண்களாக இருப்பதால் நடைபெறுகிறது. ஆனால், தலித் பெண்களுக்குச் சாதி இந்துக்கள், தலித் ஆண்கள் என இரண்டு விதமான ஒடுக்குமுறைகள் நிகழ்த்தப்படுகின்றன. எனவே, பெண்ணிய இயக்கங்கள் கேள்வியெழுப்ப முடியாத இடங்களிலெல்லாம் தலித் பெண்கள் நேரடியாக எதிர்கொண்டு சரிசெய்ய முயற்சிக்கின்றனர். இதுவரை, தமிழில் வெளிவந்த பெண்ணெழுத்துகளில் இடம்பெறாத தலித் பெண்களின் வாழ்வியலை ப.சிவகாமி, பாமா உள்ளிட்டோர் பதிவுசெய்திருக்கின்றனர்.

அந்த வகையில் பாமா, தலித் பெண்ணியக் கதையாடலைத் தன் நாவல்களில் முன்வைக்கிறார். அதாவது ஆண் மையக் கதையாடல்களைக் கேள்விக்குட்படுத்தி, தலித் பெண்ணியப் பார்வையில் நாவலை முன்னகர்த்துகிறார். குறிப்பாக, தமிழ் தலித் கிறித்துவர்கள் மீது நிகழ்த்தக் கூடிய ஒடுக்குமுறைகளை அடையாளப்படுத்துவதோடு மட்டுமல்லாமல், இடையிடையே எதிர்க்கவும் செய்கிறார். அதேபோல், சாதியின் தூய்மைவாதத்தை ஆண்கள் எப்படிக் கட்டமைக்கிறார்கள் என்பதிலிருந்து தொடங்கி சொத்துடைமை சமூகத்தில் அகமண முறையைக் கொண்டு இணையைத் தேர்ந்தெடுக்கிற ஆண்களைக் கடுமையாக விமர்சிக்கிறார்.

‘சங்கதி’ நாவலில் தலித் அல்லாத மேகளக்குடிப் பெண்களைவிடக் கூடுதலான உடலுழைப்பைச் செய்யும் தலித் பெண்களுக்குக் கணவர்கள் தரும் துயரத்தைப் பதிவு செய்வதோடு ஆண் - பெண் என்ற எதிர்மைகளை மையப்படுத்திப் பேசுவதைத் தவிர்த்துள்ளார். குறிப்பாக, தலித் ஆண்களும், சாதி இந்து ஆண்களும் கலப்புத் திருமணம் செய்துகொள்வதை ஆண் மையச் சமூகம் சகித்துக்கொள்கிறது. ஆனால், கலப்புத் திருமணம் செய்துகொண்ட பெண்ணை மிகவும் இழிவாகவும், அவர் மீது வன்முறையைக் கடைபிடிப்பதாகவும் பாமா குறிப்பிடுகிறார். இன்னும் நுட்பமாகத் தலித் பெண்கள் எவ்வித சுதந்திரத்தையும் அடைந்துவிடக் கூடாதென்று ஆண் மையச் சமூகம் கருதுகிறது என்பதை ‘சங்கதி’ நாவலில், “பொம்பளைகளோட நெலம ரொம்ப பரிதாவமாகவும், கேவலமாகவுந்தான் இருக்கு. காடுகரைகள்ள மேச்சாதிக்காரனுகட்ட இருந்து

தப்பிக்கனும். கோயிலு காரியங்கள்ள இந்தச் சாமியாங்கால நக்கிக்கிட்டு, கடவுளு, மோட்சம், நரகமுன்னு அவெம் பயங்காட்ரதுனால, அவனுக்கு அடிமைகளாக கெடக்கனும். வீட்ல வந்தாலும் கஞ்சியக் காச்சுனமா குடுச்சமா படுத்தாமான்னு இல்லாம புருசங்காரனுட்ட இம்சப்படனும்." என்று பாமா பதிசெய்துள்ளார். அதேபோல், பெண்களுக்கெதிரான ஒடுக்குமுறையை எதிர்கொள்ள பெண் என்பதைவிட தலித் பெண் என்பதில்தான் என் அடையாளம் உள்ளது என்பதாக பாமா காலச்சுவடு எடுத்த நேர்காணலில் சொல்லியிருப்பது குறிப்பிடத்தக்கது.

பயன்பட்ட நூல்கள் / கட்டுரைகள்

1. 'கருக்கு', சமூக சிந்தனை செயல் ஆய்வு மையம் (ஐடியாஸ்), மதுரை, *1992.*
2. 'சங்கதி', சமூக சிந்தனை செயல் ஆய்வு மையம் (ஐடியாஸ்), மதுரை, *1994.*
3. நேர்காணல், சந்திப்பு: கனிமொழி, 'பரிசோதனை வாழ்க்கை', காலச்சுவடு மே - ஜூன் *2003.*
4. 'கறுப்புப் பெண் கவிதைகள்', தமிழில் : வளர்மதி, நிறப்பிரிகை, மே - *1998.*
5. 'மையம் கலைத்த விளிம்புகள்', அ.ராமசாமி, ஆழி பதிப்பகம், *2008.*
6. 'கறுப்புத் திருச்சபைகள்', வானதி (கட்டுரையாசிரியர்), கிழக்கு, ஏப்ரல் - *20, 2023.*
7. 'சாகசத்தின் மொழி, மொழியின் சாகசம்', ரவிக்குமார் (முன்னுரை), காலச்சுவடு, *8.12.2004.*

பாமாவின் 'அழிப்பு', 'பொன்னுத்தாயி' சிறுகதைகள்வழி பெண்ணியச் சிக்கல்கள்
பாரத் ஸ்ரீமன் அழகேசன்

பாமா தமிழ் இலக்கிய உலகில் தனித்துவமான இடத்தைப் பிடித்திருக்கும் ஓர் எழுத்தாளர். அவரது எழுத்துகள் சாதிய, பாலின சமத்துவமின்மையைத் துணிச்சலுடன் அம்பலப்படுத்தி, ஒடுக்கப்பட்ட சமூகத்தின் குரலாகத் தொடர்ந்து ஒலிக்கிறது. 1992ஆம் ஆண்டில் வெளியான 'கருக்கு' என்ற அவரது சுயசரிதை, தமிழ் தலித் இலக்கிய வரலாற்றில் ஒரு முன்னோடி படைப்பாகும். இதுவே தமிழின் முதல் தலித் தன்வரலாற்று நூலாகும். பாமா தனது எழுத்தின் மூலம் சமூகத்தில் பெரும் தாக்கத்தை ஏற்படுத்தியவர். இவரின் படைப்புகள் பல இந்திய மொழிகளில் மொழிபெயர்க்கப்பட்டுள்ளன. இவரது எழுத்துகளின் மையப்புள்ளியாக சாதியினால் விளையும் கொடுமைகளே இருக்கின்றன. 'கருக்கு' நாவலில், தன் குழந்தைப் பருவ அனுபவங்கள் வழியாக, பள்ளிக்கூடத்தில் தான் சந்தித்த ஒடுக்குமுறையையும், சமூகத்தில் நிலவும் தீண்டாமை கொடுமைகளையும் பதிவு செய்கிறார். மேலும் இந்து மதத்தின் சாதி அமைப்பை மட்டுமல்லாமல், கிறிஸ்தவச் சமூகத்திலும் இருக்கும் சாதியப் பாகுபாட்டைத் தனது படைப்புகளில் கடுமையாக விமர்சிக்கிறார். சாதிய ஒடுக்குமுறை மட்டுமல்லாமல், பெண்களுக்கு எதிரான பாலின பாகுபாட்டையும் துணிச்சலுடன்

எதிர்க்கிறார். பெண்களுக்குக் கல்வி, சுதந்திரம் ஆகியவை தொடர்ந்து மறுக்கப்படுவதையும், சமூகத்தின் இரண்டாம் தர குடிமக்களாக அவர்கள் நடத்தப்படுவதையும் தனது எழுத்துகளின் வழி கடுமையாகக் கண்டிக்கிறார். தனது எழுத்துகளின் மூலம், பெண் விடுதலையைப் பேசி, அவர்களிடையே சுயச்சார்பு தன்மையை வலியுறுத்துகிறார். தலித் பெண்ணியம் குறித்து தொடர்ந்து உரையாடிவரும் பாமா, அதன் தேவை தவிர்க்க முடியாதது என்கிறார். தலித் பெண்களின் வலியும் வேதனையும் ஏனைய பெண்கள் அனுபவிப்பதைக் காட்டிலும் பல மடங்கு கொடுமையானது என்கிறார்.

பாமாவின் மொழிநடை அவரது எழுத்தினைத் தனித்துக் காட்டுகிறது. தனது சமூகத்தின் மொழியையும், பேச்சுவழக்கையும் தனது படைப்புகளில் கையாள்கிறார். இது, அவரது எழுத்துகளை நமக்கு நெருக்கமானதாக்குகிறது. மிகவும் எளிமையான மக்கள் மொழியில், சிக்கலான சமூக பிரச்சினைகளை அவர் பேசும் பாணி அனைவரையும் சிந்திக்கத் தூண்டுகிறது. தொடர்ந்து ஒடுக்கப்பட்ட சமூகத்தின் குரலை உலகிற்கு எடுத்துரைக்கும் இவர், சாதி - பாலின சமத்துவத்திற்கான போராட்டத்தில் முக்கியப் பங்கு பெறுகிறார். மேலும் அவரது எழுத்துகள், சமூக மாற்றத்திற்கான விழிப்புணர்வை ஏற்படுத்தி, ஒடுக்குமுறையற்ற ஒரு சமூகத்தை நோக்கிய பயணத்தில் நமக்கு வழிகாட்டுகின்றன. இவரின் 'அழிப்பு', 'பொன்னுத்தாயி' முதலிய சிறுகதைகளில் வரும் கன்னியம்மா, பொன்னுத்தாயி முதலியோரை ஒப்பீட்டு, அவர்கள் வெளிப்படுத்தும் பெண்ணியச் சிக்கல்கள் குறித்து இங்குக் காண்போம்.

பெண்ணியம்

பெண்ணியம், இன்றைய சூழலில் அதிகம் விவாதிக்கப்படும் ஒன்றாக இருக்கிறது. ஆணாதிக்கச் சமூகம் தொடர்ந்து பெண்களை அடிமைகளாகவும் படிப்பறிவற்றவர்களாகவும் வைத்திருந்தது. கல்வி பெற்று சமூகத்தில் தங்களை உயர்ந்தவர்களாகக் கருதிக்கொண்ட பார்ப்பனர்களின் குடும்பங்களில் தொடங்கி வறுமையில் வாடிக் கிடந்த ஒடுக்கப்பட்டவர்களின் குடும்பங்கள் வரை இந்த ஏற்றத்தாழ்வு நிலைத்திருந்தது. இப்படியான இழிநிலைகளிலிருந்து பெண்களை மீட்கத் தோன்றிய இயக்கமே பெண்ணியம் ஆகும். பெண்களின் உரிமைக்காகவும் விடுதலைக்காகவும் இவ்வியக்கம் பேசுகிறது. பாலினச் சமத்துவம் பெண்ணியத்தின் அடிப்படையாக இருக்கிறது. சம உரிமை என்பது பெண்களுக்குப் பிறப்பால் தொடர்ந்து மறுக்கப்பட்டுவந்திருக்கிறது.

இந்தத் தடைகள் அனைத்தையும் தகர்த்து தங்களுக்கான உரிமையினை மீட்கப் பெண்களே பெண்ணியத்தை இன்று கையில் எடுத்துள்ளனர். பெண்ணியத்தின் உட்பிரிவாகத் தலித் பெண்ணியம் குறித்து பாமா தொடர்ந்து பேசிவருகிறார். சமூகத்தில் வாய்ப்புகளற்றுக் கிடக்கும் தலித் பெண்களின் உரிமையைத் தலித் பெண்ணியம் ஆழமாக உரைக்கிறது. பொன்னுத்தாயி, கன்னியம்மா ஆகியோருக்கு நேரும் சிக்கல்களை பாமா தனது இயல்பான நடையில் வெளிப்படுத்தியிருக்கிறார்.

அழிப்பு

குருவம்மா, கணவனை இழந்த கைம்பெண். கணவன் காளையன் வெடி விபத்து ஒன்றில் இறந்துவிட, தனது மகளான கன்னியம்மாவை ஒற்றை ஆளாக பெரும் சிரமங்களுக்கு மத்தியில் வளர்க்கிறாள். அந்த ஊரில் கன்னியம்மா வயது பெண்கள் பலருக்கும் திருமணம் முடிந்திருந்த சூழலில் இவளைத் திருமணம் செய்துகொள்ள ஒருவரும் வரவில்லை. அச்சமயம் கன்னையன் என்பவன் கன்னியம்மாவைத் திருமணம் செய்துகொள்ள விரும்புகிறான். கன்னையன் ஏதோ ஓர் அரசுப் பணியிலிருந்து ஓய்வு பெற்றவன். அறுபது வயதாகிய அவனுக்குத் திருமண வயதில் நான்கு குழந்தைகள் இருந்தன. அவனது மனைவி புற்றுநோய் வந்து இறந்து போக கன்னியம்மாவை இரண்டாம் தாரமாக கட்டிக்கொள்ள விரும்பினான். இதில் அவனது பிள்ளைகளுக்கு விருப்பமில்லை. வறுமையில் வாடிக் கிடந்த குருவம்மாளுக்கு வேறு வழியில்லை. மேலும் கன்னையன் வரதட்சணை எதுவும் இல்லாமல் கன்னியம்மாவைத் திருமணம் செய்துகொள்வதாகச் சொன்னான். கன்னியம்மாவிற்கு இந்தத் திருமணத்தில் துளியும் விருப்பமில்லை. ஆனால், இவளுக்கு வேறு வழியுமில்லை. கன்னையன் இவளைத் திருமணம் முடித்து அவனது ஊரான மாத்துரை விட்டு மங்கலகுடியில் ஓர் ஓலைக்குடிசையில தங்க வைத்திருந்தான். கன்னியம்மாவை இவனின் பிள்ளைகளுக்குப் பிடிக்கவில்லை என்பதாலேயே இந்த ஏற்பாடு. கன்னையனின் மகளுக்குத் திருமணம் ஏற்பாடானது. விழாவில் கன்னியம்மாவைப் பற்றிய யாருக்கும் தெரிந்துவிடக் கூடாது என்பதற்காக இவளை இவளது தாயார் வீட்டுக்கு அனுப்பிவிட்டான். கன்னையன் தனது மகள் திருமணம் முடிந்த பிறகே இவளைக் கூட்டிச் சென்றான். அச்சமயம் குருவம்மா தீபாவளிக்கு வந்து தலைத் தீபாவளி கொண்டாட வர வேண்டுமென கன்னையனிடம் சொல்ல, அவனோ தனது மகளின் தலைத் தீபாவளிக்குச் செல்ல வேண்டுமெனவும்

கன்னியம்மாவை அனுப்பி வைப்பதாகவும் சொன்னான். கன்னியம்மா தீபாவளிக்கு வந்தபோது, அவள் கருவுற்றிருந்ததை குருவம்மா அறிந்து மகிழ்ச்சி அடைகிறாள். தீபாவளி முடிந்து கன்னியம்மாவைக் கூட்டிச் செல்ல வந்த கன்னையனிடம் இந்தச் செய்தியை குருவம்மா தெரிவிக்கிறாள். கன்னியம்மா கருவுற்றதை கன்னையன் சிறிதும் விரும்பவில்லை. எனவே அவளை மருத்துவமனையில் சேர்த்து கருவைக் கலைத்துவிட்டுக் குடும்பக் கட்டுப்பாடு சிகிச்சையும் செய்யச் சொல்லிவிடுகிறான். அறுவை சிகிச்சை முடிந்த பிறகு குருவம்மா மருத்துவமனைக்கு வந்து நடந்ததைத் தெரிந்துகொண்டு செய்வதறியாது நிற்கிறாள்.

கன்னியம்மா எதிர்நோக்கும் பெண்ணியச் சிக்கல்கள்

பெண்களுக்குப் பல வகைகளில் சிக்கல்கள் ஆணாதிக்கச் சமூகத்தினால் விளைகின்றன. சாதி, மதம், பொருந்தா மணம் முதலியவை பெண்களைச் சிக்கல்களுக்கு உள்ளாக்கும் சில முக்கியக் காரணிகளாகும். ‘அழிப்பு’ சிறுகதையில் வரும் கன்னியம்மா பொருந்தா மணத்தினால் பெருந்துயரத்திற்கு ஆளாகிறாள். வறுமையினால் இந்த நிலைக்கு இவர்கள் தள்ளப்படுகிறார்கள். ஆண்களின் அடிமையாகவே பெண்கள் தொடர்ந்து இருந்துவருகிறார்கள். கன்னையன் தனது தேவைக்காக மட்டுமே கன்னியம்மாவைப் பயன்படுத்திக்கொள்கிறான். அவனுக்குச் சமைத்துக் கொடுக்கவும் சுகம் கொடுக்கவுமே அவளைத் திருமணம் செய்துகொள்கிறான். கன்னியம்மாவின் உலகம் இருண்டே கிடக்கிறது. அவளுக்கென்று எந்த சுக துக்கங்களும் இல்லை. “எங்கயுமே எல்லாத்துலயுமே ஆம்பளைக்கு ஒரு நாயம், பொம்பளைக்கு ஒரு நாயம்னுதான இருக்கு” என்று ஒருத்தி இச்சிறுகதையில் ஆதங்கப்படுகிறாள். கன்னியம்மாவின் விருப்பமின்றி அவளின் கருவைக் கலைத்தது, குடும்பக் கட்டுப்பாடு செய்தது என ஆணாதிக்கத்திற்கு எடுத்துக்காட்டாய் கன்னையன் இருக்கிறான். ஆண் தன்னைச் சார்ந்திருக்கும் பெண்களிடம் சகல உரிமைகளையும் எடுத்துக்கொள்வது பெரும் தவறாகும். இதனை முற்றிலும் ஒழிக்கப் பெண்கள் சுயச்சார்பான வாழ்க்கை முறைக்கு நகர வேண்டும். ‘அழிப்பு’ சிறுகதை பெரும் அவலத்தோடு முடிகிறது. கன்னியம்மா இறுதிவரை கன்னையனுக்கு அடிமையாக மட்டுமே இருக்க வேண்டும் என்பதற்கான குறியீடாகவே இந்தக் கருக்கலைப்பும் அறுவை சிகிச்சையும் செய்யப்பட்டிருப்பதைப் பார்க்க முடிகிறது. கன்னையன் கன்னியம்மாவை மனைவியாகவும் வெளியுலகிற்குக் காட்ட விரும்பவில்லை.

தனது மகளின் திருமணத்தில் கன்னியம்மா கலந்துகொள்ள அவன் வாய்ப்பளிக்கவில்லை. குருவம்மாள் தலைத் தீபாவளிக்கு அழைக்கும் பொழுது, தனது மகளின் தலைத் தீபாவளிக்குச் செல்ல வேண்டுமென்று மறுக்கிறான். கன்னியம்மா பெரும் துயரில் இருக்கிறாள்.

குருவம்மா, கன்னியம்மா

குருவம்மா, கன்னியம்மா இருவருமே பெண்ணியச் சிக்கல்களுக்கு உள்ளானவர்களாக இருக்கிறார்கள். குருவம்மா கைம்பெண். திருமணமாகி சில மாதங்களிலேயே கணவனை இழந்தவள். கன்னியம்மா, சூழலினால் தன்னைவிட நாற்பது வயது அதிகமான ஒருவனைத் திருமணம் செய்துகொள்கிறாள். "ஒனக்குன்னு ஒரு பாதுகாப்பு வேணும்ல. அவெங் கெழவனோ எளவட்டமோ, நொண்டியோ மொடமோ, கூனோ குருடோ நமக்குன்னு ஒரு ஆம்பள இருந்தா அது ஒரு மாதிரித்தான். எல்லாம் ஒரு பாதுகாப்புக்குத்தான்" என்று கன்னியம்மாவிற்கு அறிவுரை வழங்கப்படுகிறது. முன்னேறாத கிராமங்களின் நிலையை இதில் காண முடிகிறது. கன்னையனுக்கு ஓய்வூதியம் கிடைக்கிறது என்பதை அறிந்தே கன்னியம்மாவை குருவம்மாள் திருமணம் செய்துவைக்கிறாள். இதனால் தனது மகளுக்கு எந்தச் சிக்கலும் ஏற்படாது என்று நம்புகிறாள். ஆனால், சிக்கல் வேறாக இருந்தது.

பொன்னுத்தாயி

பொன்னுத்தாயி நான்கு பிள்ளைகளைப் பெற்றவள். தனது கணவன் மூக்காண்டியோடு வாழப் பிடிக்காமல், அவனைப் பிரிந்து சொந்தமாய் தொழில் செய்து வாழ்ந்துவருகிறாள். மூக்காண்டி குடும்பத்தை ஒழுங்காகக் கவனிக்கவில்லை. இதனால் நான்கு குழந்தைகளையும் இவளே வளர்க்க வேண்டிய கட்டாயத்தில் இருந்தாள். பல வருடமாகப் பொறுத்துப் பார்த்த பொன்னுத்தாயி, இதற்கு மேலும் முடியாது என்று முடிவு செய்து நான்கு பிள்ளைகளையும் மூக்காண்டியிடமே விட்டுவிட்டு தனது தாயார் வீட்டுக்கு வந்துவிட்டாள். குழந்தைகளைக் கவனிக்க முடியாமல் மூக்காண்டி பொன்னுத்தாயியை ஒருநாள் தெருவில் மடக்கி, வீட்டுக்கு வரும்படிக் கேட்கிறான். இவள் முடியாது என்று மறுக்க, கோபமடைந்த மூக்காண்டி அவளை அடிக்கிறான். இதில் இவளது தலையில் காயம் ஏற்பட்டு இரத்தம் வருகிறது. ஆத்திரத்தில் பொன்னுத்தாயி காவல் நிலையத்திற்குச் சென்று,

“எசமான், எம்புருசன் சதா எனிய இம்சிக்கிறான்னு, இந்த ரெண்டு வருசமா அவன உட்டுப் பிரிஞ்சு எம்பாட்டுக்குத் தனியா இருக்கேன். இன்னைக்கு வந்து ஏங்கூடத் தகராறு செஞ்சு அடுச்சு ஏம்மண்டய ஒடச்சுப் போட்டான். நீங்கதான் எசமான் இதக் கேட்டுக் குடுக்கணும்” என்று சொல்லிவிட்டு வந்தாள். காவல்துறையினர் மூக்காண்டியை அடித்து அனுப்பி வைத்தனர். இது மூக்காண்டிக்கு ஊரில் பெருத்த அவமானத்தை வாங்கிக் கொடுத்தது. ஊரில் பலரும் பல மாதிரியாக இவர்களின் கதையைப் பேசினர். எரிச்சலடைந்த மூக்காண்டி, பொன்னுத்தாயியின் வீட்டுக்குச் சென்றான். நான்கு குழந்தைகளையும் அவளிடம் விட்டுவிடப் போவதாகவும் தான் வேறு ஒரு திருமண்ம் செய்துகொள்ளப் போவதாகவும் அவன் கூற, பொன்னுத்தாயியின் தந்தை வேண்டாம் என்று கெஞ்சினார். ஆனால் பொன்னுத்தாயி, “பிள்ளைகளக் கொண்டாந்து எதுக்கு இங்க உடணும்ங்கிற, ஒம்பிள்ளகள நீயே வச்சுக் காப்பாத்து. எனக்கு நீயும் வேண்டாம்; ஒன்னால வந்த பிள்ளைகளும் வேண்டாம். பெத்தவதான் பிள்ளைகள வளக்கணும்னு சட்டமா என்ன? இங்க கூட்டியாராத, இனி இந்தப் பக்கமே நீ தலயக் காட்டாத, சொல்லிட்டேன் ஆமா” என்று ஆவேசமாகக் கூறிவிட்டு, கழுத்தில் கிடந்த தாலியை அறுத்தாள். அவளின் தாயாரும் ஊராரும் அவளைத் திட்டித் தீர்த்தனர். ஆனால், அவள் அதையெல்லாம் பெரிதாக எடுத்துக்கொள்ளவில்லை. தாலியை வைத்து மீண்டும் காய்கறிகளை வாங்கி வியாபாரம் செய்யத் தொடங்குகிறாள்.

சுயசார்பு எனும் பெண் விடுதலை

பொன்னுத்தாயி தனது கணவனின் தயவு இல்லாமல் வாழ்கிறாள். இது ஊரில் பலருக்கும் எரிச்சலை ஏற்படுத்துகிறது. இது நமது சமூகத்தைப் பிரதி எடுத்தது போல இருக்கிறது. பொதுவாகவே பெண்கள் சுயமாக வாழ்வதை குறை கூறும் போக்கு தொடர்ந்து இருந்துவருவதையும் பார்க்க முடிகிறது. சாதியை அடிப்படையாகக் கொண்ட இந்தச் சமூகத்தில் தன்னைவிட ஒருவன் முன்னேறுவதை ஏற்றுக்கொள்ளும் பக்குவமற்றவர்கள் நிறைந்து கிடக்கிறார்கள். திருமணம் ஆகிவிட்டால் கணவன் மனைவியை எப்படினாலும் துன்புறுத்தலாம் என்ற நிலை இன்று மாறத் தொடங்கியிருக்கிறது. யாரையும் யாரும் உடல் ரீதியாக அடித்துத் துன்புறுத்துவது தவறு. ஒருவன் தன்னை அடித்துத் துன்புறுத்துகிறான் என்ற நிலை இருக்கும் பட்சத்தில் யாரும் காவல் நிலையத்தில் புகார் கொடுக்கலாம்.

இதை பொன்னுத்தாயி கையில் எடுத்திருப்பது முக்கியமானது. சிற்றூர்கள் பிற்போக்குச் சிந்தனைகளின் கூடாரமாக இருப்பதை ஒருவரும் மறுக்க முடியாது. அப்படிப்பட்ட இடத்திலும் முன்னேற்றத்தை நோக்கி ஓடும் பொன்னுத்தாயி பெண்களுக்கு முன்மாதிரியாக இருக்கிறாள்.

தீர்வுகள்

பாமா இக்கதைகளில் தீர்வினை நேரடியாகச் சொல்லாவிடினும் மறைமுகமாகத் தீர்வு தெளிவாகிறது. பெண்கள் யாரையும் சார்ந்து இல்லாமல் சுயச்சார்பான ஒரு வாழ்வினை வாழ்வதின் மூலம் தங்களுக்கான விடுதலையைப் பெற முடியும். பெண்களுக்கான விடுதலை ஒருநாளும் ஆண்களிடமிருந்து கிடைக்கப் போவதில்லை. கன்னியம்மாவின் சூழல் அவளைப் பொருந்தா மணத்திற்குள் தள்ளியிருக்கிறது. இந்தத் திருமணம் இவளுக்கு எந்த நன்மையையும் தரவில்லை. மாறாகப் பெருந்துயரையே தந்திருக்கிறது. இன்றைய சூழலில் இந்நிலை குறைந்திருக்கிறது என்று சொல்ல முடியுமே ஒழிய முழு முற்றாக இல்லை என்று சொல்ல முடியாது. இந்தச் சிறு மாற்றத்திற்குப் பெண்கள் கல்வி பெற்று சுயச்சார்பான வாழ்க்கையை அமைத்துக்கொண்டதே காரணமாகிறது. பொன்னுத்தாயி தனது வீட்டில் இருக்கும் ஆட்டுக்குட்டிக்கு உணவளிக்கச் சொல்கிறாள். ஆனால், தனது சொந்த குழந்தைகள் மீது அவள் கவலைக் கொள்ளவில்லை. மூக்காண்டி என்ற ஆண் மீதான அவளின் வெறுப்பே இதற்குக் காரணமாகிறது என்பதை உணர முடிகிறது.

சமூகத்தில் மிகவும் வறுமையிலும் ஒடுக்கப்பட்ட நிலையிலும் இருக்கும் மக்களின் துயரங்கள் இங்கு பெரிதும் கவனத்திற்குள் கொள்ளப்படாமல் இருப்பது வேதனைக்குரியது. குறிப்பாகப் பெண்கள் பல இடங்களில் இன்னும் கீழ் நிலையிலேயே இருக்கின்றனர்.

முடிவுரை

காலங்கள் மாறினாலும் காட்சிகள் மாறவில்லை என்பதாய் பெண்கள் மீதான அநீதிகள் குறைந்தபாடில்லை. ஒரு பெண் எல்லா சூழல்களிலும், தனது பிறப்பு முதல் இறப்பு வரை யாரோ ஒருவரைச் சார்ந்தே இருக்க வேண்டும் என்ற நிலை இந்தியச் சமூகத்தில் உருவாக்கப்பட்டிருக்கிறது. இந்த நிலை மாற வேண்டும். ஆண்களின் கைப்பாவையாகப் பெண்கள்

இருப்பதினால் தங்களுக்கென அவர்கள் பெரிதாக எதையும் செய்துகொள்ள முடிவதில்லை. இதனால் வாழ்வின் பல உன்னதங்களை அவர்கள் இழக்க நேர்கிறது. பொன்னுத்தாயி முற்போக்கான வாழ்வை மேற்கொள்ள முடிவு செய்கிறாள். கன்னியம்மாவின் சூழலோ முற்றிலும் வேறாக இருக்கிறது. பொன்னுத்தாயோடு ஒப்பிடுகையில் வயதில் மிகவும் இளையவளாக கன்னியம்மா இருக்கிறாள்.

துணை செய்தவை

1. https://www.sirukathaigal.com/குடும்பம்/அழிப்பு/
2. அரசு, வீ. (ப.ஆ.), இருபதாம் நூற்றாண்டு சிறுகதைகள் நூறு, சீர் வாசகர் வட்டம், சென்னை

காலக்கண்ணாடி வழியே பாமாவின் சரித்திரம்

முனைவர் சூ.ஆம்ஸ்ட்டாங்

தமிழில்: முனைவர் பொ.ரமேஷ்

1958 முதல் *2024* ஏப்ரல் வரை பாமாவின் வாழ்க்கையில் நடந்த மிக முக்கியமான சமூகச் செயல்பாடுகளையும் இலக்கிய நிகழ்வுகளையும் இக்கட்டுரை காட்சிப்படுத்துகிறது. பாமாவின் வாழ்க்கைப் பாதை ரோஜா இதழ்களால் நிரப்பப்பட்டதல்ல, முட்கள் நிரம்பிய செங்குத்தான மலைப்பாதையில் சுழலும் சூறாவளிக்கு நடுவே அமைந்திருந்தது. நீரற்ற ஆற்றில் படகைச் செலுத்துவது போன்றும், வழியெல்லாம் சறுக்கல்களுடன் பட்டுப்பாதையில் நடப்பது போன்றும், ஈடுசெய்யவியலாத இழப்புகளுடன் கூடிய 'ஏற்ற இறக்கமற்று' எப்போதும் இறங்குமுகமாகவே இருந்தது அவரது வாழ்க்கைப் பயணம். *1995*ஆம் ஆண்டு கலப்புத் திருமணம் செய்துகொண்டதால் அவரது தங்கை ஸ்டெல்லாவிற்கு ஏற்பட்ட இயற்கைக்கு மாறான மரணம் பாமாவின் வாழ்க்கையைப் புரட்டிப் போட்டது. அதே ஆண்டு சாதி வெறியாட்டம் மொத்தக் குடும்பத்தையும் சூறையாடியது. அடுத்த வருடத்தின் *(1996)* மே *31*, ஜூன் *1* ஆகிய தொடர் தேதிகளில் நடந்த பாமாவின் பெற்றோர் மரணம் பாமாவை செயலிழக்கச் செய்தது. அவரது வாழ்வின் தனிமை எரியும் நெருப்பில் எண்ணை ஊற்றுவதாக இருந்தது. *2013*இல் ஏற்பட்ட அவரது இளைய சகோதரர் ராஜாவின் மர்ம மரணத்தால் முற்றிலும் உடைந்து போனார். *2010*இல்

சிக்குன்குனியாவால் பாதிக்கப்பட்ட பாமா அதிலிருந்து மீண்டு ஒரு பீனிக்ஸ் பறவையைப் போல உயிர்த்தெழுந்தார். பாமாவின் சுயசரிதை வெளியீடு, நாவல்கள், சிறுகதைகள், நேர்காணல்கள், விருந்தினராக பத்து நாடுகளுக்கு மேற்கொண்ட பயணங்கள், இலக்கிய விருதுகள், இறையியல் முனைவர் பட்டம் முதலான கௌரவ விருதுகள், உட்பட அவரை நாடிவந்த பல தேசிய மற்றும் சர்வதேச விருதுகளும் கூட இழந்த அவரின் அமைதியை மீட்டெடுக்க முடியவில்லை. *1991*இல் ஓங்கி அறைந்து மூடப்பட்ட கன்னியாஸ்திரிகள் இல்லக் கதவுகள் (ஹென்ரிக் இப்சனின் 'தி டால்ஸ் ஹவுஸில்' நோராவின் மூடப்பட்ட கதவுகளை விட வலிமைவாய்ந்தது) எனும் மேற்கோள் பகுதிகள் இங்கே இடம்பெற்றிருக்கின்றன.

பாமாவின் எழுத்துப் பணி குறித்தான விரிவான புரிதலுக்காகவே பாமாவின் குடும்ப உறுப்பினர்களின் பெயர்களும் இப்பகுதியில் இணைக்கப்பட்டுள்ளன. 'கருக்கும்' 'சங்கதியும்' இணைந்த பதிப்பான "தழும்புகள் காயங்களாகி" இந்தியாவில் உள்ள தலித் பெண்களின் அன்றாட வாழ்வின் துயர் மிகு போராட்டங்களைப் பதிவு செய்து அதை இச்சமூகத்திற்குப் படம்பிடித்துக் காட்டுகிறது. துன்பத்தைத் துடைத்து, மீண்டெழும் பாமாவின் வாழ்க்கைப் பயணம், ஒருவித உத்வேகத்துடனும், வியக்கவைக்கும் விதிவிலக்கான தைரியத்துடனும், படைப்பாற்றலாலும் அள்ளித்தெளித்த சிறு மகிழ்ச்சிகளாலும் நிறைந்துள்ளது. அவரது சமீபத்திய படைப்புகளான 'மனுசி', 'விருட்சங்களாகும் விதைகள்' சாதி, வர்க்கம், பாலினப் பாகுபாடுகளைக் கடந்து தலித் பெண்ணியம், கிராமப்புற இந்தியாவில் குழந்தைகளுக்கு மறுக்கப்படும் கல்வி உரிமைகளைக் குறித்து உரக்கச் சொல்கிறது, ஆணாதிக்க இந்திய சமூகத்தில் ஒரு சுதந்திரப் பெண்ணாக வலம் வர அன்றாட வாழ்வில் பெண்கள் சாதாரண மனிதர்கள் மத்தியில் எவ்வளவு புரட்சிகரமாக இருக்க வேண்டும் என்ற தேவையை பெண்களுக்கு எடுத்துரைக்கும் கருத்துக்களும், ஆர்வமும் இவரது படைப்புகளில் வலியுறுத்தப்படுகிறது. இவரின் படைப்புகள் அய்டியாஸ் மதுரை, தமிழ்நாடு, மேக்மில்லன், ஆக்ஸ்போர்டு யுனிவர்சிட்டி பிரஸ், ஜுபான், ஸ்பீக்கிங் டைகர், நியூ செஞ்சுரி புக் ஹவுஸ், பாரதி புத்தகாலயம், காலச்சுவடு, விடியல் பதிப்பகம் போன்றவற்றின் மூலம் வெளியிடப்பட்டுள்ளது.

1958: தென் தமிழ்நாட்டின் விருதுநகர் மாவட்டத்தில், வரலாற்றுச் சிறப்புமிக்க ஸ்ரீவில்லிபுத்தூர் நகருக்கு அருகில் வத்திராயிருப்பு (ஆங்கிலத்தில்

Watrap) புதுப்பட்டி என்ற கிராமத்தில் மார்ச் 14, அன்று தற்போது பாமா என்ற புனைப்பெயரால் நன்கு அறியப்பட்ட எஸ்.பாஸ்டினா சூசைராஜ் பிறந்தார். 1872ஆம் ஆண்டில், ஜான் பாப்டிஸ்ட் திரிங்கால் என்ற பிரெஞ்சு பாதிரியார் இந்தப் பள்ளத்தாக்கிற்கு வந்தார். அந்த இடத்தின் இயற்கை அழகு, வளமான மண், குளிர் மற்றும் மிதமான காலநிலை ஆகியவற்றால் ஈர்க்கப்பட்டுப் புதுப்பட்டியில் தனது இருப்பிடத்தை அமைக்க முடிவு செய்தார். தன்னை 'அருளப்பசாமி' என்று பெயரிட்டு அழைத்துக் கொண்டு அங்கேயே தனது மதப் பணியைத் தொடங்கினார். 1875ஆம் ஆண்டு புதுப்பட்டியில் தமிழ் வழியிலான பாடத்திட்டத்துடன் கூடிய ஒரு பள்ளியைத் தொடங்கி அனைத்து ஆண்களும், பெண்களும் பள்ளியில் சேருவதைக் கட்டாயமாக்கினார். இன்றும் இப்பள்ளி திரிங்கால் நடுநிலைப்பள்ளி என்றே அழைக்கப்படுகிறது.

1962-1970: பாமா எட்டாம் வகுப்பு வரை தனது கிராமத்தில் உள்ள திரிங்கால் நடுநிலைப் பள்ளியில் பயின்றார். அவர் மூன்றாம் வகுப்பு படிக்கும் போது, தீண்டாமை குறித்து மக்கள் வெளிப்படையாகப் பேசுவதைக் கூட கேட்டிராதபோதே, தீண்டாமைக் கொடுமையினை பார்த்திருந்தார். உணர்ந்திருந்தார். தீண்டாமைக் கொடுமையைத் தானே அனுபவித்ததோடு தீண்டாமையால் அவமானப்படுத்தப்பட்டார்.

1970: மேல்நிலைப் பள்ளி படிப்பிற்காக ஸ்ரீவில்லிபுத்தூரில் உள்ள ஓர் உண்டு உறைவிடப்பள்ளியில் சேர்ந்தார்.

1970-1973: விருதுநகர் மாவட்ட அளவில் அதிக மதிப்பெண்கள் பெற்று மேல்நிலைத் தேர்வில் தேர்ச்சி பெற்றார், அதற்காக தமிழக அரசின் விருது பெற்றார். பள்ளியில் நடைபெற்ற கூட்டத்தில் அதிக மதிப்பெண் பெற்றவர் என அவர் பெயர் அறிவிக்கப்பட்ட போது அவரது தாயின் கண்கள் குளமாக மாறியிருந்தது.

1973-1977: தூத்துக்குடி புனித மரியன்னை கல்லூரியில் பி.எஸ்சி கணிதம் பயின்றார்.

1978: மதுரை ஐஸ்டின் கல்லூரியில் பி.எட் முடித்தார். பி.எட் முடித்து வேலைக்குச் சென்றவுடன் வாழ்க்கை கொஞ்சம் வசதியாகிவிட்டது. ஒவ்வொரு மாதமும் போதுமான பணம் சம்பாதிப்பதும், சுதந்திரமாக இருப்பதும், அவர் விருப்பப்படி நடப்பதும் மகிழ்ச்சியாக இருந்தது.

1978: பாமாவின் முதல் கற்பித்தல் பணி கோவில்பட்டியில் உள்ள ஒரு தனியார் நர்சரி பள்ளியில் 4ஆம் வகுப்பு குழந்தைகளுடன் தொடங்கியது.

1979: வேலை தேடி சென்னைக்குச் சென்றவர் அங்கே ஒரு நடுநிலைப் பள்ளியில் ஆசிரியரானார்.

1980-1985 வரை: திருவண்ணாமலை மாவட்டம், ஆரணியில் கன்னியாஸ்திரிகளால் நடத்தப்படும் கான்வெண்ட் பள்ளியில் உயர்நிலைப் பள்ளி ஆசிரியராகப் பணி நியமனம் பெற்று ஐந்து ஆண்டுகள் அங்கு பணியாற்றினார்.

1985: தனது குடும்ப உறுப்பினர்கள் மற்றும் நெருங்கிய நண்பர்களின் வேண்டுகோளை மீறி கன்னியாஸ்திரிகளின் சர்வதேச சபையின் மத ஒழுங்கில் சேர்வதற்காக தனது ஆசிரியர் பணியை ராஜினாமா செய்தார்.

அடுத்து என்ன செய்ய வேண்டும் என்பதில் பாமாவின் மனம் தெளிவாக இருந்தது. நேனோ நேகில் எனும் துறவியைத் தனது துறவற முன்மாதிரியாக ஏற்றுக்கொண்டு, அவரைப் போலவே தானும் ஏழைப் பெண்களின் கல்விக்காக தன் வாழ்க்கையை அர்ப்பணிக்க விரும்பினார். நேனோ நேகில் நிறுவிய காணிக்கை அன்னை சபையே தனது வாழ்க்கைக் கனவை நனவாக்குவதற்கு ஏதுவான இடம் என்று நம்பினார். உண்மையில், நேனோ நேகில் சபையைத் தொடங்கியதன் உண்மையான நோக்கத்திலிருந்து சபை விலகி, அதிகாரம் மற்றும் பணபலம் மிக்கவர்களின் குழந்தைகளுக்குக் கல்வி கற்பிப்பதில் தனது ஆற்றலையும் வளங்களையும் செலவழித்துக்கொண்டிருந்தது. அதை மீட்டு மாற்றும் வலிமையும் உறுதியும் தன்னிடம் இருப்பதாக பாமா உறுதியாக நம்பினார். சபையை அதன் உண்மையான நோக்கத்திற்குத் திரும்பக் கொண்டுவரும் போராட்டத்திற்கான வலிமையைக் கடவுள் மீதான நம்பிக்கை தனக்கு வழங்கும் என நம்பினார்.

தனது பெற்றோரின் உடல்நிலை காரணமாக அவர்களைக் கான்வென்ட்டுக்கு அழைத்துச் செல்ல பாமாவால் முடியவில்லை. எனவே பணி. மாற்கு சே.ச.வுடன் சென்னையில் உள்ள காணிக்கை அன்னை கான்வெண்ட்டிற்குச் சென்றார், அங்கு பாமா தனது ஆரம்பப் பயிற்சியைப் பெற்றார். சில வாரங்களுக்குப் பிறகு, அவருடைய பணியின் உண்மைத்தன்மையில் திருப்தி அடைந்த அதிகாரம் மிக்க கன்னியாஸ்திரிகள்

அவர் தன்னை மத வாழ்க்கைக்கு அர்ப்பணிக்க விரும்பினால், தனது வேலையை ராஜினாமா செய்ய வேண்டும் எனக் கேட்டுக்கொண்டனர்.

இதைப் பற்றி பாமா மாற்குவிடம் சொன்னபோது, "ஒருவேளை பாமாவிற்கு மாற்று யோசனை வந்துவிட்டால் இத்தகைய நிரந்தர வேலையை மீண்டும் கண்டுபிடிப்பது சாத்தியமில்லை எனவே அப்படிச் செய்ய வேண்டாம் என்று அறிவுறுத்தினார்." இருப்பினும் பாமா உறுதியாக இருந்தார் "ஒரு உன்னதமான நோக்கத்திற்காக தனது வேலையை ராஜினாமா செய்வதாகவும், கடவுளிடம் தன் எதிர்காலத்தை மகிழ்ச்சியுடன் ஒப்படைப்பதாகவும்" மாற்குவிடம் மறுமொழி கூறினார்.

1986-1988: கன்னியாஸ்திரி ஆவதற்கான மூன்றாண்டு பயிற்சியை, சென்னை, பெங்களூரு, ஜம்முவில் முடித்தார்.

1988-1991: சென்னையில் பணிபுரிந்தார். ***1991***இல் ஜம்முவில் உள்ள கான்வெண்ட் பள்ளிக்கு இடமாற்றம் செய்யப்பட்டார்.

1991: கன்னியாஸ்திரிகள் சபையிலும் கான்வெண்ட் பள்ளியிலும் நடைமுறைப்படுத்தப்பட்ட சாதியப் பாகுபாட்டுக்கு எதிரான ஒரு போராட்டமாக தனது ஆசிரியர் பணியை ராஜினாமா செய்தார்.

பணக்காரக் குடும்பத்தைச் சேர்ந்த குழந்தைகளால் அப்பள்ளி நிறைந்திருந்தது. துறவற இல்லத்தைச் சேர்ந்த கன்னியாஸ்திரிகள் அந்தப் பணக்காரக் குடும்பங்களின் அதிகாரம் மற்றும் கௌரவத்திற்கு ஏற்ப தங்கள் அணுகுமுறையையும், நடத்தையையும் மாற்றிக்கொண்டிருந்தனர். அதைக் கண்டு பாமாவின் மனம் கலங்கியது. அவரது மனசாட்சி காயப்பட்டது. கடைசியில், 'எனக்கான வாழ்க்கை இதுதானா?' என்று தன்னைத்தானே கேட்டுக் கொண்ட அவர் மிகுந்த களைப்புடனும் சோர்வாகவும் கான்வெண்ட்டை விட்டு வெளியேறினார்.

1991: ஜம்முவில் இருந்து மதுரை வந்தவர் தனது வாழ்வாதாரத்திற்காகக் கடுமையாகப் போராடினார். அந்நாட்களில் பொருளாதார ஆதரவோ, சமூகப் பாதுகாப்போ இல்லாததால், கடும் மன உளைச்சலுக்கு ஆளானார். மதுரையில் உள்ள சேசுசபைக்குச் சொந்தமான சமூகப் பணி மையமான அய்டியாஸில், சொற்ப சம்பளத்தில் தற்காலிக வேலையில் சேர்ந்தார். அங்கிருந்த மாற்கு பாமாவின் மன அழுத்தத்தைப் போக்க அவரது

வாழ்க்கை அனுபவங்களை எழுதும்படி அறிவுறுத்தினார். அந்த எழுத்துகள் அவரது வேதனையையும் மன அழுத்தத்தையும் மட்டுப்படுத்தியது. அவரது கண்ணீரும் வேதனையும் ஆறுமாதங்களில் ஒரு நாவலாக உருவானது. அதுதான் அவரது முதல் புத்தகமான 'கருக்கு'.

1992: 'பாமா' என்ற புனைப்பெயரில் 'கருக்கு' வெளியிடப்பட்டது. அவரது இயற்பெயரான 'பாஸ்டினா'வை பாமா எனும் புனைபெயர் மறக்கடித்துவிட்டது. மாற்கு அந்த நாவலை ஒரு தொழில்முறை இலக்கிய விமர்சகரிடம் கருத்து கேட்பதற்காக கொடுத்தார். 'எழுதப் படிக்கத் தெரியாத ஒரு கிராமத்துப் பெண் எழுதிய வெறும் குப்பை என்று அந்த விமர்சகர் ஒதுக்கிவிட்டார்'. ஆனாலும் அதைச் சவாலாக எடுத்துக்கொண்டு மதுரை அய்டியாஸ் மையத்தின் மூலம் அச்சிட்டு வெளியிட்டார். ஆரம்பத்தில், மாற்கு அவர்களால் நடத்தப்பட்ட அல்லது அவர் கலந்துகொண்ட கூட்டங்கள் மற்றும் கருத்தரங்குகளில் இப்புத்தகம் விற்பனைக்கு வைக்கப்பட்டது. அதைப் படித்தவர்கள் பாராட்டியதோடு, அதன் சிறப்பு வாசகர்களின் வாய்மொழி விளம்பரத்தால் தொடர்ந்து பரவியது. கோமல் சுவாமிநாதன், பிரபஞ்சன், சுஜாதா போன்ற சமகால முன்னணி தமிழ் எழுத்தாளர்களால் 'கருக்கு'க்கு சிறப்பான அறிமுகமும் அங்கீகாரமும் கிடைத்தது. 'கருக்கு' மக்கள் இலக்கியமாகப் போற்றப்பட்டது. அதைவிட முக்கியமாக, தமிழில் தலித் இலக்கியம் தோன்றிவிட்டதைக் குறிப்பதாகக் கூறப்பட்டது.

1992: பாண்டிச்சேரியிலிருந்து 'கருக்கு' நூலுக்கான முதல் விருதான 'குரல் அமைப்பு' விருது கிடைத்தது. குறள் அமைப்பை தலித்சுப்பையா நடத்திவந்தார்.

1992: கடும் சிரமத்திற்கிடையே, ராமநாதபுரம் மாவட்டம், ஓரியூரில் உள்ள ஒரு நடுநிலைப் பள்ளியில் ஆசிரியர் பணியில் சேர்ந்தார். 1995 வரை அங்கு பணிபுரிந்தார்.

1994: மதுரை அய்டியாஸ் பதிப்பகம் மூலம் தமிழில் 'சங்கதி' நூல் வெளியிடப்பட்டது. சிறுவயதிலிருந்து தலித் பெண்கள் எதிர்கொள்ளும் பாலின பாகுபாடுகளை இந்நூல் பேசுகிறது. இந்நூல் தலித் உணர்விற்கும் தலித் இலக்கியத்தின் மீதான விழிப்புணர்விற்கும் நிச்சயம் பெரும் பங்களித்தது.

1995: 3, ஏப்ரல் *1995*இல் கலப்பு திருமணம் செய்து கொண்ட பாமாவின் தங்கையான அருள் (எ) ஸ்டெல்லா அவரது கணவனால் கொடூரமாக கொலை செய்யப்பட்டார். தங்கையின் இறப்பு அவரது குடும்பத்தை கடுமையாக உலுக்கிவிட்டது.

1995: அதே ஆண்டு, பாமா தானே முன்வந்து செங்கல்பட்டு மாவட்டம் ஓங்கூரில் உள்ள ஒரு கிராமப் பள்ளியைத் தேர்வு செய்து அங்கே ஆசிரியர் பணியில் சேர்ந்தார். அங்கு பயிலும் பெரும்பாலான குழந்தைகள் தலித்துகளாக இருந்தனர். எஞ்சிய தனது பணிக்காலம் முழுவதும் கிட்டத்தட்ட 20 வருடங்கள் அங்கு பணிபுரிந்தார். 20 ஆண்டுகளுக்குப் பிறகு 2015இல் ஓய்வு பெற்றார்.

1996: அடுத்த ஆண்டிலேயே, தங்கள் இளைய மகள் ஸ்டெல்லாவின் இயற்கைக்கு மாறான மரணம் ஏற்படுத்திய பெரும் இழப்பைத் தாங்க முடியாத, பாமாவின் பெற்றோர் ஒருவர் பின் ஒருவராக அடுத்தடுத்த நாட்களில் இறந்து போனார்கள். மே *31*இல் அவரது அம்மாவும் ஜூன் *1*இல் அவரது அப்பாவும் இறந்தனர்.

1996: மதுரை அய்டியாஸ் பதிப்பகம், தமிழில் அவரது முதல் சிறுகதைத் தொகுப்பான ‘கிசும்புக்காரன்’ நூலை வெளியிட்டது. ராஜ் கௌதமன் இந்நூலுக்கு முன்னுரை எழுதினார். அவரது முன்னுரையில், அவர் ஆறு குறிப்பிடத்தக்க சொற்களைப் பற்றி விவாதிக்கிறார், அதாவது கவிழ்த்தல், தலைகீழாக்கம், மீளுருவாக்கம், முக்கிய போக்கு, ஒருங்கிசைவு மற்றும் மூலப்பிரதி. ‘மைய நீரோட்ட எழுத்து’ என்ற கருத்தின் இலக்கணத்தையும் அதன் வரம்புகளையும் ராஜ் கௌதமன் கேள்விக்குட்படுத்தினார். இங்கு அவர் மைய நீரோட்டக் கருத்தாக்கத்தை மறைமுகமாக ஆதரிக்கும் தலித் எழுத்தாளர்களையும் விமர்சிக்கிறார். அவருடைய பார்வையின்படி பாமாவும் அத்தகைய விமர்சனத்திற்குள்ளாகிறார். அதேவேளையில் பாமாவின் சில தேர்ந்தெடுக்கப்பட்ட சிறுகதைகளைப் பாராட்டுகிறார்; அவை ‘அண்ணாச்சி’, ‘கிசும்புக்காரன்’, ‘ஒரு தாத்தாவும் எருமையும் போன்றவை. இச் சிறுகதைகள் தலித் வாழ்கை முறையைத் தெளிவாகப் பதிவுசெய்வதோடு, அடிபணிதலுக்கு எதிரான கருத்தாக்கத்தையும் உயிர்ப்பான முறையில் இக்கதைகளில் உருவாக்கியுள்ளதாகக் கருதுகிறார்.

1997: தண்ணீர் பற்றாக்குறையால், வீட்டு உரிமையாளர் பாமாவை

உடனடியாக வீட்டைக் காலி செய்யும்படி கூறினார். பாமாவுக்கு உடனடியாக செல்ல தகுந்த இடம் கிடைக்காததால், மாற்குவின் நண்பரான செங்கல்பட்டைச் சேர்ந்த பாதிரியார் மார்ட்டினை அணுகினார். அவர் தனது அலுவலகத்திற்கு அருகிலுள்ள அறையில் தங்க அனுமதித்தார். அங்கிருந்து 15 கி.மீ. பஸ்சில் பயணம் செய்து, கிராம சாலையில் சுமார் 3 முதல் 4 கி.மீ. வரை சைக்கிள் ஓட்டி, பள்ளியைச் சென்றடைய வேண்டியிருந்தது. பிரச்சினை வரும் காலங்களிலும் தொடராமல் இருக்க, சிறிய வீடு ஒன்றைக் கட்ட பாமா திட்டமிட்டார்.

1998: பாமா தனது முதல் வெளிநாட்டுப் பயணமாக 'தலித் கண்ணோட்டத்தில் பைபிளை வாசிக்க' சியோலுக்குச் சென்றார். இதுவே பாமாவின் முதல் விமானப் பயணமாகும். இப்பயணத்தை மேற்கொள்வதில் மிகுந்த களிப்படைந்தார்.

1998: சென்னையில் உள்ள Academy of Ecumenical Indian Theology and Church Administration என்ற அமைப்பு இறையியல் அறிஞர் என்ற பட்டத்தை வழங்கியது. பட்டம் வழங்கியதற்கான குறிப்பில் "அவரது இலக்கியப் பங்களிப்புகள், தலித் மேம்பாடு தொடர்பான செயல்பாடுகளில் ஈடுபட்டதற்காக, இந்தக் கௌரவம் அவருக்கு வழங்கப்படுகிறது" எனக் குறிப்பிடப்பட்டுள்ளது.

1999: தலித் ஒருங்கிணைப்புக் குழு உறுப்பினர்கள் இருவருடன் இணைந்து அமெரிக்கா, கனடா, நெதர்லாந்து, சுவிட்சர்லாந்து ஆகிய நாடுகளுக்குப் பயணம் செய்து தலித் பெண்களின் பிரச்சினைகளையும், குறிப்பாக தலித் கிறிஸ்தவப் பெண்களைக் குறித்துப் பேசுவதற்காகச் சென்றார்.

2000: பணி.மார்ட்டின் உதவியுடன் பாமா ஒரு பொறியாளரைக் கண்டுபிடித்து தனது வீட்டைக் கட்டத் தொடங்கினார். தனக்கானதொரு வீட்டைச் சொந்தமாக உருவாக்குவதில் பாமாவிற்கு மட்டற்ற மகிழ்ச்சி ஏற்பட்டது. அதனை வெளிப்படுத்துவதற்கு அவரிடம் வார்த்தைகள் இல்லை. பாமா 2020 வரை கிட்டத்தட்ட 20 ஆண்டுகள் அவர் கட்டிய முதல் வீட்டில் வாழ்ந்தார்.

2000: 'கருக்கு' லட்சுமி ஹோல்ஸ்ட்ராம் என்பவரால் ஆங்கிலத்தில் மொழிபெயர்க்கப்பட்டு சென்னை, மேக்மில்லனால் வெளியிடப்பட்டது.

2000: பாமா கருக்குக்காக 'கிராஸ் வேர்ட்' விருதைப் பெற்றார். அந்த விருது விழாவிற்காக மவுரியா போன்ற ஒரு பெரிய ஹோட்டலில் தங்கியிருந்து அந்த விருதைப் பெற்றது முற்றிலும் புதுமையான அனுபவமாக இருந்தது.

2001: தலித் முரசு கலை இலக்கிய விருது பெற்றார். கருக்கின் தெலுங்கு மொழிபெயர்ப்பு வெளியானது. 'தழும்புகள் காயங்களாகி' என்ற தலைப்பில் கருக்கு மற்றும் 'சங்கதி' ஆகிய நாவல்களை ஒரே தொகுப்பாக கோவை விடியல் பதிப்பகம் வெளியிட்டது.

2002: கோயம்புத்தூர் விடியல் பதிப்பகம், 'வன்மம்' நூலை வெளியிட்டது. இந்த ஆண்டு, 'சங்கதி' பிரெஞ்சு மொழியில் வெளியிடப்பட்டது. அதற்காக அவர் பாரிஸில் "லெஸ் பெல்லெஸ் எஸ்ட்ரேஞ்சர்ஸ்" நிகழ்ச்சியில் பங்கேற்றார்.

2004: 'ஒரு தாத்தாவும் எருமையும்' சிறுகதைத் தொகுப்பு கோவை விடியல் பதிப்பகம் மூலம் வெளியிடப்பட்டது.

2004: பிப்ரவரி 26 அன்று பாமா அமுதன் அடிகள் இலக்கிய பரிசு பெற்றார். "பாமாவின் படைப்புகள் தமிழக தலித் மக்களின் சிந்தனை வளர்ச்சி, புரட்சிகர இயல்புகளையும் அவர்களது வாழ்க்கையையும் தெளிவாகப் படம்பிடித்துக் காட்டுகின்றன" என அமுதன் அடிகள் இலக்கிய விருதிற்கான குறிப்பில் குறிப்பிடப்பட்டுள்ளது.

2005: சங்கதி நாவலின் ஆங்கிலம் (ஆக்ஸ்போர்டு பல்கலைக்கழக அச்சகம்), மலையாளம் (மாத்ருபூமி பப்ளிஷர்ஸ்) மற்றும் தெலுங்கு மொழிபெயர்ப்புகள் வெளிவந்தன. இந்த ஆண்டு சிங்கப்பூர் எழுத்தாளர் விழாவில் பங்கேற்றார்.

2006: 'கிசும்புக்காரனின்' ஆங்கில மொழிபெயர்ப்பு 'Harum-Scarum Saar and Other Stories' என்ற பெயரில் தில்லி வுமன் அன்லிமிடெட் மூலம் வெளியிடப்பட்டது.

2006: மார்ச் 21 அன்று, 'சங்கதி' நாவலுக்காக 'ஹட்ச் கிராஸ்வோர்ட்' புத்தக விருதுக்கு பாமா தேர்ந்தெடுக்கப்பட்டார், அதே ஆண்டு இந்திய மொழி புனைகதைகளுக்கான மொழிபெயர்ப்பு விருதுக்கான குறும்பட்டியலில் 'சங்கதி' நாவல் இடம்பெற்றது.

2007: கருக்கின் கன்னட மொழிபெயர்ப்பு வெளியிடப்பட்டது.

2008: வன்மம் நாவல் Oxford University Press - இன் ஆங்கில மொழிபெயர்ப்பில் வெளிவந்தது.

2008: கருக்கின் மலையாள மொழிபெயர்ப்பு டி.சி.புக்ஸ் மூலம் வெளியிடப்பட்டது.

2008: ஜூலை 30 அன்று கனடாவின் டொராண்டோவில் நடைபெற்ற ஐரோப்பிய பெண்கள் கூட்டமைப்பின் கூட்டத்திற்கு பாமா சென்று வந்தார்.

2009: 'கொண்டாட்டம்' சிறுகதைத் தொகுப்பு சென்னை ஆழி மற்றும் பனிக்குடம் பதிப்பகம் மூலம் வெளியிடப்பட்டது. 'சங்கதி'யின் கன்னட மொழிபெயர்ப்பு நவ கர்நாடக பதிப்பகத்தால் வெளியிடப்பட்டது. இவ்வாண்டு மாஸ்கோ இலக்கிய விழாவில் பங்கேற்றார்.

2010: பாமா சிக்குன்குனியாவால் பாதிக்கப்பட்டு நடக்க முடியாமல் இரண்டு மாதங்கள் தனியாகப் போராடினார். அது உண்மையில் ஒரு பயங்கரமான காலமாக இருந்தது. நீண்ட மருத்துவ விடுப்பிற்குப்பின் எப்படியோ உயிர் பிழைத்து பள்ளி சென்றார்.

2011: அமெரிக்காவின் வாஷிங்டன், டி.சி.,யில் நடைபெற்ற 'மாக்சிம் இந்தியா' விழாவில் பங்கேற்றார்.

2011: திருச்சி சமயபுரம் எஸ்ஆர்வி மெட்ரிகுலேஷன் பள்ளியின் படைப்பூக்க விருது பெற்றார்.

2011: மே 20 அன்று, மத்திய செம்மொழி தமிழாய்வு நிறுவனம் பாமாவுக்கு நினைவுப் பரிசு வழங்கியது.

2012: 'கருக்கின்' இரண்டாம் பாகம் 'மனுஷி' என்ற தலைப்பில் கோயம்புத்தூர் விடியல் பதிப்பகத்தால் வெளியிடப்பட்டது.

2013: 24, மார்ச் 2013இல் பாமாவின் தம்பி ராஜாவின் மர்ம மரணம் அவரை அதிர்ச்சிக்குள்ளாக்கியது.

2015: கோவை விடியல் பதிப்பகம் 'தவிட்டுக் குருவி' நூலை வெளியிட்டது. அதே ஆண்டில் குஜராத்தி மொழிபெயர்ப்பில் பத்து சிறுகதைகள் அடங்கிய தொகுப்பு ஒன்றும் வெளியிடப்பட்டது.

2015: தமிழ்நாடு மாற்றுப் பத்திரிகையாளர்கள் மற்றும் எழுத்தாளர்கள் சங்கம், லயோலா கல்லூரி, சென்னை - 34-இல் இருந்து வந்த வாழ்த்துச் செய்தியில் "பாமா தனது தொடர்ச்சியான இலக்கியப் போராட்டங்களால், தமிழ் தலித் இலக்கியத்தை உலக அங்கீகாரம் பெறச் செய்தார்" என்று குறிப்பிடப்பட்டிருந்தது.

2015: பாமா ஓங்கூர் பள்ளி ஆசிரியர் பணியில் இருந்து ஓய்வு பெற்றார்.

2017: கருக்கின் இருபத்தைந்து ஆண்டு நிறைவு விழா, ஓங்கூர், சென்னை மற்றும் பாமாவின் சொந்தக் கிராமத்திலும் வெகு விமரிசையாகக் கொண்டாடப்பட்டது. சென்னை நிகழ்ச்சி லயோலா கல்லூரியில் நடத்தப்பட்டது. அந்த நிகழ்ச்சி யூ டியூப்பில் காணக் கிடைக்கிறது. அவரது கிராமத்தில் நடந்த விழா கொண்டாட்டங்களை அ.ஜெகநாதன் அவரது நண்பர்களுடன் சேர்ந்து ஒருங்கிணைத்தார்.

2018: "நீலம் என்பது நிறமல்ல, ஒற்றுமை மற்றும் சமத்துவ உணர்வு" என்ற பாமாவின் கவிதை வரிகளை மேற்கோள் காட்டி, நீலம் (பா. இரஞ்சித் நடத்தும் சமூக, இலக்கிய, கலாச்சார அமைப்பு) பாமாவை "நேர்மறை மாற்றத்தை ஊக்குவிக்கும் பெண்" என்று பாராட்டியது.

2018: Just One Word, எனும் 15 சிறுகதைகளின் தொகுப்பு சென்னை ஆக்ஸ்போர்டு பல்கலைக்கழக அச்சகத்தால் வெளியிடப்பட்டது.

2018: நியூஸ் 7 தமிழ் தொலைக்காட்சியின் 'தங்க மங்கை' விருதை பாமா பெற்றார். நியூஸ் 7 விருதுக்கான குறிப்பில் "பாமா தனது எழுத்துகள் மூலம் சுரண்டலுக்கு எதிராக ஒடுக்கப்பட்டவர்களைத் தட்டி எழுப்பும் ஆயுதத்தை உருவாக்கினார்" என்று குறிப்பிடப்பட்டுள்ளது.

2019: கோவிட் 19 பரவலையடுத்து பாமா தனது வீட்டை விற்று விட்டு சென்னைக்குக் குடிபெயர்ந்தார்.

2020: தஞ்சை தமிழ்ப் பல்கலைக்கழகம், 'இலக்கிய ஆளுமை' என்ற வரிசையில் பாமாவை 10 மாதங்களுக்கு வருகை தரு பேராசிரியராகப் பரிந்துரைத்தது.

2021: பாமா அக்டோபர் 17 அன்று தனது சொந்தக் கிராமத்திற்கு குடிபெயர்ந்து அருகிலுள்ள கிராமத்தில் புதிய வீடு ஒன்றைக் கட்டத் தொடங்கினார்.

2022: 'The Itchi Tree Monkey: New and Selected Stories (இச்சி மரத்துக்

குரங்கு: புதிய மற்றும் தேர்ந்தெடுக்கப்பட்ட கதைகள்), டெல்லி, ஸ்பீக்கிங் டைகர் பதிப்பகம், மூலம் ஆங்கிலத்தில் வெளியிடப்பட்டது.

2022: ‘விருட்சங்களாகும் விதைகள்’ நாவலை நியூ செஞ்சுரி புக் ஹவுஸ், சென்னை வெளியிட்டது. இந்தப் புத்தகம் அவரது ஆசிரியர் பணிக்காலத்தின் ஏற்ற இறக்கங்கள், மனதைக் கவர்ந்த நினைவுகள், தற்போதைய கல்வி முறையின் கொள்கைகள், நடைமுறைகள் குறித்து ஆக்கபூர்வமான விமர்சனத்தை வழங்குகிறது. அவரைப் பொறுத்தவரை, ‘ஓர் ஆசிரியர் மாணவர்களுக்கு என்ன கற்பிக்கிறார் என்பது மட்டுமல்ல, ஆசிரியர் மாணவர்களிடமிருந்து என்ன கற்றுக்கொள்கிறார் என்பதும் மிக முக்கியமானதாகும்’.

2022: ஜூலை 24 அன்று, விருதுநகர் மாவட்டம் மேலக் கோபாலபுரத்தில் “பாஸ்டினா பாமா” எனப் பெயரிடப்பட்ட தனது புதிய வீட்டில் குடியேறினார்.

2022: பாமாவின் ‘கருக்கு’ வெளிவந்து மூன்று தசாப்தங்கள் நிறைவடைந்ததைக் கொண்டாடும் வகையில் அக்டோபர் 6ஆம் தேதி, பாண்டிச்சேரி மத்தியப் பல்கலைக்கழகத்தில் சிறப்பான விழா நடைபெற்றது.

2022: புகழ் பெற்ற தமிழ் இதழான ‘அவள் விகடன்’ நவம்பர் 18 அன்று நாடாளுமன்ற உறுப்பினர் கனிமொழியின் கரங்களால் பாமாவிற்கு “அவள் விருது” வழங்கி கௌரவித்தது. இந்த விருதிற்கான குறிப்பில் இவ்வாறு கூறப்பட்டுள்ளது, “தமிழ் இலக்கியத்தில் தனித்துவமும், ஒப்பற்ற துணிச்சலும் கொண்ட எழுத்தாளர். சாதி மற்றும் வர்க்கப் பாகுபாடுகள் நிறைந்த சமகால சமூகத்தின் கொடூரமான முகத்தை பாமா தனது எழுத்துகளின் மூலம் அம்பலப்படுத்துகிறார்.”

2022: டிசம்பர் 10ஆம் தேதி, புது தில்லியின் ஜூபான் பதிப்பகம் பாமா தொகுத்த “*The Stomach that Chewed Hunger and Other stories*” அஹானா லக்ஷ்மியின் ஆங்கில மொழிபெயர்ப்பில் வெளியிடப்பட்டது. அந்த நூலுக்கான புகழுரையில் “பாமா தமிழில் சமகால தலித் ஒற்றுமைக்காக கொண்டாடப்படுகிறார். அவர் பெண்ணியம், சாதி எதிர்ப்பு செயல்பாட்டின் முன்னணியில் இருந்து வருகிறார். இந்தியாவிலும், வெளிநாட்டிலும் நடைபெற்ற இலக்கிய விழாக்களில் கலந்துகொண்டு தலித் அழகியல் மீது உலகலாவிய கவனத்தை ஈர்த்துள்ளார்.”

2024: மார்ச் 8 பெண்கள் தினத்தன்று தமிழக அரசால் பாமாவிற்கு 'ஔவையார் விருது' வழங்கி கௌரவிக்கப்பட்டது. அதற்கான குறிப்பில் இவ்வாறு கூறப்பட்டுள்ளது "பெண்களின் வாழ்க்கையைத் தனது அனுபவங்களின் மூலம் அதன் தகிக்கும் அனலோடு தமிழிலக்கிய படைப்புகளாகவும், சாதி, பாலினம் சார்ந்து சமூகத்தில் நிலவும் சமத்துவமின்மையையும் அநீதிகளையும் எடுத்துக்காட்டும் தொகுப்புகளாகவும் எழுதியுள்ளார்."

2024: நீலம் பண்பாட்டு மையம் தலித் வரலாற்று மாதத்தை வானம் என்ற தலைப்பில் கடந்த ஐந்து ஆண்டுகளாகக் கொண்டாடிவருகிறது. 2022ஆம் ஆண்டு முதல் தலித் இலக்கியக் கூடுகைக்கான 'வேர்ச்சொல்'லை உருவாக்கி தலித் அறிஞர்கள், படைப்பாளர்களுக்கு விருது வழங்கி கௌரவிக்கிறது. 2024ஆம் ஆண்டிற்கான 'வேர்ச்சொல் விருது' பாமாவிற்கு அறிவிக்கப்பட்டது.

பாமாவின் வெளிநாட்டுப் பயணங்கள்

1. தென் கொரியாவின் சியோல் நகருக்கு 15.05.1998 அன்று தலித் கண்ணோட்டத்துடன் பைபிளை மறுவாசிப்பு செய்வதற்காகவும் 19.08.1998 அன்று தலித் மற்றும் மின்ஜிங் உரையாடலுக்காகவும் சென்றார்.

2. கனடாவிற்கு 1999இல் தலித் மக்கள் ஒருங்கிணைப்புக் கூட்டத்தில் கலந்து கொண்டார். 2008 இல் டொராண்டோவில் உள்ள டிரினிட்டி கல்லூரியில் சிறப்பு அழைப்பாளராக கலந்து கொண்டார். 30.10.2020 திட்டமிடப்பட்டிருந்த கனடா பயணம் ரத்து செய்யப்பட்டது.

3. அமெரிக்காவில் 1999இல் தலித் மக்கள் ஒருங்கிணைப்புக் கூட்டத்தில் பங்கேற்றார். 2011இல் வாஷிங்டன் DCஇல் நடைபெற்ற மாக்சிம் இந்தியன் விழாவில் கலந்து கொண்டார்.

4. நெதர்லாந்தில் 1999இல் நடைபெற்ற தலித் மக்கள் ஒருங்கிணைப்புக் கூட்டத்தில் பங்கேற்றார்.

5. சுவிட்சர்லாந்தில் 1999இல் நடைபெற்ற தலித் மக்கள் ஒருங்கிணைப்புக் கூட்டத்தில் பங்கேற்றார்.

6. ஜெர்மனியில் 1999 பிப்ரவரியில் நடைபெற்ற ஐரோப்பிய பெண்கள்

மாநாட்டில் கலந்து கொண்டார், **2002, 2003**இல் பெர்லினில் நடந்த இலக்கியக் கூட்டங்களில் பங்கேற்றார்.

7. பிரான்ஸ் நாட்டின் பாரிஸ் நகரில் **1999**இல் 'சங்கதி' புத்தக வெளியீட்டு விழாவில் கலந்துகொண்டார் **14.02.2003** பாரிஸில் இருபது நாட்கள் நடைபெற்ற "லெஸ் பெல்லெஸ் எட்ரேஞ்சர்ஸ்" இந்திய எழுத்தாளர்கள் சந்திப்பு விழாவில் பங்கேற்றார்.

8. சிங்கப்பூர் - **2005**இல் நடைபெற்ற எழுத்தாளர்கள் விழாவில் பங்கேற்றார். **23.04.2008** அன்று சிங்கப்பூரில் நடைபெற்ற பன்னாட்டுப் பெண்கள் சந்திப்பு நிகழ்விலும் பங்கேற்றார்.

9. ரஷ்யாவின் மாஸ்கோவில் 27.08.2009 அன்று நடைபெற்ற இலக்கிய விழாவில் கலந்துகொண்டார்.

பாமாவின் குடும்ப உறுப்பினர்கள்

1. தந்தை சூசை ராஜ் இந்திய இராணுவத்தில் சுமார் **33** ஆண்டுகள் பணியாற்றி லெப்டினண்ட் கர்னலாக ஓய்வு பெற்றவர். அவர் கல்வியே சமூகத்தை மேம்படுத்துவதற்கான ஒரே கருவி என்று கருதினார், அதனால் தனது பிள்ளைகள் அனைவருக்கும் கல்வி கற்பித்தார். தனது வாழ்க்கை வரலாற்றை சுயசரிதையாக எழுதி வைத்துச் சென்றுள்ளார்.

2. தாய் மு.செபஸ்தியம்மா, அன்பானவர், குழந்தைகள் அனைவரையும் நன்றாகப் படிக்க ஊக்குவித்தார். தனது கணவர் இராணுவத்தில் பணியாற்றிய காலத்தில் தந்தையின் பிரிவு குழந்தைகளுக்குத் தெரியாதபடி தாயாகவும் தந்தையாகவும் இருந்து குழந்தைகளைக் கவனித்துக்கொண்டார். குழந்தைகள் வெளியூரில் படித்தபோது தவறாமல் விடுதிகள் மற்றும் பள்ளிகளுக்கு நேரில் சென்று சந்திப்பதை வழக்கமாகக் கொண்டிருந்தார்.

3. மூத்த சகோதரர் டாக்டர். எஸ். ராஜ் கௌதமன், பாண்டிச்சேரியில் உள்ள தாகூர் கல்லூரியில் தமிழ்ப் பேராசிரியராகவும் (ஆங்கிலத்தில் நன்கு புலமை பெற்றவர்) பின்பு புதுச்சேரி காஞ்சி மாமுனிவர் நிறுவனத்தின் ஆராய்ச்சி மைய இயக்குநராகவும் பணியாற்றி ஓய்வு பெற்றார். அவர் ஒரு சிறந்த எழுத்தாளர், விமர்சகர், சிறந்த தமிழ் இலக்கிய ஆய்வாளர். இவரது பல படைப்புகள் ஆங்கிலத்தில்

மொழிபெயர்க்கப்பட்டுள்ளன. சமீபத்தில் இவர் எழுதிய 'டார்க் இன்டீரியர்' தியோடர் பாஸ்கரனால் மொழிபெயர்க்கப்பட்டுள்ளது. அவர் புத்தகங்கள் வாசிப்பதில் பெரும் வேட்கையுடையவர். தங்கை பாமாவிற்கு அவர் எழுதிய கடிதங்கள் பாமாவிடம் பெரும் தாக்கத்தை ஏற்படுத்தியது. சங்க இலக்கியப் படைப்புகள் முழுவதையும் தலித் கண்ணோட்டத்துடன் மறுவாசிப்பு செய்தது தமிழ் இலக்கிய உலகில் இவரது முக்கியப் பங்களிப்பாகும்.

4. மூத்த சகோதரி எஸ்.ஜெயமேரி பள்ளி ஆசிரியையாகப் பணியாற்றி ஓய்வு பெற்று தற்போது சென்னையில் வசித்து வருகிறார்.

5. டாக்டர் எஸ். தெரஸ். அமெரிக்காவின் நியூயார்க் நகர பல்கலைக்கழகத்தில் உள்ள பிராங்க்ஸ் சமூக கல்லூரியில் வேதியியல் பேராசிரியராகப் பணியாற்றி வருகிறார்.

6. பாமாவின் இளைய சகோதரர் ராஜா, சகோதரி அருள்ஜோதி (எ) ஸ்டெல்லா (இரட்டையர்கள்). தங்கை ஸ்டெல்லா சாதி மறுப்பு திருமணத்தால் 03.04.1995 அன்று தனது வாழ்க்கையை இழந்தார், அவரது இழப்பே பாமாவின் பெற்றோரின் (தாய் 31.05.1996 தந்தை 01.06.1996) மரணத்திற்குக் காரணமாக அமைந்தது. தம்பி ராஜா 24.3.2013 அன்று மர்மமான முறையில் மரணமடைந்தார்.

கட்டுரையாளர்கள் குறிப்பு

பகுதி - 1

1. சூசைராஜ் சரித்திரம்
சூசைராஜ் (லேட்), மேஜர் ஜெனரல் (ஓய்வு)
வ.புதுப்பட்டி

2. பாமா
எழுத்தாளர், மேலக்கோபாலபுரம், விருதுநகர் மாவட்டம்

3. ராஜ் கௌதமன்
பண்பாட்டு ஆய்வாளர், திருநெல்வேலி

பகுதி - 2

1. அம்பை
படைப்பாளர், சாகித்ய அகாதமி விருதாளர், மும்பை

2. ச.தமிழ்ச்செல்வன்
மதிப்புறு தலைவர், த.மு.எ.க.ச, தமிழ்நாடு

3. சி.முத்துகந்தன்,
உதவிப் பேராசிரியர், தமிழ்த்துறை, சென்னைக் கிறித்தவக் கல்லூரி, சென்னை

4. ம.மணிமாறன்
எழுத்தாளர், விருதுநகர்

5. மாற்கு
எழுத்தாளர், சென்னை

6. முனைவர் அ.நந்தினி
உதவிப்பேராசிரியர், தமிழ் உயராய்வு மையம், செந்தமிழ்க் கல்லூரி, மதுரை

7. முனைவர் ஞா.குருசாமி
துறைத்தலைவர், தமிழ்த்துறை, அருள் ஆனந்தர் கல்லூரி, கருமாத்தூர்

8. ஜெ.சுடர்விழி
உதவிப்பேராசிரியர், தமிழ்த்துறை
சென்னைக் கிறித்தவக் கல்லூரி, சென்னை

9. முதுமுனைவர் மு.அய்யப்பன்
உதவிப்பேராசிரியர் (தமிழ்த்துறை), அருள்மிகு சுப்பிரமணியசாமி கலை & அறிவியல் கல்லூரி, விளாத்திகுளம், தூத்துக்குடி.

10. முனைவர் து.முத்துக்குமார்
உதவிப்பேராசிரியர் (தமிழ்த்துறை), தியாகராயர் கல்லூரி, மதுரை

11. முனைவர் பெ.கலைவாணன்
4/83, கண்ணனூர், ஆ.கொக்குளம் (அஞ்சல்), மதுரை

12. பொ.முருகன்
முனைவர் பட்ட ஆய்வாளர், தமிழ் உயராய்வு மையம், அமெரிக்கன் கல்லூரி, மதுரை

13. சந்துரு மாயவன்
முனைவர் பட்ட ஆய்வாளர், தமிழ்த்துறை
அரசினர் ஆடவர் கலைக் கல்லூரி, சென்னை

14. முத்துப்பாண்டி
முனைவர்பட்ட ஆய்வாளர், தமிழ் உயராய்வு மையம், அமெரிக்கன் கல்லூரி, மதுரை

15. பாரத் ஸ்ரீமன் அழகேசன்
    முனைவர் பட்ட ஆய்வாளர்
    தமிழ்த்துறை, சென்னைக் கிறித்துவக் கல்லூரி, சென்னை

16. முனைவர் சூ.ஆம்ஸ்ட்டாங்
    பேராசிரியர், ஆங்கிலத்துறை, சென்னைப் பல்கலைக்கழகம், சென்னை

மொழிபெயர்ப்பாளர் குறிப்பு

முனைவர் பொ.ரமேஷ்
உதவிப்பேராசிரியர், சமூகவியல் துறை, பசும்பொன் முத்துராமலிங்கத் தேவர் கல்லூரி, உசிலம்பட்டி

தொகுப்பாசிரியர்

அ.ஜெகநாதன்
ஆய்வாளர், மதுரை